மண் அளக்கும் சொல்

ஆசிரியரின் பிற நூல்கள்

- 'பாவனை பேசலன்றி . . !', சிறுகதைத் தொகுப்பு (2000)
- 'தமிழ் முழங்கும் வேளையிலே', செவ்விகளின் தொகுப்பு (2000)
- 'உயரப் பறக்கும் காகங்கள்', சிறுகதைத் தொகுப்பு (2003)
- 'Horizon', English translation of the shortstories (2007)
- 'கீதையடி நீயெனக்கு', குறுநாவல் தொகுப்பு (2014)
- 'கறுத்தக் கொழும்பான்', புனைவுக் கட்டுரைத் தொகுப்பு (2014)
- 'செல்லப் பாக்கியம் மாமியின் முட்டிக் கத்தரிக்காய்', புனைவுக் கட்டுரைத் தொகுப்பு (2017)
- 'கள்ளக் கணக்கு', சிறுகதைகள் (2018)
- 'ஹெய்க்கோ', சிறுகதைத் தொகுப்பு – சிங்கள மொழிபெயர்ப்பு (2019)
- 'பணச் சடங்கு', சிறுகதைத் தொகுப்பு (2021)

மண் அளக்கும் சொல்

ஆசி. கந்தராஜா (பி. 1950)

ஆஸ்திரேலிய ஈழத்து எழுத்தாளர், கல்வியாளர், பூங்கனியியல் – உயிரியல் தொழில்நுட்பத்துறைப் பேராசிரியர்.

யாழ்ப்பாணத்திலுள்ள கைதடி கிராமத்தில் 25ஆம் திகதி தை மாதம் 1950ஆம் ஆண்டு பிறந்தவர். தந்தையார் ஆ. சின்னத்தம்பி, புராண இதிகாசங்களை முறைப்படி கற்றுத் தேர்ந்த தமிழ் ஆசான்.

ஜெர்மனி, ஜப்பான், ஆஸ்திரேலியப் பல்கலைக்கழகங்களில் படித்தவர், பணிபுரிந்தவர்; தற்போது ஓய்வுபெற்று முழுநேரமாக எழுதிக்கொண்டிருக்கிறார்.

ஜெர்மன் அரசின் புலமைப் பரிசில் பெற்று இலங்கையிலிருந்து 1974ஆம் ஆண்டு, ஜெர்மன் நாட்டுக்கு உயர்கல்வி கற்கச் சென்றவர். கிழக்கிலும் மேற்கிலுமாக மொத்தம் பதின்மூன்று ஆண்டுகள் வாழ்ந்தவர். இப்பொழுது ஆஸ்திரேலியாவில் முப்பத்தைந்து ஆண்டுகளாக (2022) வாழ்ந்துவருகிறார்.

யப்பான், சீனா, இந்தியா, இலங்கை, பங்களாதேஷ், வியட்நாம், தென்கொரியா, இந்தோனேசியா, பிலிப்பைன்ஸ், மலேசியா, சிங்கப்பூர், உகண்டா, கென்யா, தன்சானியா, எத்தியோப்பியா, தென் ஆப்பிரிக்கா, மத்திய கிழக்கு, ஐரோப்பிய நாடுகளுக்கு வருகைதரு பேராசிரியராகச் சென்று, அங்குள்ள பல்கலைக்கழகங்களில் சிறப்பு விரிவுரைகளும் பயிற்சி வகுப்புகளும் நடத்தியவர். அங்கு அவர் கண்ட தரிசனங்களே சிறுகதைகளாகவும் குறுநாவல்களாகவும் நாவலாகவும் புனைவுக் கட்டுரைகளாகவும் வெளிவந்துள்ளன.

இலங்கை சாகித்திய விருது, தமிழக அரசின் மதுரைத் தமிழ்ச் சங்க விருது உட்பட இலங்கை, இந்தியாவில் பல விருதுகள் பெற்றவர்.

ஆசி. கந்தராஜா

மண் அளக்கும் சொல்

காலச்சுவடு பதிப்பகம்

அன்பார்ந்த வாசகருக்கு,

வணக்கம்.

காலச்சுவடு நூலை வாங்கியமைக்கு நன்றி.

நூலின் உள்ளடக்கம், உருவாக்கம், அட்டைப்படம் இன்ன பிற அம்சங்கள் பற்றிய உங்கள் கருத்துகளையும் ஆலோசனைகளையும் காலச்சுவடு வரவேற்கிறது. தகவல், எழுத்து, வாக்கியப் பிழைகள் தென்பட்டால் கட்டாயம் தெரிவித்து உதவுங்கள். நூல் தயாரிப்பில் கடும் குறைபாடு இருப்பின் மாற்றுப் பிரதி உங்களுக்குக் கிடைக்கக் காலச்சுவடு ஏற்பாடு செய்யும்.

மின்னஞ்சல்: **publisher@kalachuvadu.com**

காலச்சுவடு நாகர்கோவில் தலைமையகத்துக்கும் கடிதம் அனுப்பலாம்.

தங்கள்
எஸ்.ஆர். சுந்தரம் (கண்ணன்)
பதிப்பாளர் — நிர்வாக இயக்குநர்

மண் அளக்கும் சொல் ♦ புனைவுக் கட்டுரைகள் ♦ ஆசிரியர்: ஆ.சி. கந்தராஜா ♦ © ஆ.சி. கந்தராஜா ♦ முதல் பதிப்பு: ஜூலை 2022 ♦ வெளியீடு: காலச்சுவடு, 669, கே.பி. சாலை, நாகர்கோவில் 629001

காலச்சுவடு பதிப்பக வெளியீடு: 1079

maN aLakkum col ♦ creative essays ♦ Author: Aasi. Kantharajah ♦ ©A.S. Kantharajah ♦ Language: Tamil ♦ First Edition: July 2022 ♦ Size: Demy 1 x 8 ♦ Paper: 18.6 kg maplitho ♦ Pages: 184

Published by Kalachuvadu, 669, K.P. Road, Nagercoil 629001, India ♦ Phone: 91-4652-278525 ♦ e-mail: publications@kalachuvadu.com ♦ Printed at Clicto Print, Jaleel Towers, 42 KB Dasan Road, Teynampet Chennai 600018

ISBN : 978-93-5523-057-7

நான் பிறந்து மண் அளைந்த கைதடி மண்ணுக்கு...

பொருளடக்கம்

முன்னுரை: எளிமையின் புனைவும்
புனைவில் எளிமையும் 11

என்னுரை 17

1. சாத்தானின் விரல்கள் 19
2. முட்டிக் கத்திரிக்காய் . . .! 36
3. வரகு மான்மியம் 48
4. மரங்களும் நண்பர்களே . . .! 65
5. வீரசிங்கம் பயணம் போகிறார் 79
6. ஒட்டுக்கன்றுகள் 98
7. என்.பி.கே . . .! 107
8. தம்பித்துரை அண்ணையும் பேரனும்
ஆறு ஐமிச்சங்களும்! 114
9. கறுத்தக் கொழும்பான் 128
10. கற்பக விருட்சம் 148
11. பூக்களே, காதல் செய்யுங்கள் . . .! 166
12. வெடுக்குப் பத்தன் 172
13. சீன நாட்டு நண்பரும் எருமை மாட்டுப் புல்லும்! 178

முன்னுரை

எளிமையின் புனைவும் புனைவில் எளிமையும்

'லியொங்'கை எனக்குப் பிடித்துக்கொண்டது. லியொங் ஹாங்காங்கிலிருந்து ஆஸ்திரேலியாவிற்குப் புலம்பெயர்ந்தவர். ஆசி. கந்தராஜாவின் மொழியில் சொல்வதானால் ஹொங்ஹொங்கிலிருந்து புலம்பெயர்ந்தவர். லியொங்கை எனக்குப் பிடித்துப்போனதற்கு எனது ஹாங்காங் பாசம் காரணமல்ல. அவர் ஒரு பட்டயக் கணக்காளர். நல்ல தொழில்தான். ஆனால் அந்தத் தொழில் மீது எனக்குப் பக்தியோ பயமோ இல்லை. ஆகவே அதுவும் காரணமல்ல. 'அவருக்கு உடம்பு முழுவதும் கணக்கு மூளை.' இருந்துவிட்டுப் போகட்டும். அடுத்த வரிதான் முக்கியமானது. 'அதற்கு அப்பால் அவருக்கு அனைத்தும் பூச்சியமே. இதனால் வீட்டு வேலை, தோட்ட வேலை, சமூக வேலை என அனைத்தையும் அவரது மனைவியே செய்வார்.' இந்த இடத்திலேயே லியொங் என்னை நெருங்கி விட்டார். லியொங்கின் மகாத்மியம் இன்னும் இருக்கிறது. 'இடையிடையே அத்தி பூத்தாற்போல் வீட்டில் சில விஷயங்களைச் செய்து சிக்கலில் மாட்டிக்கொள்வது அவரது சுபாவம்.' பிரஸ்தாப தினத்தன்றும் அப்படி மாட்டிக்கொள்கிறார்.

லியொங்கின் வீட்டிற்கு முன்னால் சீனக் கலாச்சாரத்தைப் பிரதிபலிக்கும் வகையில் புற்தரையைப் பராமரிக்கிறார் லியொங்கின் மனைவி. அவை உயர்சாதிப் புல் வகைகள். அதன் இலைகள் அடர்த்தியாகவும் கடும் பச்சை நிறமாகவும் இருக்கும். அதனால் புல்தரை மிக அழகாக

இருக்கும். புற்களிடையே களைகளும் முளைக்கின்றன. மனைவிக்கு உதவ விழையும் லியொங் களைக்கொல்லி தெளிக்கிறார். ஆனால் அவர் களைக்குத் தெளித்த மருந்து புல்லையும் கொன்றுவிடுகிறது. அகன்ற இலைத் தாவரங்களை மாத்திரம் கொல்லுகின்ற களைக்கொல்லிக்குப் பதிலாக அகன்ற இலை, ஒடுங்கிய இலை என எல்லா வகைத் தாவரங்களையும் கொல்லும் களைநாசினியைத் தெளித்து மனைவி ஆசையாய் வளர்த்த புல்தரையைப் பாழாக்கிவிடுகிறார் லியொங்.

பார்த்த மாத்திரத்தில் கந்தராஜாவுக்கு லியொங் செய்த பிழை விளங்கிவிடுகிறது. கந்தராஜா வேளாண் பல்கலைக்கழகப் பேராசிரியர். என்ன நேர்ந்தது என்பதைத் தாவரவியல், வேதியியல் கூறுகளைச் சொல்லித் தம்பதிகளுக்கு விளக்குகிறார். லியொங்கின் மனைவிக்கு அவரது விளக்கம் புரிகிறது. அதில் வியப்பில்லை. ஏனெனில், திருமதி லியொங் தோட்டக்கலையில் பெருவிருப்பு உள்ளவர். ஆனால் கணக்கன்றி வேறொன்றறியாத லியொங்கிற்கும் அது புரிகிறது. உயிரியல், தாவரவியல் பாடங்களை முறையே கிரேக்கமும் லத்தீனுமாகக் கருதி அவற்றிலிருந்து போதிய சமூக இடைவெளியைப் பேணி வரும் எனக்கும் புரிகிறது. அப்படியான ஒரு எளிய மொழியில் கந்தராஜா இந்த நூல் நெடுகிலும் பேசுகிறார்.

இந்த நூலின் சிறப்பு அதன் எளிமை மட்டுமல்ல; இன்னும் சில அம்சங்களும் இருக்கின்றன. அதில் ஒன்று சொல்லும் முறை. ‘மரங்களும் நண்பர்களே!’ என்றொரு கட்டுரை. தலைப்பே கட்டுரை எதைப் பற்றியது என்பதைச் சொல்லிவிடுகிறது. கட்டுரையில் நிறைய மரங்கள் வருகின்றன. மாமரங்களை எப்படி வரிசையாக நட வேண்டும் என்பதையும் அவற்றை எப்படிக் கவாத்துப் பண்ண வேண்டும் என்கிற செய்முறையையும் ஒன்பதாம் வகுப்புச் சிறுவனான கந்தராஜாவுக்கு விளக்குகிறார் ஆச்சி. கவாத்து என்பது கண்டபடி கிளைகளை வெட்டி எறிவதில்லை, அது அந்தத் தாவரத்தின் உடல் தொழிற்பாட்டுக்கும் காலநிலைக்கும் இயைந்ததாக இருக்க வேண்டும். அடுத்து வருவது வாழை; வாழையில் மகரந்தச் சேர்க்கை இல்லாமலேயே வாழைக் காய்கள் எப்படி உருவாகின்றன என்று விளக்குகிறார் வேதவல்லி அக்கா. அக்காதான் இந்தக் கதையின் மையச் சரடு. அக்கா, கந்தையா அம்மானின் ஒரே மகள். தோட்டம், துரவு, வயல் என அளவில்லாச் சொத்துக்களுக்குச் சொந்தக்காரி.

அடுத்து வருவது பலா; விதையில் முளைக்கும் பலாவைவிட பதியன்களில் வளரும் பலாதான் சிலாக்கியமானது. அதில்தான்

தாய்மரத்தின் இயல்புகள் சகலமுமிருக்கும், அது விரைவில் காய்க்கவும் செய்யும். இதைக் கந்தராஜாவுக்கு விளக்குகிறார் மாமா. இப்போது கதையில் முக்கனிகளும் தனித்தனியாக வந்துவிட்டன. அடுத்து அவற்றைச் சேர்ப்பதற்கு வைகாசி விசாகம் வருகிறது. அன்றுதான் வைரவருக்குப் படையல். கந்தையா அம்மானின் தோட்டத்தில் வெட்டிப் புகைபோட்டு, பழுக்கவைத்த, ஆமான கதலிக் குலை, கறுத்த கொழும்பான் மாம்பழம், அடி மரத்தில் காய்த்துப் பழுத்த செண்பகவரியன் பலாப்பழம் என முக்கனிகள் சகிதம் வைரவருக்குப் படையல் வைக்கிறார் அம்மா.

முக்கனி ஈனும் மரங்களின் விவரணை மட்டுமல்ல இந்தக் கட்டுரை. வேதவல்லி அக்கா படிப்பில் வலு கெட்டிக்காரி. அவர் டாக்டர் ஆவார் என்று ஊரே எதிர்பார்த்தது. ஆனால் அக்காவுக்கு விவசாயப் படிப்புக்கே இடம் கிடைத்தது. அதையிட்டு அக்கா கவலைப்படவில்லை. மாறாக, சந்தோசம்தான். காரணம் சிறுவன் கந்தராஜாவுக்கு மட்டும்தான் தெரியும். டாக்டரானால் அந்தத் தகுதி காரணமாக தன் காதல் நிறைவேறாது என்று அக்காவுக்குத் தெரியும். அக்காவுக்கு சுந்தரமூர்த்தி அண்ணையோடு காதல். முன்னுக்குப் பின்னான பல இழுபறிகளுக்குப் பின்னர் அக்காவின் கலியாணம் தடல்புடலாக நடந்தது. பத்துக் கூட்டம் மேளம் பின்னி எடுக்க, கண்ணன் கோஷ்டி, வாண வேடிக்கை சகிதம் அன்னச் சப்பரம் பூட்டிய காரில் வந்த சோடியின் பொருத்தத்தைப் பார்த்த ஊர்ச்சனம் நெட்டி முறித்தது. சம்பிரதாயமான கதைகளைப் போல் இதற்கு ஒரு உச்சக்கட்டமும் இருக்கிறது. குலையை ஈன்ற பின் தன்னைத்தானே மாய்த்துக்கொள்ளும் வாழையை அந்த முடிவு நினைவூட்டுகிறது. இது மரங்களைப் பற்றிய தாவரவியல் கட்டுரையா அல்லது வேதவல்லி அக்காவின் காதல் கதையா? இரண்டும்தான். முன்னதை இலகுவாகச் சொல்லப் பின்னது சேர்க்கப்பட்டிருக்கலாம். எனினும், படைப்பில் இரண்டு வடிவங்களும் இயைந்து நிற்கின்றன.

ஆதியிலே வார்த்தை இருந்தது. அப்படித்தான் வேதாகமம் சொல்கிறது. அந்த வார்த்தை முதலில் கதைகளாகத்தான் வெளிப்பட்டிருக்க வேண்டும். மனிதனின் அறிவு செறிவடைந்ததும்தான் கட்டுரைகள் வந்திருக்க வேண்டும். கட்டுரைகளின் தாங்க முடியாத கனத்தில் சுவாரஸ்யம் நசுங்கிப்போனதை அறிந்த சிலர் கட்டுரைகளைப் புனைவு மொழியில் எழுதினார்கள். இந்தக் கூட்டணியில் கட்டுரையின் நம்பகத்தன்மை இருந்தது. கதைகளின் சுவாரஸ்யமும் இருந்தது.

தமிழில் இவ்வகை எழுத்துக்களை எழுதிவருபவர்களில் குறிப்பிடத்தக்கவர் அ. முத்துலிங்கம்.

இவையெல்லாம் இவ்வாறாக நடந்துகொண்டிருக்க, அறிவியலாளர்கள் தத்தமது துறையில் ஆய்வு நடத்திக் கொண்டிருந்தார்கள். அதை அறிவியல் கட்டுரைகளாக எழுதினார்கள். அவை துறை சார்ந்தவர்களுக்கு மட்டுமானது. சிலர் சாமானியர்களை மனத்தில் கொண்டு எளிமையாகவும் எழுதினார்கள். இந்த முயற்சியில் சிலரது படைப்புகளில் அறிவியல் கூறுகளின் நீர்த்துப்போன வடிவம்தான் கிடைத்தது. செறிவை இழக்காமல் எளிமையாக எழுதியவர்களும் இருந்தார்கள். எனினும் இம்மாதிரியான முயற்சிகள் என்னைப் போன்றவர்களைப் பெரிதாகப் பாதிக்கவில்லை. தாவரவிய லோடும் உயிரியலோடும் நாங்கள் பேணிப் பாதுகாத்துவந்த சமூக இடைவெளியை இப்படியான முயற்சிகளாலும் கடந்துவர முடியவில்லை.

இங்கேதான் கந்தராஜாவின் பிரவேசம் நிகழ்கிறது. அவர் ஓர் ஆய்வாளர். எல்லா ஆய்வாளர்களையும்போலத் தனது ஆய்வு முடிவுகளைக் கட்டுரைகளாக எழுதுபவர். மறுபக்கம் அவர் ஒரு கதாசிரியர். இப்போது இந்தக் கதாசிரியரும் ஆய்வாளரும் ஒன்றிணைகிறார்கள். முன்னவரின் மொழியில் பின்னவரின் அறிவியல் உருக்கொள்கிறது. இப்போது அது ஒரு புதிய வடிவத்தைப் பெறுகிறது. அதன் பெயர் அறிவியல் புனைவுக் கட்டுரை. கந்தராஜாவின் இந்த வடிவம் தமிழில் ஒரு முன்மாதிரியாக அமையலாம்.

கந்தராஜா புனைவு என்கிற வடிவத்தை அறிவியலைச் சொல்லும் வெறும் ஊடகமாக மட்டும் பயன்படுத்தவில்லை. அந்தப் புனைவில் நம்பகத்தன்மையும் இருக்கிறது. அதை அவர் ஈழ மண்ணிலிருந்தும் ஆஸ்திரேலிய மண்ணிலிருந்தும் பெறுகிறார். அந்த அனுபவத்தின் வெளிச்சத்தில் வெளிப்படும் பாத்திரங்களில் ஒருவர்தான் செல்ல பாக்கியம் மாமி. அவர் மட்டுவில் என்னும் கிராமத்தில் பிறந்து, அங்கேயே பயிற்றப்பட்ட ஒரு தமிழ் ஆசிரியருக்கு வாழ்க்கைப்பட்டவர். கணவர் இறந்ததும் மகளுடன் வாழ சிட்னிக்கு வந்தவர். மாமிக்கு மிகவும் பிரியமானது மட்டுவில் முட்டிக் கத்திரிக்காய். இது பால் வெள்ளை நிறத்தில் உருண்டு திரண்டு முட்டி வடிவில் மினுமினுப்பாக இருக்கும். கந்தராஜாவுக்குப் பால்யத்தில் உண்ட மட்டுவில் அம்மன் கோவில் பொங்கலை மறக்க மனம் கூடவில்லை. அந்தச் சிவத்தப் பச்சையரிசிப் பொங்கலுக்கு இசைவாக, மட்டுவில் தண்ணியில் அவிந்த முட்டிக் கத்திரிக்காய்க்

கறியின் சுவை அமைந்திருக்கும் என்று சிலாகிக்கிறார் ஆசிரியர். செல்லபாக்கியம் மாமிக்கு முட்டிக் கத்திரிக்காயை சிட்னி மண்ணில் விளைவிக்க வேண்டும் என்று பேரவா. ஆனால் ஆஸ்திரேலியாவில் அது சுலபமில்லை. வெளிநாடுகளிலிருந்து தாவரங்களின் விதைகள், கிழங்குகள், பதியன்களை உள்ளே கொண்டுவர அவர்கள் அனுமதிக்கமாட்டார்கள். என்றாலும் மாமி கத்திரி விதைகளைக் கடத்திக் கொண்டுவருகிறார். முதல் வருடம் மாமியின் தோட்டத்தில் மட்டுவில் முட்டிக் கத்திரிக் காய்கள் காய்த்துக் குலுங்கின. ஆனால் மட்டுவில் கத்திரிக்கு இடையில், மாமி ஊதா நிறத்தில் நீளமாகக் காய்க்கும் 'லெபனீஸ்' கத்திரிச் செடிகளையும் வளர்த்தார். இரண்டாம் வருடம், முதல் வருடத்து மட்டுவில் கத்திரி விதைகளை விதைத்தார். இந்த முறை காய்கள் இளம்பச்சை நிறத்திலும் நீள்வட்ட வடிவிலும் காய்த்தன. காரணம், கத்திரி இனங்கள் மகரந்தச் சேர்க்கையினூடாக இலகுவில் கலப்படையும். அந்த விவரத்தை மாமி அறிந்திருக்கவில்லை. அந்தக் கலப்பில் வீரியமுள்ள லெபனீஸ் கத்திரியின் அம்சம் கூடுதலாகவும் பலவீனமான மட்டுவில் கத்திரியின் அம்சம் குறைவாகவும் அமையும். இதையும் மாமி அறிந்திருக்கவில்லை.

அடுத்து வந்த சமாதான காலத்தில் (2012) ஆஸ்திரேலியாவி லிருந்து இலங்கைக்குச் செல்லும் கந்தராஜா தம்பதிகளோடு மாமியும் சேர்ந்துகொள்கிறார். இப்போது கதை அல்லது கட்டுரை வேறு ஒரு தளத்தை எட்டுகிறது. ஓர் உயிரினத்தின் பாரம்பரிய இயல்புகளைச் சந்ததி சந்ததியாகக் கடத்தக்கூடிய மரபணுவை விளக்குகிறார் ஆசிரியர். தொடர்ந்து பாரம்பரிய விதைகளைப் பாதுகாக்க முன்னோர்கள் 'விதைக்கலசங்களைப்' பாவித்ததைப் பற்றிப் பேசுகிறார். 'மண்ணாலான கலசங்கள் விதைகளைக் குறைந்த வெப்ப நிலையில், குளிர்ச்சியாக வைத்துக் கொள்ளும். குயவர்களின் உதவியுடன் உறுதியான, பல தடுப்புக்கள் கொண்ட மண் கலசங்கள் உருவாக்கப்படும். வேம்பு, நொச்சி, தங்கள் பகுதியில் கிடைக்கும் மருத்துவக் குணமுள்ள மூலிகைகளைச் சிறிய துண்டுகளாக வெட்டி மஞ்சள் கலந்து மணகலசங்களில் தூவுவார்கள். பின்னர் கலசங்களிலுள்ள தடுப்புகளில் விவசாயிகள் விதைகளை வைத்து நீண்ட காலத்துக்குப் பாதுகாப்பார்கள்' என்று விளக்கிச் செல்கிறார். யாழ்ப்பாணத்துக்குப் பெருமை சேர்த்த கறுத்தக் கொழும்பான் மாம்பழமும், கொடிகாமத்துப் பலாப்பழமும், நீர்வேலி மண்ணில் விளைந்த இதரை வாழைப்பழமும் தங்களின் பரம்பரைச் சுவைகளை இழந்துவிடக் கூடாது என்கிற கருத்தும் அவரிடத்தில் இருக்கிறது.

கந்தராஜா இலங்கையிலும் ஜெர்மெனியிலும் ஜப்பானிலும் ஆஸ்திரேலியாவிலும் படித்தவர். அந்தக் கல்வி பாரம்பரிய அறிவைப் புறக்கணிக்கும் அலட்சியத்தை அவருக்கு வழங்க வில்லை. மாறாகப் பாரம்பரிய முறைகளில் பொதிந்துள்ள அறிவியல் கூறுகளை நுணுகி அறிந்துகொள்ளவும் அவற்றை நமக்கு விளக்கிச் சொல்லவும் பயன்படுகிறது.

யாழ்ப்பாணத்திலுள்ள கைதடி எனும் கிராமத்தின் மண்ணளைந்தவர் கந்தராஜா. அந்த மண்ணின் பாடு அவரது குதி காலில் தங்கியிருக்கிறது. அவரது கரங்கள் எங்கே துழாவினாலும் வேர்கள் ஈழத்து மண்ணில்தான் நிலைகொண்டிருக்கின்றன. இந்த வேர்ப்பற்றிலிருந்து கிளைத்தவைதாம் அவரது கதைகளும் கட்டுரைகளும். ஆகவே, அவற்றில் ஈழ மண்ணின் பண்பாட்டுத் தடம் இருக்கிறது. மேலதிகமாக அயல் மண்ணின் மணமும் நிறைந்திருக்கிறது. ஆஸ்திரேலியா மட்டுமல்ல ஜெர்மனி, ஆப்பிரிக்கா, ஜப்பான், லெபனான், அரேபியா என்று அவர் பயணம் போகும் இடங்களின் தாவரங்களும் மனிதர்களும் இந்த நூலுக்கு வளம் சேர்க்கிறார்கள்.

கந்தராஜாவின் அறிவியல் புனைவுக் கட்டுரைகளின் முக்கியமான கூறு அவற்றில் துலங்கும் எளிமை. அந்த எளிமை, சொல்லவந்த அறிவியல் கருத்துகளை ஒருபோதும் நீர்த்துப்போகச் செய்வதில்லை. அவரது கட்டுரைகள் புனைவின் மொழியில் எழுதப்பட்டவை. பல்வேறு பாத்திரங்கள் வழியாகச் சொல்லப்படுபவை. இவை வாசிப்பில் சுவாரஸ்யத்தை நல்கு கின்றன. அவை மண்ணிலிருந்து முளைத்தவை; அதன் மணம் பரப்புபவை.

ஒரு கட்டுரையில் வரும் பெரியவர் 'மண் வேறு மனிதர்கள் வேறு அல்ல' என்பார் பூடகமாக. 'மரம் செடி கொடிகள் எல்லாம் மனிதனின் நண்பர்களே. அவற்றை எப்படி வழிப்படுத்துகிறோம் என்பதில்தான் நமது வெற்றி அடங்கி இருக்கிறது' என்பது ஆசிரியரின் கருத்து. மரங்கள் பற்றிய கட்டுரையில் சிறுவன் கந்தராஜாவின் ஆதங்கம் இப்படி வெளிப்படும்: 'மனிதர்களிலும் பார்க்க மரங்களில் எனக்கு அன்பும் பாசமும் அதிகம் என்பதை அம்மா ஏன் உணர மறுக்கிறார்?' அம்மா பின்னாளில் உணர்ந்திருப்பார். இந்த நூலை வாசிக்கிற எல்லாரும் அந்தப் பாசத்தை உணர்வார்கள்; நானும் உணர்ந்தேன்.

எனக்கு கந்தராஜாவைப் பிடித்துக்கொண்டது.

மு. இராமநாதன்

என்னுரை

ஜேர்மனியில் உயர்கல்வி கற்ற காலங்களில், கற்பனைகள் கலந்து எழுதப்பட்ட பல ஜேர்மன் மொழிக் கட்டுரைகளை வாசித்திருக்கிறேன். இவற்றில், நாட்டுநடப்புக்களும் சமூக, பொருளாதார, அரசியல் சம்பவங்கள்பற்றியும் உண்மையும் கற்பனையும் கலந்து இலகுவான மொழிநடையில், வாசகரை வாசிக்கத் தூண்டும் வகையில் எழுதப்பட்டிருக்கும். இக்கட்டுரைகள் சாமானிய மக்கள் மத்தியில் பிரபல்யமாகிச் சமூகத்தில் பல மாற்றங்களை ஏற்படுத்தியதைக் கண்டிருக்கிறேன். தேர்தல் காலங்களில் பத்திரிகைகளிலும் சஞ்சிகை களிலும் இவ்வகையான கட்டுரைகள் பெருமளவில் பிரசுரிக்கப்பட்டன. இவை சாதாரண மக்களை வெகுவிரைவாகச் சென்றடைந்ததால் சொல்லப் பட்ட விசயங்கள் பட்டிதொட்டி எங்கும் விவாதிக்கப் பட்டன. 1960–70களில் இலங்கைப் பத்திரிகைகளில் வெளிவந்த 'சவாரித்தம்பர்' என்னும் உரைச்சித்திரம் இந்த வகையைச் சேர்ந்ததே. இதேபோல, 'இமஜினேற்றிவ் எஸ்ஸே' எனப்படும் கற்பனைக் கட்டுரைகள் ஆங்கிலத்திலும் உண்டு.

நான் எழுதும் புனைவுக் கட்டுரைகள், சற்று வித்தியாசமானவை. தமிழுக்குப் புதியன. ஜனரஞ்சக அறிவியலையும் புனைவு வடிவத்தையும் ஒன்றிணைத்து எழுதப்பட்ட கட்டுரைகள் இவை. அறிவியலைத் துறை சார்ந்த நிபுணர்களுக்காக அன்றி, பொதுமக்களுக்காக எளிமைப்படுத்தி, இலகு வாக வாசிப்பதற்காகவும் அதேவேளை அறிவியல்

உண்மைகளைப் புரிந்துகொள்வதற்காகவும் எழுதப்பட்டவை. இங்கு சிக்கலான பல அறிவியல் விஷயங்கள், நாம் அன்றாடம் சந்திக்கும் சாதாரண மனிதர்கள் மூலம் அவர்கள் மொழியில் சொல்லப்பட்டுள்ளன.

இந்த வகையில், விவசாய உயிரியல் சம்பந்தமாக நான் எழுதிய புனைவுக் கட்டுரைகளில் பதின்மூன்று கட்டுரைகள் தெரிந்தெடுக்கப்பட்டு இந்நூலில் சேர்க்கப்பட்டுள்ளன. கட்டுரை களை முழுமையாக வாசித்து, காலச்சுவடு பதிப்பகத்துக்குப் பரிந்துரை செய்தவர், அறியப்பட்ட தமிழ் எழுத்தாளர் பழ. அதியமான் அவர்கள். அவருக்கு எனது மனமார்ந்த நன்றிகள்.

எழுத்தாளரும் இலக்கியவாதியும் பொறியியலாளருமான மு. இராமனாதன் சிறப்பானதொரு முன்னுரை எழுதியிருக்கிறார். அவருக்கு என் உளமார்ந்த நன்றிகள்.

தரமான பல பயனுள்ள நூல்களைப் பதிப்பித்து வெளியிடும் காலச்சுவடு பதிப்பகத்தில் இது எனது இரண்டாவது நூல் ஆகும். கண்ணனுக்கும் காலச்சுவடு பதிப்பகத்துக்கும் எனது அன்பையும் நன்றியையும் தெரிவித்துக் கொள்கிறேன்.

சிட்னி, ஆஸ்திரேலியா. **ஆசி. கந்தராஜா**
6.7.2022

1

சாத்தானின் விரல்கள்

1

கடந்த இருபது வருடங்களாக, சிட்னியில் வசிக்கும் என்னுடைய அம்மாவுக்கு வயது தொண்ணூறு. இந்த வயதிலும் அவருக்கு நோயற்ற திடகாத்திரமான உடம்பு!

அவரின் முப்பத்திரண்டு பற்களும் ஒறிஜினல். சொத்தையோ ஆட்டமோ அற்ற பால் வெள்ளைப் பற்கள் அவை.

பல் வைத்தியரான என்னுடைய மகன், அப்பாச்சியின் பற்களை வெவ்வேறு கோணங்களில் படம்பிடித்து,பல் வைத்திய மாநாட்டு விரிவுரைகளில் காட்டிப் பெருமைப்படுவான்.

'நல்ல காலம்! ஆஸ்திரேலியர்களுக்கு அப்பாச்சியின் பற்கள் இல்லை. அப்பாச்சி போல, இங்கே பிறந்தவர்களும் இருந்தால், நான் கிளினிக்கை இழுத்து மூட வேண்டும்' எனப் பேத்தியாருக்கு 'கொமன்ற்' அடிப்பான் பேரன்.

யாழ்ப்பாணத்துத் தண்ணியும் கைதடி முருங்கைக்காயும்தான் தனது உறுதியான பற்களுக்குக் காரணம் என்பது அம்மாவின் அசைக்க முடியாத நம்பிக்கை. முருங்கைக்காய் சமாசாரம் பற்றிப் பேச்சு வரும்போதெல்லாம் கைதடி முருங்கைக் காய்தான் திறமென அடம்பிடிப்பார். கைதடி, ஒரு கலட்டிப் பாங்கான பூமி. அங்கு எது வளருதோ இல்லையோ, முருங்கை மரங்கள் நன்கு வளர்ந்தன. எங்கள் கைதடி வளவிலும் அம்மா பலவகை முருங்கை மரங்களை

நட்டிருந்தார். களி முருங்கை, வலியன் முருங்கை, கட்டை முருங்கை, உலாந்தா முருங்கை என அம்மாவின் பாஷையில் அவற்றிற்கு வெவ்வேறு பெயர்கள்.

உலாந்தா முருங்கைக்காய் மிக நீளமானது. இலங்கையின் ஏனைய பகுதிகளிலே 'யாழ்ப்பாண முருங்கை' என்று அழைக்கப் படும் இது, யாழ்குடா நாட்டில் மட்டுமே 'உலாந்தா முருங்கை' என்று அழைக்கப்படுகின்றது. 'உலாந்தா முருங்கை' என்ற பெயர் வந்த வர்த்தமானத்தை என்னுடைய பாட்டி சொல்லித் தெரிந்துகொண்டேன். '*Surveyor*' என்ற ஆங்கிலச் சொல்லுக்கு 'நில அளவையாளர்' என்பது தமிழாக வழங்கும்பொழுது, யாழ்ப்பாணத்தில் மட்டும் 'உலாந்தா' என்று அழைக்கப்படுவதும் உண்டு.

ஆங்கிலேயருக்கு முன், ஒல்லாந்தர் இலங்கையை ஆண்டார்கள். இந்த 'உலாந்தர்களே' முதன்முதலில் இலங்கையில், முறைப்படி நிலஅளவை செய்தார்கள். அதைச் செய்தவனை யாழ்ப்பாணத்தில் 'உலாந்தா' என்று அழைத்தார்கள். இந்த 'உலாந்தர்' இந்தோனேசியத் தீவுகளையும் ஆட்சி செய்தார்கள். அவர்கள் அங்கே கண்ட நல்ல முருங்கை வகையை யாழ்ப்பாண விவசாயிக்கு அறிமுகப்படுத்தினார்களாம். இந்த வரலாற்றினை, முந்நூறு ஆண்டுகளுக்குப் பின்னரும் நினைவில் வைத்திருக்கும் வகையில், உலாந்தா முருங்கை என்று பெயர் வைக்கப்பட்டதாம்.

சும்மா சொல்லப்படாது!

எங்கள் வளவின் தென்மேற்கு மூலையிலுள்ள களிமுருங்கை, பருவ காலத்தில் இலை தெரியாமல் காய்க்கும். நான் ஊரில் வாழ்ந்த காலத்தில், எங்கள் வளவின் களிமுருங்கைக் காய்கறியும், மறவன்புலவு வயலில் விளைந்த மொட்டைக் கறுப்பன் நெல் அரிசிப்புட்டும் எனது விருப்பமான உணவு; சின்ன வயதிலும் ஒரு நீத்துப்பெட்டி புட்டு தனியாளாய்ச் சாப்பிடுவேன் என்று சாட்சி சொல்ல அம்மா பக்கத்தில் இருக்கிறார்.

அம்மா முருங்கைக்காய்க் கறி சமைப்பது ஒரு பிரத்தியேகக் கலை! துருவிய தேங்காயைப் பிழிந்துவரும் முதல் பாலில் அவியவிட்டு, தூள்போட்டு, கறி வறட்டல் பருவத்துக்கு வந்தவுடன், சொட்டு நல்லெண்ணெய் ஊற்றிப் பிரட்டி, பெருஞ்சீரகத் தூள் தூவி இறக்குவார். வாசனை ஒரு கட்டை தூரத்துக்கு அப்பாலும் காந்தமாய் இழுக்கும். இதையே காரணம் காட்டி சிட்னியில் எனது மனைவி, அம்மாவை, 'நெஞ்சை அள்ளும்' இந்தக் கறிவகைகளை சமைக்க விடுவதில்லை. 'பக்கத்து வீடுகளுக்குக் கறி மணக்கும்' என்று நாகரீகம் பேணுவதாகச் சொல்லி என் நாக்கைக் கட்டிப் போட்டுள்ளாள்.

விரதத்துக்கு அம்மா முருங்கைக்காய் சமைக்கமாட்டார். தான் அனுஷ்டிக்கும் விரதங்களை நியாயப்படுத்த அம்மா ஒவ்வொரு புராணக் கதை வைத்திருப்பதுபோல, முருங்கைக் காய்க்கும் ஒன்று வைத்திருந்தார்.

சீதை தான் கற்புள்ளவள் என்பதை நிரூபிக்கத் தீயில் குதித்தாளாம். தடுக்க முயன்ற இராமனுக்குக் கையில் அகப்பட்டது சீதையின் கூந்தல். இராமன் எறிந்த, அறுந்த கூந்தல் மரத்தில் தொங்கி முருங்கைக்காய்கள் ஆயினவாம். எனவே 'விரதச் சமையலுக்கு முருங்கைக்காய் ஆகாது' என்பது அம்மாவின் ஆசாரம்.

இராமன் வட இந்தியாவில் பிறந்தாலும் அவன் இமயமலைப் பிரதேசத்தில் பிறந்ததாகவோ வாழ்ந்ததாகவோ தகவல் இல்லை. ஆனால் முருங்கையின் ஆதிமூலம் *(Origin)* இமயமலை அடிவாரம் என உசாத்துணை நூல்கள் சொல்லுகின்றன. இருப்பினும், இலங்கை இந்தியா தவிர்ந்த, இமய மலையைச் சூழவுள்ள மற்றைய நாடுகளில் முருங்கைக்காய் உணவுப் பாவனை குறைவு. இந்தியாவிலும் தென் இந்தியாவிலேயே அதிக அளவில் அது சாப்பிடப்படுகிறது. இருப்பினும், இலங்கையைப்போல வகைவகையான முருங்கைச் சமையல் இந்தியாவில் இல்லை என்பது எனது அபிப்பிராயம். ஒன்று அல்லது ஒன்றரை அங்குல நீளமளவில் முருங்கைகாயை நறுக்கி சாம்பாருக்குள் போடுவதுடன் தென் இந்தியாவில் முருங்கைச் சமையல் பெரும்பாலும் நிறைவடைந்துவிடும்.

முருங்கைக்காயை மூன்று அல்லது நான்கு அங்குல நீளத்தில் வெட்டித் தனித்தோ, இறால் போட்டுச் சுண்டவைக்கும் வறட்டல் கறியோ, கருவாடு சேர்த்த குழம்போ, தூளே மணக்காத வெள்ளைக் கறியோ, சரக்கு அரைத்து வைக்கும் பத்தியக் கறியோ அல்லது முருங்கை இலை போட்ட தேங்காய்ப்பால் சொதியோ இலங்கையில் மட்டுமே நான் சுவைத்த கறி வகைள். முருங்கையிலே ஈழத்தமிழரின் குசினி எத்தனை வகையான சுவைகளைக் கண்டுபிடித்தன என்பதைச் சொல்லத் தனி அகராதியே தொகுக்க வேண்டும்.

'முருங்கை இலை வறையும் மீன் குழம்பும் நல்ல கொம்பினேசன் மச்சான்' என்று என் பால்ய நண்பன் பாலன் சப்புக்கொட்டுவான்.

யாழ்ப்பாணத்தில் வாழ்ந்த, அந்த அருமையான இளவயதுக் காலத்தில், 'வயித்துக் குழப்படிக்குப் பேதி குடிக்கப்போறன். பத்தியக் கறிக்கு களிமுருங்கைக்காய் வேணும்' என அடிக்கடி அம்மா முன் வந்து நிற்பான் பாலன்.

‘கண் பட்டுப்போம், காய்க்காது ...’ எனக் களிமுருங்கையை அம்மா லேசில் கைவிடார். பாலனின் ஆய்க்கினை தாங்காமல் புறுபுறுத்துக்கொண்டே, இரண்டு குறண்டல் காய்களைப் பிடுங்கி அவனுக்குக் குடுப்பார்.

இருபது வருடங்களின் பின் பாலனை ஆஸ்ரேலியாவில் சந்தித்தேன். சந்திரிக்கா ஆட்சியில் யாழ்ப்பாணத்தை ஆமி பிடித்த காலத்தில் ஆஸ்ரேலியாவுக்கு அகதியாக வந்திருந்தான். பிந்திக் கலியாணம் முடித்தாலும் நண்டும் சிண்டுமாக அவனுக்கு எட்டுப் பிள்ளைகள். கிட்டத்தட்ட எல்லாம் ஒரே சைஸ். ஒரு பக்கத்தால் ஒன்று வந்தால் மறு பக்கத்தால் அதே சைஸில் இன்னொன்று வரும்.

பழைய கதைகளுக்கு நடுவே ‘கைதடி முருங்கைக்காய் தாராளமாய் வேலை செய்திருக்கு’ என குறுக்கும் மறுக்குமாக ஓடித் திரிந்த குழந்தைகளைப் பார்த்துப் பகிடிவிட்டு நாம் சிரித்து மகிழ்ந்தோம்.

பாலனின் முருங்கைக்காய்ப் பாசம் ஆஸ்ரேலியா வந்தும் அடங்கவில்லை. அவன் வவுனியா விவசாயப் பாடசாலையில் விவசாயம் படித்தவன். அந்த ‘சேட்டிபிக்கற்’றுடன் ஆஸ்ரேலியாவில் வேலை கிடைக்கவில்லை. முருங்கைக்கு ஆஸ்ரேலியாவில் இருக்கும் கிராக்கியைப் பார்த்தவன், புறநகர்ப் பகுதியில் காணி வாங்கி முருங்கை சாகுபடி செய்யத் துவங்கினான். அவனது முயற்சி வீண் போகவில்லை. முருங்கை மரங்கள் இங்கும் நன்றாகக் காய்த்தன.

கால ஓட்டத்தில் புதிய இன முருங்கை விதைகளைத் தமிழ் நாடு கோயம்புத்தூர் விவசாயப் பல்கலைக்கழகத்திலிருந்து பெற்றுப் பெரியளவில் முருங்கை பயிர்ச்செய்கையை ஆரம்பித்தான். சும்மா சொல்லப்படாது, அவனுடைய முருங்கைக்காய்களே விற்பனையில் ஆஸ்ரேலியா எங்கும் சக்கைபோடு போடுகின்றன. அவன் இப்பொழுது பென்ஸ் கார் வைத்திருக்கிறான். அது முருங்கைக் காய் உற்பத்தியில், அவன் சாதித்த வெற்றியைக் கட்டியங் கூறிப் பவனி வருகிறது!

பி.கே.எம்.1, பி.கே.எம்.2, கே.எம்.1 ஆகியவை கோயம்புத்தூர் விவசாயப் பல்கலைக்கழகத்தினால் அறிமுகப்படுத்தப்பட்ட புதிய இன முருங்கைகள். இவற்றையே பாலன் இங்கு சாகுபடி செய்கிறான். விஞ்ஞான ரீதியாக விருத்தி செய்யப்பட்ட இப் புதிய இனங்கள், உலாந்தா முருங்கை போன்று நீளமானதும், களிமுருங்கை போன்று சதைப் பிடிப்பானதுமாக விளங்கின. இவை எல்லா வித மண்ணிலும் வளரும். தபால் மூலமோ நேரே சென்றோ இவற்றின் விதைகளை கோயம்புத்தூர் விவசாயப்

பல்கலைக் கழகத்தில் பெற்றுக்கொள்ளலாம். இவற்றை நான் ஆஸ்ரேலிய 'குவாறன்ரினூடாக' முறைப்படி பெற்றுக் கொடுத்தபோது, பாலன் சந்தோசம் தாங்க முடியாமல் என்னைக் கட்டிப்பிடித்து நன்றி சொன்னான். உண்மையைச் சொன்னால் இதில் அம்மாவினுடையதும் என்னுடையதுமான முருங்கைக்காய்ப் பாசமும் அடங்கியிருக்கிறது.

மரமாக முருங்கை வளர்த்ததினால்தான், வேதாளம் மீண்டும் மீண்டும் முருங்கை மரம் ஏறியதாம். அவை எல்லாம் பழங்கதைகள். புதிய விவசாய முறையில், முருங்கையை மரமாக அல்லாது, செடிபோல வளர்க்க வேண்டும்.

இந்த வகையில், நவீன விவசாய ஆலோசனைகள் கேட்டு பாலன் முருங்கைக்காய்களுடன் என்னிடம் அடிக்கடி வருவான். அவன் வந்தால் அம்மாவுக்குப் பரம சந்தோசம். அன்று ஊரிலுள்ள பலரது தலைகள் அவர்களின் ஊர் விடுப்பில் உருளும்.

'கைதடியிலை வாங்கின முருங்கைக்காயை இப்ப வட்டி யோடை திருப்பித் தாறன் அம்மா. இது குறண்டல் காயில்லை, நல்ல காய் ...' என்று பழையதை மறக்காமல் 'கொமன்ற்' அடித்துச் சிரித்தபடியே முருங்கைக்காய்களை அம்மாவிடம் கொடுப்பான்.

'நாவூறு பட்டது'போல இரண்டு வருடங்களுக்கு முன்பு, அவனது முருங்கைக் காய்களைப் பழ ஈக்கள் தாக்கத் தொடங்கின. பழ ஈக்கள் பிஞ்சுக் காய்களைக் குத்தி முட்டை இட்டுவிடும். காய்கள் முத்த, முட்டை இல்லாத ஓட்டைகள் கறுத்துத் தழும்பாகும். இது சந்தைப்படுத்தலைப் பெரிதும் பாதிக்கும். முட்டை இட்ட காய்களில், முட்டை பொரிக்க, காய அழுகி விழுந்துவிடும்.

அப்பிள், பீச், பிளம்ஸ், மாங்காய் போன்றவற்றுக்கு உலகமெங்கும் பழ ஈக்கள் பெரும் சவாலாக இருக்கின்றன. இவை இலங்கையிலும் உண்டு. இவற்றைக் கட்டுப்படுத்தப் பெருமளவில் பணம் செலவாகும்.

எனவே எனது ஆலோசனைப்படி பாலன் இப்போது 'பசுமைக் கூடத்தில்' *(Green house)* சொட்டுநீர்ப் பாசன முறை மூலம் *(Drip irrigation)* முருங்கை சாகுபடி செய்கிறான். இந்த முறையில் *2.5* x *2.5* மீட்டர் இடைவெளியில் கொட்டைக் கன்றுகளை நட்டு, ஒரு மீட்டர் வளர்ந்ததும் நுனியைக் கிள்ளிவிட வேண்டும். இதனால் பக்கக் கிளைகள் வளர்ந்து பெருமளவில் காய்க்கும். காய்களைப் பறித்த பின், மீண்டும் ஒரு மீட்டர் உயரத்துக்குக் கவ்வாத்துப் பண்ணி வளர்த்தால் வருடத்தில் இரண்டு முறை காய்க்கும். பசுமைக் கூடத்தில் மரத்துக்கு மரம் கவ்வாத்துப்

பண்ணும் 'மாதங்களை' மாற்றுவதன் மூலம், பாலன் வருடம் முழுவதும் முருங்கைக் காய் விற்கிறான்.

இவ்வாறு முருங்கையைச் செடியாக வளர்த்து, கவ்வாத்துப் பண்ணி, சொட்டுநீர்ப் பாசனத்தில் வளர்க்கும் முறை, நான் பிறந்து நடைபயின்ற கைதடி மண் உட்பட இலங்கை எங்கும் பயிரிட வேண்டுமென்பது, என் அம்மா சார்பாக நான் காணும் கனவுகளில் மிக முக்கியமானது.

ஒருநாள் பாலனின் மனைவி முருங்கைக்காயுடன் மட்டுவில் முட்டிக் கத்திரிக்காயும், யாழ்ப்பாணத்துப் பச்சை மிளகாயும் கொண்டுவந்து அம்மாவைக் குளிர்வித்தார். முருங்கைச் செடிகளுக்கு நடுவே ஊடு பயிர்களாக மட்டுவில் முட்டிக் கத்திரிக்காயும், யாழ்ப்பாணத்துப் பச்சை மிளகாயும் பாலன் வளர்ப்பதாகவும் அவை விரைவில் சந்தைக்கு வரவிருப்பதாகவும் பாலனின் மனைவி சொன்னார்.

அகதியாக வந்து வேலை கிடைக்காமல் 'அப்படி இப்படி' வேலை செய்பவர்கள் மத்தியிலே, சுயதொழில் புரிந்து முன்னேறி யுள்ள பாலன் குடும்பத்தை நினைத்து மிகவும் பெருமைப்பட்டேன்.

2

என்னுடன் பல்கலைக்கழகத்தில் பணிபுரியும் நண்பன் ரோனி, *Food Technology* பேராசிரியர். ரோனிக்கு அடிக்கடி பல்லுக் கொதி வரும். எமது வீட்டுக்கு வரும்போதெல்லாம் பல் டாக்டரான என் மகனிடம் ஆலோசனை கேட்பான்.

பாலன் அன்று குடும்பத்துடன் வந்திருந்தான். வரும்போது வழமைபோல முருங்கைக் காய், முருங்கை இலை எனத் தாராளமாகக் கொண்டுவந்திருந்தான். பாலனின் மனைவியும் என்னுடைய மனைவியும் அன்று பலவித கொம்பினேசனில் முருங்கை சமைத்திருந்தார்கள். ரோனியையும் அன்று மதிய உணவிற்கு அழைத்திருந்தேன்.

இந்திய உணவு வகைகளை ரோனி விரும்பிச் சாப்பிடுவான். காரமான கறிவகைகளை வேர்க்க விறுவிறுக்கத் தண்ணீரைக் குடித்துக்கொண்டு அவன் சாப்பிடுவதைப் பார்க்கப் பரிதாபமாக இருக்கும். அன்று சாப்பிடும்போது முருங்கைக் காயிலுள்ள சதையைக் கரண்டி முள்ளால் பிரித்தெடுப்பதற்குக் கஷ்டப்பட் டான். ரோனிக்கு முன்னால் அமர்ந்து சாப்பிட்டுக்கொண் டிருந்த பாலன், முருங்கைக் காய்த் துண்டை முன் பல் இடுக்கில் கவ்விப் பெருவிரல் நகத்தால் லாவகமாகச் சதையை உருவி 'இது யாழ்ப்பாண ரெக்னிக்' என்று சொல்லிச் சிரித்தான்.

'இவ்வளவு கஷ்டப்பட்டு இதைச் சாப்பிட வேணுமோ' என பாலனுடன் சேர்ந்து சிரித்த ரோனி முருங்கைக்காயைத் தள்ளி வைத்துவிட்டு, அதனுடன் சேர்த்துச் சமைத்த இறாலைச் சாப்பிடுவதில் கவனமாக இருந்தான்.

ரோனி முருங்கைக்காயைக் குறை சொன்னது, சாப்பாட்டு மேசை அருகே, சாய்மனைக் கதிரையில் சாய்ந்திருந்த அம்மாவுக்குப் பிடிக்கவில்லை.

'இஞ்சை பார் என்ரை பல்லை! முருங்கைக்காய் சாப்பிட்டுதான் இந்த வயதிலும் பல்லுக் கொதியில்லாமல் இருக்கிறன்.'

அம்மா அந்தக் காலத்து யாழ்ப்பாண மனுஷி! ரோனிக்கு அடிக்கடி பல்லுக்கொதி வருவதை அவர் மறைமுகமாகக் குத்திக்காட்டியது வெளியே தெரியாமலிருக்க நான் சிரித்துச் சமாளித்தேன்.

அம்மா சொல்வது உண்மைதானா என்ற கேள்வி கண்களிலே தொனிக்க, பல் வைத்தியரான என்னுடைய மகனை நிமிர்ந்து பார்த்தான் ரோனி.

'முருங்கைக்காயில் அதிகளவு கல்சியம் இருப்பதாகவும், குறிப்பாகச் சுண்ணாம்புக் கற்பாறை நிறைந்த மண்ணில் வளரும் முருங்கையில் மேலதிக கல்சியம் இருப்பதாகவும் நம்பப்படு கிறது. இதை நீதான் உனது ஆய்வுக் கூடத்தில் பகுத்தறிந்து சொல்ல வேண்டும்' என, வெளிநாட்டில் பிறந்த என் மகனுக்கு முருங்கைக்காய் பற்றிய அறிவு அதிகம் இருக்காதென்பதால் ரோனிக்கு நான் பதில் சொன்னேன்.

அப்போது, அந்தக் காலத்து பாக்கியராஜா படங்களில் வந்த முருங்கைக்காய் 'மகத்துவத்தை'ச் சந்தர்ப்பத்தைத் தவற விடாமல் அவிட்டு விட்ட பாலன், 'எனக்கு எட்டு பிள்ளைகள்' எனக் கண் சிமிட்டித் தனது முருங்கைக் காய்க்கு விளம்பரம் தேடிக் கொண்டான். என்ன இருந்தாலும், முருங்கைக்காய்க்கு 'மவுசு' சேர்த்த திரைப்பட இயக்குனர் பாக்யராஜைப் பாராட்டத்தான் வேண்டும்.

இன்னும் தனக்குக் குழந்தைகள் இல்லையென்ற குறை ரோனிக்கு. பாலன் சொன்ன தகவல், அவனை உசுப்பி விட்டிருக்கலாம்.

'இதை ஒருக்கா பகுப்பாய்வு செய்து பார்க்கத்தான் வேண்டும்' என்று சொல்லி பாலன் கொண்டுவந்த சில முருங்கைக் காய்களையும், ஒரு கிராம் உலர் நிறைக்குத் தேவையான முருங்கை

இலைகளையும் எடுத்துப் பத்திரப்படுத்திக்கொண்டான். மாலையில் தேநீர் அருந்திய பின் ரோனி விடைபெறும்போது, யாழ்ப்பாண முருங்கைக்காய் அடைத்த ரின் ஒன்றைக் கொடுத்த அம்மா, 'இதையும் ஒருக்கா சோதிச்சுப் பார்' எனச் சொல்லி வழி அனுப்பிவைத்தார்.

அன்று சனிக்கிழமை!

பல் வைத்தியசாலைக்குச் சென்ற ரோனி மகனுடன் வீட்டிற்கு வந்திருந்தான். பல் வைத்தியர்களான மகனுக்கும் மருமகளுக்கும் அன்று அரை நாள் வேலை. சனிக்கிழமைகளில் வேலை முடிந்து நேராக எமது வீட்டுக்கு மதியச் சாப்பாட்டுக்கு வர வேண்டுமென்பது மகன் மருமகள் இருவருக்கும் என்னுடைய மனைவி இட்ட அன்புக் கட்டளை.

அன்றும் எங்கள் வீட்டில் முருங்கைக்காய்க் குழம்பு. முள் நீக்கிய பாரைக் கருவாட்டினை முருங்கைக்காயுடன் சேர்த்து மனைவி வறட்டல் குழம்பு வைத்திருந்தாள்.

சாப்பிடும்போது, ரோனி பாலன் காட்டிக் கொடுத்த யாழ்ப்பாண ரெக்னிக்கைப் பாவித்துப் பல்லிடுக்கில் முருங்கைக் காயைக் கவ்விச் சதையை உருவத் தொடங்கினான். இதைக் கண்டு நாமெல்லோரும் சிரித்த சிரிப்பில் ரோனிக்குப் பிரக்கடித்து விட்டது.

தண்ணீரை நிரம்பக் குடித்துத் தன்னை ஆசுவாசப்படுத்திக் கொண்டவன், 'சிரிக்காதேயுங்கோ! முருங்கைக் காயிலை கன விஷயமிருக்கு, பிறகு சொல்லுறன்' என்றவன் சாப்பாடு முடியத் தன் தரவுகளை வைத்துக்கொண்டு விரிவுரை நடத்தத் துவங்கிவிட்டான்.

'முருங்கைக் காயில் அதிக அளவு கல்சியம் இருப்பது உண்மைதான்! சொன்னா நம்பமாட்டீர்கள், நான் கொண்டுபோன முருங்கை இலையை உலர்த்திப் பெறப்பட்ட ஒரு கிராம் உலர் தூளில், பசும் பாலில் இருப்பதைவிட அதிக அளவு கல்சியம் இருக்கிறது!'

சாய்மனைக் கதிரையில் படுத்தவாறு ரோனி சொல்வதைக் கேட்ட அம்மா, எழும்பி வந்து ரோனியின் அருகேயுள்ள கதிரையில், நாரியை நிமிர்த்தி இருந்துகொண்டு, 'நான் தந்த யாழ்ப்பாண முருங்கைக்காயிலைகூட இருக்கோ இல்லையோ எண்டதைச் சொல்லு' எனக் கேட்டார்.

ரோனி அம்மாவை நன்கு அறிவான். யாழ்ப்பாண மண்ணில் அவர் கைம்பெண்ணாக நான்கு பிள்ளைகளையும் வளர்த்து

முன்னுக்குக் கொண்டுவரப் பட்ட கஷ்டங்களை நான் ரோனிக்குச் சொல்லியிருக்கிறேன். அம்மா உடல் இங்கும் உயிர் ஊரிலுமாக வாழ்பவர் என்பதும் அவனுக்குத் தெரியும். வேறு நேரமென்றால் அம்மாவுக்குப் பகிடியாகப் பதில் சொல்லியிருப்பான். இப்போது அவன் முருங்கைக்காய் விஷயத்திலை படு சீரியஸாக இருக்கிறான்.

தனது மடிக்கணணியை விரித்து அதில் தரவுகளைப் பார்த்தவாறு ரோனி தொடர்ந்தான்.

'பாலாவின் ஆஸ்ரேலிய முருங்கையிலும் பார்க்க, யாழ்ப்பாண முருங்கைக்காய்த் தோலில் கல்சியம் பத்து வீதம் அதிகமாக இருக்கிறது. இது முருங்கையினத்தின் மரபணு சார்ந்த விடயமில்லை, முருங்கை மரம் கல்சியம் அதிகமுள்ள மண்ணில் வளர்ந்ததால் வந்தாக இருக்கலாம். உங்களின் முருங்கைக்காய்த்தோல் சப்பும் 'கலாச்சாரத்தில்' அர்த்தம் இருக்கிறது' என அம்மாவுக்கு ஏற்ற வகையிலே விஞ்ஞானத் தகவல்களைச் சொல்லி அவரைக் குளிர்வித்தான்.

'கல்சியம் பல வடிவங்களில் உண்டு. முருங்கையில் இருக்கும் கல்சியம், குடலால் உறிஞ்சக்கூடிய நிலையிலும், உடலால் உள் வாங்கக்கூடிய நிலையிலுமுண்டா?' என மகன் மருத்துவ ரீதியாக ஒரு கொக்கியைப் போட்டான்.

'எனது பகுப்பாய்வின்படி முருங்கையில் இருக்கும் கல்சியம், 'கல்சியம் ஒக்ஸ்லேற்' பளிங்குகளாகவே இருக்கின்றன. இப்பளிங்கு நிலையில், இவை மனித உடலால் பாவிக்க முடியாது எனச் சொல்லப்படுகிறது. ஆனால் முருங்கையில் உள்ள கல்சியம் பளிங்குகளின், 'உடற்தொழில்' மாற்றங்களை மருத்துவ விஞ்ஞானி ஒருவர்தான் கண்டறிந்து சொல்ல வேண்டும்' எனத் தன்னிடம் கேட்கப்பட்ட கேள்விக்கான பதில் சொல்லும் பொறுப்பை வெகு லாவகமாக, வைத்திய போதனாசிரியராகவும் பணிபுரியும் என் மகனிடம் திருப்பிவிட்டான் ரோனி.

முருங்கைக்காய் சமாச்சாரம் விஞ்ஞான ரீதியாகத் திசை திரும்பியதால் அம்மாவால் அதிகம் புரிந்துகொள்ள முடிய வில்லை. கொட்டாவி விட்டவாறே அருகில் இருந்த அவரது அறைக்குச் சென்று படுத்துக்கொண்டர். இந்த வயதிலும் அவருக்கு பாம்புக் காது. மெல்லக் குசுகுசுத்தாலும் நன்கு கேட்கும். அவரது புலனெல்லாம் எங்கள் உரையாடலிலேயே லயித்திருக்கும் என்பது எனக்குத் தெரியும்.

'கல்சியத்தைவிட வேறு என்ன முருங்கைக்காயில் இருக்கிறது . . .?'

நான் எழுதிய 'கறுத்தக் கொழும்பான்' மாம்பழ ஆராய்ச்சிக் கட்டுரை போன்று யாழ்ப்பாண வாழ்க்கையிலும் உணவிலும் முக்கியப் பங்கு வகிக்கும் முருங்கை பற்றியும் படைப்புக் கட்டுரை ஒன்று எழுத வேண்டுமென்பது எனது நீண்ட நாள் ஆசை. எனவே ரோனியிடம் தகவல் சேகரிப்பில் முனைப்புக் காட்டினேன்.

'குறுகிய காலத்துக்குள் எல்லாவற்றையும் பகுப்பாய்வு செய்ய முடியாது. ஆனால் உசாத்துணை நூல் ஆராய்ச்சி நிறையச் செய்தேன். விக்கிப்பீடியா இணையத் தளத்திலிருந்து பல தகவல்களைப் பெறக்கூடியதாக இருந்தது.'

'விக்கிலீக்ஸ் முருங்கைக்காய் பற்றியும் தகவல்களை லீக் பண்ணியிருக்குதோ என?' எமது சம்பாஷணைக்குள் புகுந்தாள் என் மனைவி. அரச அலுவலகமென்றில் அலுவலராகப் பணி புரியும் என்னுடைய மனைவி விக்கிப்பீடியாவை, விக்கிலீக்ஸ் எனத் தவறாக விளங்கியிருந்தாள்.

'விக்கிலீக்ஸ்' உலகத்திலுள்ள பல அரசாங்கங்களின் தில்லுமுல்லுகளையும் முறைகேடுகளையும் அம்பலப்படுத்தும் இணையத்தளம். ரோனி சொல்வது விக்கிபீடியா. இது 'என்சைக்கிளோபீடியா'வின் இலவச இணையத் தளம். இதிலிருந்து எமக்குத் தேவையான பயனுள்ள தகவல்கள் பலவற்றைப் பெற்றுக்கொள்ளலாம்.

ரோனி தொடர்ந்தான்: 'தாய்ப்பால் சுரப்பதை முருங்கை அதிகரிக்கும். ஒரு தேக்கரண்டி காய்ந்த முருங்கை இலைத் தூளில், 14 சதவீதம் புரதமும், 40 சதவீதம் கல்சியமும், 23 சதவீதம் இரும்புச் சத்தும் இருப்பதாக விக்கிப்பீடியா இணையதளத்தில் வாசித்தேன். ஒரு குழந்தைக்கு மூன்று வயதுவரை தேவையான விற்றமின் ஏ, சீ ஆகியன முருங்கை இலையில் இருக்கிறது எனச் சொல்லி எங்களை அசத்தினான்.

'உதுக்கத்தான், பிள்ளைப் பெத்த வீட்டிலை, முருங்கைக்காய் பத்தியம் குடுக்கிறது.' அறைக்குள் இருந்தவாறே அம்மா நமது மண், பரம்பரை பரம்பரையாக வளர்த்த கைமருந்து அறிவைப் பக்குவமாக அவிழ்த்துவிட்டார்.

இவற்றுக்கு நடுவே, தன் பங்கிற்கு முருங்கையின் மருத்துவ குணங்களை அறிய இணையதளத்தைத் தட்டி ஆராய்ந்தாள் மருத்துவம் படிக்கும் எனது மகள்.

முருக்கம் பட்டை, இலை, காய் எல்லாம் பல நாடுகளில் சுதேச வைத்தியத்துக்குப் (Traditional Medicine) பயன்படுத்தப்படு கின்றன. கர்ப்பிணித் தாய்க்குத் தேவையான இரும்புச் சத்தும்

கல்சியமும் முருங்கையில் இருப்பதாக இணையத்தில் ஒரு ஆராய்ச்சிக் கட்டுரையே இருக்கிறது. கர்ப்பிணித் தாய் தினமும் 3 முதல் 6 தேக்கரண்டி காய்ந்த தூளுக்குச் சமமான முருங்கைக் கீரை சாப்பிட வேணுமாம். இன்னுமொரு கட்டுரையில் வாழைப் பழத்தில் இருப்பதிலும் பார்க்க 4 மடங்கு பொட்டாசியமும், ஓட்ஸில் இருப்பதிலும் 4 மடங்கு நார்ச் சத்தும் ஸ்பினாஷ் கீரையிலும் பார்க்க 9 மடங்கு இரும்புச் சத்தும் முருங்கை இலையில் இருப்பதாக, கணினிக்கு முன்னால் இருந்துகொண்டே தரவுகளை அடுக்கினாள் மகள்.

அம்மா மெல்லத் தனது அறையிலிருந்து எழுந்து வந்தார்.

'முருக்கம் பட்டை உடம்பிலுள்ள கெட்ட நீரை உறிஞ்சி எடுக்கும். உதுக்குத்தான் ஊரிலை சனிக்கிழமை எண்ணெய் தேய்த்து முழுகியவுடன் முருக்கம் பட்டை போட்டு அவித்த 'ரசம்' குடிக்கத் தாறது. சின்னனிலை அதைக் குடிக்க நீ எத்தினை சன்னதம் போடுவாய்?' என என் பிள்ளைப் பிராயம் பற்றிய நினைவுகளிலே அம்மா தோய்ந்து மகிழ்ந்தார்.

'இது மலையாள மருந்து. முருக்கம் பட்டை போடாமல் மலையாளத்திலை ரசமுமில்லை, கசாயமுமில்லை. மலையாளத்துக்குப் புகையிலை யாவாரத்துக்கு போன என்ரை அப்பு சொல்லித்தான் இது எங்களுக்குத் தெரியும். இதுகள் எல்லாத்தையும் விட்டதாலைதான் இப்ப எல்லா விதமான நூதன வியாதிகளும் வருகுது!'

மகனை விட்டு இப்பொழுது அம்மா, தனது 'அப்பு' பற்றிய நினைவுகளிலே மூழ்கித் திளைத்தார்.

ரோனி தனது மடிக் கனிணியில் ஏதோ தேடிக்கொண் டிருந்தான். ரோனி முருங்கையில் கரிசனை காட்டியதில் பாக்யராஜ் படச் 'சமாச்சாரமும்' ஒன்று. எனவே அது பற்றியும் கேட்டேன்.

'சித்த வைத்தியத்தில் ஆண்களின் வீரியத்துக்கும் பெண்களின் நீண்ட நேரக் காதலுக்கும் முருங்கை பாவிக்கப்படுவதாக விக்கிப்பீடியா சொன்னாலும், இது விஞ்ஞான ரீதியாக நிரூபிக்கப் படாத ஒன்று. இதுவும் சின்ன வெங்காயத்திலை செய்த உங்கள் சீனிச் சம்பல் 'சமாச்சாரம்' போன்றதாக இருக்கலாம்' என ரோனி சொன்ன தகவல்களைக் கேட்ட மகன் தன் மனைவியைப் பார்த்துக் கண்ணடித்துச் சிரித்தான்.

மதிய உணவு முடிந்து ரோனி சென்ற பின்பும் முருங்கை பற்றிய நினைவுகள் என் மனதில் குதியாட்டம் போட்டுக் கொண்டிருந்தன.

3

பல்கலைக்கழகப் பணி நிமித்தம் நான் ஆபிரிக்க நாடுகளுக்கும் செல்வதுண்டு. அங்கும் முருங்கை மரங்கள் பரவலாகக் காணப்படுகின்றன. ஆனால் அவை ஆபிரிக்கர்களால் உணவாகப் பயன்படுத்தப்படுவதில்லை. அங்கு முருக்கம் பட்டை குடி தண்ணீர் சுத்திகரிப்பில் பெருமளவில் பயன்படுத்தப்படுகிறது. ஆபிரிக்காவிலுள்ள நாடுகள் சிலவற்றில் இந்திய வம்சாவளி களின் தொடர்பு காரணமாக, ஆபிரிக்க சுதேசிகள் சிலர் முருங்கை இலையை தமது சூப்புகளில் சேர்ப்பார்கள். முருங்கைக் காய்களென்றால், மூச்சுவிடாதே! அவை 'சாத்தானின்' விரல்கள். எனவே, அவற்றை மனிதர் சாப்பிட்டால் 'உடலுக்கு கேடுவரும்' என்பது அவர்கள் பயிலும் திருவாசகம்.

முருங்கை மரத்தை *'Ben Tree'* என்றும் அழைப்பதுண்டு. முருக்கங் கொட்டையிலிருந்து *'Ben Oil'* என்ற விலையுயர்ந்த எண்ணெய் தயாரிக்கப்படுகிறது. இந்த எண்ணையின் சிறப்பியல்பு, நீண்டகாலத்துக்கு காயாமல் இருப்பதுதான். எனவே மணிக்கூட்டுத் தயாரிப்பிலும் வாசனைத் திரவிய தயாரிப்பிலும் பெரிதும் பயன்படுத்தப்படும். சுவிஸ் மணிக்கூடு தயாரிப்பில் இந்த எண்ணையே பயன்படுத்தப்படுகிறது!

தன்சானியாவில் வசிக்கும் எனது கலாசாலை நண்பன் ராஜா *'Ben Oil'* தயாரிப்பில் ஈடுபட்டிருக்கிறான். அந்த எண்ணெய் உற்பத்திக்குத் தேவையான விதைகளைப் பெற கிளிமஞ்சாரோ மலை அடிவாரத்தில் பல முருங்கைப் பண்ணைகள் வைத்திருக் கிறான்.

ராஜாவை நான் முதன்முதலில் சந்தித்தது மிகவும் சுவை யான சங்கதி. இருபதாம் நூற்றாண்டின் எழுபதாம் ஆண்டுகளின் முற்பகுதிகளில், நான் ஜேர்மனிக்குச் சென்ற அதே புலமைப் பரிசில் திட்டத்தின்கீழ் ராஜாவும் வந்திருந்தான். ஆறு வருடப் படிப்பு. முதல் வருடம் ஜேர்மன் மொழிப் பயிற்சி. எங்கள் அனைவருக்கும் கண்ணைக் கட்டிக் காட்டில் விட்ட மொழி தெரியாத நிலை. ஒரு நாள் இந்தியனாகத் தெரிந்த ராஜாவிடம் சென்று 'நீ தமிழனா?' எனக் கேட்டேன். 'ராஜா' தமிழ்ப்பெயர் என்ற எண்ணம் எனக்கு!

'இல்லை, ஆபிரிக்கன். தன்சானியா!' என்றான்.

என்னதான் ராஜா, தன்னை தன்சானிய ஆபிரிக்கன் என்று சொல்லிக்கொண்டாலும், அங்கு படிக்கவந்த கறுப்பு தன்சானியர்கள் அவனை தங்களுள் ஒருவனாக ஏற்றுக் கொண்டது கிடையாது. ஆபிரிக்கர்களுக்காகக் கொடுக்கப்படும் புலமைப்பரிசிலை ஓர் இந்தியன் எப்படிப் பெற்று அனுபவிப்பது

என்கிற ஆத்திரத்தில் ராஜாவை வெறுப்புடன் பார்த்தார்கள். ஆபிரிக்க நாடுகளில், பல தலைமுறைகளாக இந்தியர்களும் சீனர்களும் குடியுரிமை பெற்று வாழ்ந்தாலும் அவர்களை ஆபிரிக்கர்களாகச் சுதேசிகள் ஏற்றுக்கொள்வதில்லை. வெள்ளையர்களைப் பொறுத்தமட்டில், தென் ஆபிரிக்காவிலும் வெள்ளையர்களின் ஆதிக்கம் வலுவிழந்து, இரண்டும் கெட்டான் நிலையிலுள்ள சிம்பாபுவே வெள்ளையர்களின் நிலைக்கு வந்துகொண்டிருப்பதை நான் நேரில் கண்டிருக்கிறேன்.

ராஜாவின் மூதாதையர்கள் குஜராத்திலிருந்து வணிகர்களாக தன்சானியா வந்தவர்கள். படிக்கும் காலத்திலேயே அவனது உடலில் வணிக இரத்தம் ஓடியது. எதையும் தூர நோக்குடன் நவீன மாகச் சிந்திப்பான். அவன் கிளிமஞ்சாரோ மலையடிவாரத்தில் முருங்கை விதையிலிருந்து '*Ben Oil*' என்ற எண்ணெய்த் தயாரிப்பில் ஈடுபட்டிருப்பது எனக்கு வியப்பாக இருக்கவில்லை.

தன்சானியாவுக்கு நான் தொழில் நிமித்தம் சென்றபோது கிளிமஞ்சாரோ மலையடிவாரத்திலுள்ள அவனது பண்ணையில் ராஜாவைச் சந்தித்தேன். அங்கு சென்றதற்கு இன்னொரு காரணமும் உண்டு. எனது ஆபிரிக்க விமானப் பறப்புகள், பெரும்பாலும் கிளிமஞ்சாரோ மலையின் மேலாகவே நடைபெறும். விமானத்திலிருந்து பார்க்கும்போது கிளிமஞ்சாரோ மலை மிகவும் அழகாகவும் அற்புதமாகவும் தோன்றும். மேகங்களைக் கிழித்துக்கொண்டு தெரியும் பனி படர்ந்த மலை முகடுகள், தேங்காய்ப்பூச் சேர்த்து, நீத்துப்பெட்டியில் அம்மா அவித்துக் கொட்டும் குரக்கன் புட்டை நினைவூட்டும். ஒரு முறையாவது அங்கு செல்ல வேண்டுமென்பது எனது நீண்ட நாள ஆசை.

இங்கு இன்னுமொன்றையும் சொல்ல வேண்டும். கதை சொல்லும் வித்தையில் புதிது புகுத்தியவர் அமெரிக்க நாவலாசிரியரான *Ernest Miller Hemingway*. இவர் 'கிளிமஞ்சாரோ வின் பனிகள்' (*'The Snows of Kilimanjaro'*) என்கிற அற்புதமான நாவலை கிளிமஞ்சாரோ மலையைக் கதைப்புலமாகக் கொண்டு எழுதியுள்ளார். இது பின்னர் சினிமாப் படமாகவும் வந்தது. இந்த நாவலை வாசித்து, படத்தையும் பார்த்த பின்பு கிளிமஞ்சாரோவுக்குப் போகும் ஆசை எனக்குப் பன்மடங்காகியது.

தன்சானியாவின் கிழக்குக் கரையில் இந்தியப் பெருங்கடல் உண்டு. வடக்கே கென்யாவும், உகண்டாவும், மேற்கே றுவண்டா, புருண்டி, கொங்கோ ஆகியனவும், தெற்கே சம்பியா, மாலாவி, மொசம்பிக் ஆகிய நாடுகளும் தன்சானியாவைச் சூழ்ந்துள்ளன என்கிற பூகோள விபரத்தை நீங்கள் ஆபிரிக்க வரைபடம் ஒன்றினை வைத்துச் சுலபமாகக் கண்டுபிடிக்கலாம்.

Tanganyika, Zanzibar என்ற இரண்டு தனித்தனி ஆட்சிப் பிரதேசங்களை இணைத்து 1964ஆம் ஆண்டு தன்சானியா உருவாக்கப்பட்டது. *Tanzania* என்ற பெயர், *Tanganyika, Zanzibar* ஆகியவற்றின் முன் துண்டுகளை இணைப்பதால் பெறப்பட்டது. இன்றைய தன்சானியா அமைந்துள்ள பிரதேசமே உலகில் ஆதிகால மனிதர்கள் அதிகம் வாழ்ந்த பிரதேசம் என்று சொல்லப்படுகிறது. இரண்டு மில்லியன் வருடங்களுக்கு முற்பட்ட மனித மூதாதையர்களதும், அவர்களிலிருந்து கூர்ப்படைந்த மனிதர்களதும் சுவடுகள் தன்சானியாவில் கண்டுபிடிக்கப் பட்டதாக வரலாற்றுத் தகவல்கள் உண்டு.

முதலாவது மிலேனியத் தொடக்கத்தில் பாரசீக வளைகுடாவில் இருந்து அராபியர்கள் கிழக்கு ஆபிரிக்கக் கரையோரம் சென்றதால் அங்கு இஸ்லாமிய மதமும், மேற்கு இந்தியாவிலிருந்து இந்தியர்கள் சென்றதால் வணிகரீதியாக இந்தியர்களின் ஆதிக்கமும் தன்சானியாவில் தோன்றியது. தற்போது இந்தியர்களில் பலர் கனடா, இங்கிலாந்து, அமேரிக்கா என புலம்பெயர்ந்து சென்றுவிட்டாலும், குத்துமதிப்பாக ஒரு லட்சம் இந்திய வம்சாவளியினர் தற்போது தன்சானியாவில் வாழ்வதாக ராஜா சொன்னான். இந்தியர்களின் வணிகரீதி யான ஆதிக்கமும் பண பலமும் இந்திய எதிர்ப்பலையை தன்சானியாவில் ஏற்படுத்தியுள்ளதை எனது பிரயாணத்தின்போது மிக எளிதாகத் தெரிந்துகொண்டேன்.

தன்சானியாவிலிருந்து படிக்க வந்தவர்களை ஜேர்மன் சக மாணவர்கள் தங்கள் அடிமைகள் என நட்புரீதியாக கேலி செய்வதுண்டு. 18ஆம், 19ஆம் நூற்றாண்டுகளில், தற்போதைய தன்சானியாவின் *Zanzibar* பிரதேசமே ஆபிரிக்க அடிமைகளை ஏற்றுமதி செய்யும் கேந்திரப் பிரதேசமென்றும், அங்கிருந்து 7, 18, 000 அடிமைகள் ஏற்றுமதியானதாகவும் ஆபிரிக்கப் பேராசிரியர் ஒருவர் சொன்னார்.

19ஆம் நூற்றாண்டின் தொடக்கத்தில் றுவன்டா, புறுண்டி, தன்சானியாவின் *Zanzibar* தவிர்ந்த பிரதேசங்களை ஒன்றிணைத்து 'ஜேர்மன் கிழக்கு ஆபிரிக்கா' என்னும் பெயரில் ஜேர்மனியர்கள் ஆண்டார்கள். ஆபிரிக்காக் கண்டத்தைத் துண்டாடுவதிலே, பிரித்தானியரும் பிரஞ்சியரும் பெற்ற வெற்றியை, ஜேர்மனியர்கள் பெறவில்லை. இந்த மனக் கசப்பும் முதலாவது உலக மகாயுத்தத்தைத் தோற்றுவித்திருக்கலாம். அதில் தோல்வியடைந்த ஜேர்மனியைச் சிறுமைப்படுத்தும் வகையில், வெற்றி பெற்ற நாடுகள் நிபந்தனைகளை விதித்து, நஷ்ட ஈடுகட்ட நிர்ப்பந்தித்தன. முடிவில், ஜேர்மனியின் கொலனிகளைப் பறித்துத் தமக்குள் பங்கு போட்டுக்கொண்டன.

இந்த அவமதிப்புக்களின் எதிர்வினையாகத்தான் நாஜி இயக்கமும், இரண்டாம் உலக மகாயுத்தத்தின் சூத்திரதாரியான அடோல்ஃப் ஹிட்லரும் தோன்றியதாக வரலாற்று ஆசிரியர் பலரும் எழுதியுள்ளார்கள்.

ஜேர்மனியர்கள், முதலாம் உலக யுத்தத்தின் தோல்வியினால் ஏற்பட்ட ரணங்களைச் சுமந்தவர்கள். இந்த வரலாறு ஜேர்மனியில் வாழையடி வாழையாகப் புகட்டப்படுவதை, நான் அங்கு வாழ்ந்த காலத்தில், அநுபவரீதியாக உணர்ந்துள்ளேன். இதன் வெளிப்பாடாக, தன்சானியாவிலிருந்து படிக்கவந்த மாணவர் களை ஜேர்மன் சகாக்கள் 'தங்கள் அடிமைகள்' எனக் கேலி செய்வார்கள். இந்த சில்லறைச் சேட்டைகளைக் கறுப்பு தன்சானிய மாணவர்கள் பொறுத்துக்கொள்வதில்லை. ஆனால் ராஜா அமைதி காத்தான். ஆபிரிக்கக் கண்டத்திலே பல தலைமுறைகளாக வாழ்ந்துவரும் இந்திய வம்சாவளியினர் தமக்கு ஏற்படும் அரசியல் சார்ந்த அவமதிப்புகளைச் சமாளிப்பதில் மகா கில்லாடிகள். இப்படியான நேரங்களில், ராஜா தான் காந்தி பிறந்த தேசத்தின் பரம்பரை என, வேதாந்தம் பேசித் திரைபோட்டுக்கொள்வான்.

Dodoma தன்சானியாவின் தலைநகரமாக இருந்தபோதிலும், தன்சானியாவின் பெரிய நகரம் *Dar-es-Salaam*. இந்திய பெருங்கடலை ஒட்டியுள்ள பெரிய வணிக நகரமும் இதுவே. இங்கிருந்து 646 கிலோ மீட்டர் தூரத்திலுள்ள கிளிமஞ்சாரோ மலையடிவாரத்துக்கு பஸ்ஸிலேதான் புறப்பட்டேன். அங்குதான் ராஜாவின் முருங்கைப் பண்ணைகள் இருந்தன.

கிளிமஞ்சாரோ ஆபிரிக்காவின் மிக உயர்ந்த மலை. இந்த மலை பூமத்திய ரேகைக்கு (*equator*) மூன்று பாகை தெற்கே அமைந்துள்ளது. தன்சானியாவின் வட கிழக்கில், கென்யா எல்லை அருகே அமைந்திருக்கும் இந்த மலைச் சிகரத்தில் நிரந்தரமாகப் பனி படர்ந்திருக்கும். 70 கிலோ மீட்டர் சுற்றளவுள்ள மலை அடிவாரத்தில் கோப்பி, சோளம், வாழை ஆகிய பயிர்கள் பெருமளவில் பயிரிடப்படுகின்றன. இங்கொன்றும் அங்கொன்றுமாகக் காட்டு மரங்களுடன் வளர்ந்த முருங்கைகள், இப்போது செடிகளாகப் புதிய விவசாய உத்திகளைப் பாவித்து ராஜாவால் அங்கு பயிரிடப்படுகின்றன.

வீட்டைச் சுற்றி ராஜா முருங்கைமர வேலி போட்டிருந்தான். முருங்கை மரங்களில் நிறையக் காய்கள் காய்த்துத் தொங்கின. இலங்கைப் போலீஸ்காரன் அந்தக் காலத்திலே உபயோகித்த 'பேற்றன்' பொல்லுகள் கணியத்திலே அந்தக் காய்கள் குட்டையாகத் தோன்றின. முன்பக்க மதிலுக்கு உள்புறமும் முருங்கை மரங்களே இருந்தன.

‘முருங்கைதான் எங்கள் காவல் தெய்வங்கள். மரத்தில் விரல்கள் போல் தொங்கும் காய்களை ‘சாத்தானின் விரல்கள்’ என ஆபிரிக்கச் சுதேசிகள் நம்புகிறார்கள். இதனால் முருங்கை மரங்களைத் தாண்டி அவர்கள் உள்ளே வரமாட்டார்கள்’ என தனது முருங்கைமர வேலிக்கு விளக்கம் சொன்னான் ராஜா.

‘அப்படி என்றால், முருங்கை எண்ணெய் தயாரிப்பதற்கு உனக்கு வேலை ஆட்கள் தட்டுப்பாடு ஏற்படுமே?’

‘முருங்கையிலிருந்து கொட்டைகளைப் பிரித்தெடுப்பது இந்தியர்கள், மிகுதி சுதேசிகள்’ எனச் சொல்லிச் சிரித்தான் ராஜா.

அன்று மாலை ராஜாவின் முருங்கைத் தோட்டத்துக்குச் சென்றிருந்தோம். அது தோட்டமல்ல, பெருந்தோட்டம். ஏக்கர் கணக்கில் சொட்டு நீர்ப்பாசன முறையில் வரிசையாக மண்ணை அணைத்து வரம்பு போலாக்கி முருங்கை பயிரிட்டிருந்தான். மொளிமொளியாக நிறையக் காய்த்திருந்தன. முற்றிய காயொன்றைப் பிரித்துப் பார்த்தேன். சதையில்லை, நிறையக் கொட்டைகள். அது தான் தேவையானதுங்கூட.

‘இவை விதைகளுக்காக விருத்தி செய்யப்பட்ட புதிய இன முருங்கை’ என்றான் ராஜா.

‘ஆபிரிக்கக் கறுப்பர்கள் முருங்கையை உணவுக்குப் பாவிப்பதில்லையா?’ என என்னுடன் வந்திருந்த மனைவி கேட்டாள்.

‘இல்லை. இங்குள்ள முருங்கைக் காய்களில் சதைப் பிடிப்பில்லை. முருங்கைப் பட்டைகள் கிராமப் புறங்களில், விக்ரோரியாக் குளத்திலிருந்து எடுக்கப்படும் குடிதண்ணீர் சுத்திகரிப்புக்கு பாவிக்கப்படுகின்றன. ஆபிரிக்காவின் மிகப்பெரிய குளம் இதுதான். இங்கு நைல் நதியின் தண்ணீர் வந்துசேர்கிறது. நைல் நதிக் கரையோரமாக வாழும் ஆபிரிக்கர்கள் விசக் கடிக்கும் வாதத்துக்கும் மருந்தாக முருங்கை இலைச் சாறை இன்றும் பயன்படுத்துகிறார்கள். 2010ஆம் ஆண்டு மாசிமாதம் வெளியிடப்பட்ட *Micro Biology* ஆய்வறிக்கையில் முருங்கை இலைச் சாறு பக்டீரியாக் கிருமிகளை 90 தொடக்கம் 99 சதவீதமளவு கொல்வதாகச் சொல்கிறது.’ என்று ராஜா பல தகவல்களை விசுக்கியபடி நடந்தான்.

பேசிக்கொண்டே முருங்கை எண்ணெய் தயாரிக்கும் கட்டடத்தை வந்தடைந்தோம். *‘Ben Oil’* தொழிற்சாலை என்ற பெயரின் கீழ், வளையல் அணிந்த இந்தியப் பெண்ணின் வலது கரமும் ஆபிரிக்கப் பெண்ணின் இடது கரமும் இணைந்து, வணக்கம் கூறி வரவேற்கும் படம் ஒன்று வரையப்பட்டிருந்தது.

அருகிலிருந்த விளம்பரத் தட்டி ஒன்றில் '*Biofuel*' என்ற தலைப்பில் ஓர் திட்டம் வரையப்பட்டிருந்தது. அதுபற்றி நான் ராஜாவைக் கேட்டேன்.

'முருங்கை விதைகளிலிருந்து *Bio diesel* தயாரிக்கலாம் என நம்பப்படுவதாகவும் இதில் ஜேர்மன் நிறுவனமொன்று ஆர்வம் காட்டுவதாகவும் சொன்னவன், வணிக ரீதியாக இது லாபம் தருமா என்பதை ஆராய்ந்த பிறகே இதில் இறங்க வேண்டும் என்றான்.

இந்தியரின் வணிக வெற்றிக்கு இவனும் ஒரு சான்று. தன்சானியாவில் வாழும் இந்திய வம்சாவளியான ராஜா, முருங்கை பயிரிட்டே கோடீஸ்வரனாகி விட்டான்!

ஆனால் நாம்?

முருங்கைக் காயுடனும் இணைந்ததுதான் எமது கலாச்சாரம்!

முருங்கைக் காயை நினைத்ததும், அந்தக் காலத்தில், யாழ்ப்பாணத்திலிருந்து கொழும்பு செல்லும் அத்தனை புகையிரதங்களிலும், யாழ்ப்பாண மகாஜனங்கள் அக்கறையுடன் எடுத்துச்செல்லும், முருங்கைக்காய்க் கட்டுகளின் அளவுகளும், எண்ணிக்கையும் என் மனத்திரையில் ஓடுகிறது.

அந்தத் திரையைக் கிழித்துப்பார்த்தால்?

முருங்கைக்காயின் உண்மையான மகத்துவத்தை முதலில் அறிந்தவன் ஈழத்தவன்தான் என்று, என் அம்மாவுடன் சேர்ந்து கைதடி மண்ணிலிருந்து கூவ வேண்டும்போல இருக்கிறது.

கறுத்தக் கொழும்பான் மாம்பழம், முருங்கைக்காய் என்று யாழ்ப்பாணத்தானின் சுவை இன்னமும் அவனுடன் ஒட்டிக்கொண்டிருப்பதற்கு, சுவையின் 'பற்று' மட்டும் காரணமாக இருக்க முடியுமா?

இந்தச் சுவைகளை ஏதோ ஒரு வழியில் நகர்த்தி, புதிய சூழலிலும் நுகர முடியும்.

ஆனால் தமிழ் பேசி, தமிழிலேயே நமது அனைத்து, இனத்துவக் கலாச்சாரங்களையும் பேணிவளர்த்த அந்த மண்ணையும், அதன் தனித்துவ அழகையும், ஆயிரங்காலத்து வரலாற்றுச் சிறப்பையும் எவ்வாறு நாடு கடத்துவது?

இயலாமையின் மத்தியில், இயலுமானவற்றைப் பேசி மகிழுதல் மனித சுபாவம். இந்தச் சுபாவமே, இந்த முருங்கைக்காய்க் கட்டுரைக்குப் பின்னால் ஒளிந்து நிற்கிறதா?

2011

2

முட்டிக் கத்திரிக்காய் . . . !

1

செல்லப்பாக்கியம் மாமி என்றவுடன் முதலில் நினைவுக்கு வருவது, மட்டுவில் முட்டிக் கத்திரிக்காய்!

இது பால் வெள்ளை நிறத்தில் உருண்டுதிரண்டு முட்டிவடிவில் மினுமினுப்பாக இருக்கும்.

செல்லப்பாக்கியம் மாமி மட்டுவில் என்னும் கிராமத்தில் பிறந்து, அங்கேயே பயிற்றப்பட்ட தமிழ் ஆசிரியருக்கு வாழ்க்கைப்பட்டவர்.

அவர் பிறந்ததும் வாழ்க்கைப் பட்டதும் மேட்டுக் குடி. இதனால், சிட்னிக்குப் புலம்பெயர்ந்த பின்பும் அந்த 'மிடுக்கு' சற்றும் குறையாமல் மகள் குடும்பத்துடன் வாழ்ந்தார். சுற்றி வளைத்து எப்படியோ என்னுடைய மனைவியின் பாட்டன், சிங்கப்பூர் பென்சனியர், தனக்குச் சொந்தமெனச் சொல்லிக்கொண்டு எமது வீட்டுக்கும் அடிக்கடி வந்துபோவார். சரிகைக்கரை வைத்த நூல்சேலை கட்டி, தங்கச்சங்கிலி கோத்த மூக்குக் கண்ணாடியுடன் மிடுக்காக வலம்வரும் அவரை, எல்லோரும் மாமி என்றே அழைத்தார்கள். அதனால் எனக்கும் அவர் மாமியானார். அடிமட்டத்திலிருந்து நான் மேலே வந்தவன் என்பதும், அவரது பருப்பு என்னில் வேகாது என்பதும் அவருக்கு நன்கு தெரியும். இதனால் மாமியின் வடிகால் பெரும்பாலும் என்னுடைய மனைவியே!

ஆஸ்திரேலியாவிலும் பல 'சைசில்' முட்டிக்கத்திரிக் காய்கள் உண்டு. ஆனால் அவை

ஆசி. கந்தராஜா

ஊதா நிறமானவை. அம்மா எங்களுடன் வாழ்ந்த காலங்களில், ஆஸ்திரேலியாவில் கிடைக்கும் ஊதாநிற முட்டிக் கத்திரிக்காயில் 'பால்க்கறி' வைக்கமாட்டார். அது வேகும்போது ஊதா 'நிறமணிகள்' வெளியேறி, பால்க்கறி ஊதா நிறமாகிவிடும் என்பது அம்மாவின் வாகடம். சுவையிலும் மட்டுவில் கத்திரிக்காய்க் கறிக்குக் கிட்டவும் நிற்காது என்றும் வாதிடுவார்.

யாழ்ப்பாணத்தில், மட்டுவில் பன்றித்தலைச்சி அம்மன் கோவில் பிரசித்தமானது. இது தென்மராட்சிப் பெருநிலப் பரப்பின் சாவகச்சேரி–புத்தூர் வீதியில், மட்டுவில் கிராமத்தின் வடக்குப் பகுதியில், வயலும் வயல் சார்ந்த இடத்தில், மருதமரமும் புளியமரமும் ஓங்கி வளர்ந்த சூழலில் அமைந்துள்ளது. அம்பாளின் ஆலயம் 1750ஆம் ஆண்டுப் பகுதியில் நிர்மாணிக்கப் பட்டதாகச் சொல்லப்படுகிறது. இந்தத் தகவல் ஆலய மூலஸ்தானத்தின் பின்புறமாக, பித்தளையில் பொறிக்கப் பட்டிருப்பதாக மாமி சொன்னார். பக்தர்கள் நீராடுவதற்கு வசதியாக ஆலயத்தின் தெற்குப் பக்கத்தில் நூறு அடி நீள அகலத்தில் தீர்த்தக் கேணியும் உண்டு.

'பன்றித்தலைச்சி' என்ற காரணப் பெயர் வந்தமைக்கும் மாமி ஒரு கதை சொன்னார். ஆலயத்தில் பறையடிக்கும் பக்தன் ஒருவன் தனது குலத்தொழிலான புலைத் தொழிலையும் செய்து வந்தானாம். அன்றொருநாள் அவனெறிந்த கூரிய ஆயுதம் இலக்குத் தவறி பசு ஒன்றின்மீது பட்டது. உடனே அப்பசு துடிதுடித்து இறந்தது. அம்மன்மீது அளவற்ற பக்தி கொண்ட அந்த பக்தன் வருந்தி, பின்னர் தெய்வத்தின் துணை இருக்கிறதே என்ற துணிவோடு அந்தப் பசுவை ஆலயத்திற்குத் தென்கிழக்குப் பகுதியில் புதைத்து விட்டான். நடந்த சம்பவத்தை எப்படியோ தெரிந்துகொண்ட மாட்டுச் சொந்தக்காரன் பக்தன் மீது நடவடிக்கை எடுத்தானாம். பசுக் கொலை புரிந்த பாதகத்திற் காகத் தன்மீது சுமத்தப்பட்ட குற்றச்சாட்டுக்குப் பயந்த பக்தன் தனக்கு அபயம் அளிக்கும்படி அன்னையிடம் வேண்டினான். அன்றிரவு அடியவனின் கனவில், முதிய விதவைக் கோலத்தில் காட்சி கொடுத்த அம்மை 'நாளைய தினம் பன்றி எச்சங்களைப் புதைத்தேன் என்று கூறு' என்று அருள்புரிந்தாள். அடுத்த நாள் மாட்டுத்தலை புதைக்கப்பட்ட இடத்தில் பன்றித்தலை காணப்பட்டதாம். அதைக் கண்ட பக்தன் ஆடிப்பாடிக் கைகூப்பி, கண்ணீர்மல்க, வாய் குழறியபடி 'பன்றித் தலைச்சி' என்று பக்தியோடு பல முறை பணிந்ததாகச் சொன்ன மாமி, வேறு ஒரு கொசுறுத் தகவலையும் சொன்னார். கனவிலே தனது பக்தனுக்குக் கிழக் கோலத்தில் காட்சி கொடுத்த காரணத்தால், தாயை இன்றும் 'கிழவி' என்றே மட்டுவில் கிராமத்தில் அழைக்கும்

வழக்கமுண்டாம். இப்போதும் மட்டுவில் அம்மன் கோவில் பூசைத் திருவிழாவுக்குத் தவில் நாதஸ்வரம் வாசிக்கப்படுவதில்லை. பறையே அடிக்கப்படும். இந்த நடைமுறை செல்லச் சந்நிதியிலும் உண்டென என்னுடைய அம்மா சொன்னார்.

'பன்றித்தலைச்சி' என்ற சொற்றொடரோடு பங்குனித் திங்களும் சேர்ந்துவரும். யாழ்ப்பாணப் பகுதியில் உள்ள சைவ மக்கள் பங்குனித் திங்களில் கோவில் கேணியில் தலைமுழுகி, பொங்கலிட்டு வணங்குவார்கள். பொங்கலுடன் மோதகமும் பொரிக்கப்படும். இவை அவித்த மோதகத்திலும் சுவையானவை. பொரித்த மோதகத்துக்காக நான் சிறுவயதில் காத்திருந்த தருணங்கள் இனிமையானவை. மாட்டுக்கு நேர்த்திவைக்கும் பெரியம்மா, மாட்டுவண்டிலில் தில்லையம்பலப் பிள்ளையார் கோவிலுக்குப் போவதும் மோதகம் பொரித்துப் படைப்பதும், இன்றும் என் நினைவுக்கு வருகின்றது.

அயல் கிராமங்களிலிருந்து மட்டுவில் அம்மன் கோவில் பொங்கலுக்கு, பலவகையான மாட்டு வண்டில்களில் வருவார்கள். அறுபதாம் ஆண்டுகள்வரை இது ஒரு கண்கொள்ளாக் காட்சி. பொங்கலுக்கு உவப்பான கறி, மட்டுவில் முட்டிக் கத்திரிக்காயில் ஆக்கிய வெள்ளைக் கறியே. வெள்ளைக் கறி என்றவுடன் தேங்காய்பால் சேர்க்க வேண்டுமென்று எண்ணக்கூடாது. பச்சை மிளகாய், சின்ன வெங்காயத்துடன் கல்லுப்பு மட்டும் சேர்க்கப்படும். சிவத்தப் பச்சைஅரிசிப் பொங்கலுடன், மட்டுவில் தண்ணீரில் அவிந்த முட்டிக் கத்திரிக்காய்க் கறியின் சுவை அலாதியானது.

செல்லப்பாக்கியம் மாமியின் குடும்பமும் கோவிலுடன் தொடர்புடைய ஆசாரமான குடும்பமே. மட்டுவில் கிராமத்தில் அவரது குடும்பத்துக்குப் பெருமளவு காணிபூமிகள் உண்டு. குத்தகைக்கு விடப்பட்ட அவரது வயல் காணிகளில் முட்டிக் கத்திரிக்காய்கள் அபரிதமாக விளைந்தன. மாமி பெருமைப்படும் விடயங்களில் இதுவுமொன்று. கோடை காலத்தில் பங்குனி மாதம் தொடக்கம் முட்டிக்கத்திரிக்காய் அறுவடை செய்யப் படும். வேறு இனக் கத்திரிகள் மட்டுவில் கிராமத்தில் குறைந்த அளவிலேயே (பிறம்பாகப்) பயிரிடப்படும் என்றும், இதற்கான அறிவியல் காரணத்தை மட்டுவில் விவசாயிகள் அநுபவரீதியாகத் தெரிந்து வைத்திருப்பதாகவும் தென்மராட்சிக் கிராமங்களுக்குப் பொறுப்பான விவசாய ஓவசியர் சொன்னார்.

கத்திரிச் செடியின் உயிரியற் பெயர் 'சொலனும் மெலோங்கேனா' (*Solanum Melongena*) என்பதாகும். இவை சொலானேசியே (*Solanaceae*) என்னும் குடும்பத்தைச் சேர்ந்த

ஒருவகைச் செடி. இக்குடும்பத்தில் தக்காளி, உருளைக்கிழங்கு போன்ற பிறவும் அடங்கும். தென்னிந்தியாவும் இலங்கையுமே கத்திரிச் செடியின் தாயகம் எனவும், ஆங்கிலேயர்களும் ஐரோப்பியர்களும் இதனைப் பதினோராம் நூற்றாண்டிலேயே அறிந்து, தமது நாடுகளில் பயிரிட்டதாகவும் உசாத்துணை நூல்கள் சொல்கின்றன.

சிட்னியிலும், மட்டுவில் முட்டிக்கத்திரிக்காயின் ஏக பிரதிநிதியாக செல்லப்பாக்கியம் மாமி இருக்க விரும்பிய விஷயம், அது கை நழுவிப்போன பின்பே எனக்குத் தெரியவந்தது. அவுஸ்திரேலியாவில் குவாறன்ரின் கெடுபிடிகள் அதிகம். வெளி நாடுகளிலிருந்து தாவரங்களின் விதைகள், கிழங்குகள், பதியன் களை உள்ளே கொண்டுவர அவர்கள் அனுமதிக்கமாட்டார்கள். தாவரங்களுக்குத் தீங்கு செய்யும் நுண்ணுயிர்களைத் தடுக்கும் நடைமுறையே இது. சட்டத்தை மீறுபவர்கள் கடும் தண்டனைக்கு உள்ளாவார்கள். இருப்பினும் மட்டுவில் கத்திரிக்காய் மீது, சடைத்து வளர்ந்த மாமியின் காதலுக்கு முன்னால், அவுஸ்திரேலிய குவாறன்ரின் கெடுபிடிகள் தோற்றுப் போயின. கத்திரி விதை களைச் சரையாக மடித்து, மாமி தனது ரவிக்கைக்குள் செருகி, சிட்னிக்குக் கொண்டுவந்த செய்தியை, என்னுடைய மனைவி ஒரு நாள் கதையோடு கதையாகச் சொன்னாள். அடுத்த வருடமே மாமியின் பின்வளவில், மட்டுவில் கிராமத்தின் பெருமையைப் பறைசாற்றிய முட்டிக் கத்திரிக் காய்கள் காய்த்துக் குலுங்கின. அவை இந்திய மளிகைச் சாமான்கள் விற்பனையாகும் சிட்னிக் கடைகளில் பெருமளவில் விற்பனையானது. மாமியின் புளுகத்தைக் கேட்க வேண்டாம். சிட்னிக்குப் புலம்பெயர்ந்தாலும் தானே மட்டுவில் கத்திரிக்காயின் ஏக பிரதிநிதி என்ற இறுமாப்பில் செல்லப்பாக்கியம் மாமி காற்றில் மிதந்தார்.

தமிழ் வாத்தியாரின் அடிசிற்கினியாளாக, மட்டுவில் கிராமத்தில் பெருவாழ்வு வாழ்ந்த மாமிக்கு, மரபணு மாற்றங்களின் உட்சூக்குமங்கள் தெரிந்திருக்க நியாயமில்லை. சொலானேசியே *(Solanaceae)* குடும்பத் தாவரங்கள் 'பன்மியத்தன்மை' *(Diversity)* கொண்டவை. இதன் மரபணுக்கள் வெகு இலகுவில் கலப்படையக் கூடியன. குறிப்பாகக் கத்திரி இனங்கள் கலப்படையும்போது அதன் தாக்கம் அடுத்த சந்ததி பூத்துக் காய்க்கும்போது, துல்லிய மாகத் தெரிந்துவிடும்.

செல்லப்பாக்கியம் மாமி விட்ட பிழை இதுதான்!

மாமிக்கு ஊர் அரிசிப் புட்டுக்கு, நல்லெண்ணெய்யில் வதக்கிய கத்திரிக்காய் பொரியல் வேணும். பொரியலுக்கு மட்டுவில் வெள்ளைக் கத்திரிக்காய் தோதுப்படாது என்பது

மாமியின் அபிப்பிராயம். இதற்காக ஊதா நிறத்தில், நீட்டாகக் காய்க்கும் 'லெபனீஸ்' கத்திரிச் செடிகளை மட்டுவில் கத்திரிக்கு இடையே நாட்டி வளர்த்தார். அடுத்த போக விளைச்சலில், மாமிக்குச் சிக்கல் துவங்கியது. முதல் வருடத்து விதைகளில் முளைத்து வளர்ந்த மட்டுவில் கத்திரியில், இளம்பச்சை நிறத்திலும் நீள்வட்ட வடிவிலும் கத்திரிக்காய்கள் பல்லிளித்தன. மூன்றாவது வருடம் மட்டுவில் கத்திரிக்காய் மூளில், பாரிய முட்கள் தோன்றி மாமியைப் பயமுறுத்தவே மாமி என்னிடம் வந்தார்.

மட்டுவில் கிராமத்து வயல் வெளியில் முட்டிக் கத்திரிகளை 'தனித்து' நடும் மரபு இதற்காகத்தான் என்பதையும், கத்திரி இனங்கள் இலகுவில் கலப்படையும் விபரத்தையும் மாமிக்கு முடிந்தவரை விளக்கினேன். மாமியின் பதகளிப்பு அடங்கவில்லை. 'இதுக்கு என்னடா தம்பி செய்யலாம்? உன்ரை ஆய்வுக் கூடத்திலை பழையபடி மாத்தேலாதோ?' எனக் கேட்டுப் பரிதாபமாக என்னைப் பார்த்தார்.

மரபணுக்கள், கண்களால் பார்க்க முடியாத 'கலங்களின்' *(Cell)* நடுவேயுள்ள 'அணுக்கருவில்' அமர்ந்திருக்கும். ஆய்வுக் கூடங்களில், செயற்கை முறையில் மரபணு மாற்றமென்பது, கார் கராஜில் 'ஒரு நட்டைக் கழட்டி அதற்குப் பதிலாக இன்னொரு நட்டைப் பூட்டும் சமாச்சாரமல்ல. ஆய்வுக்கூட மரபணு மாற்றம் எல்லாத் தாவரங்களிலும் வெற்றி பெறுவதுமில்லை. இதற்கும் மேலாக, இதற்குப் பல சட்டதிட்டங்களைப் பின்பற்ற வேண்டும். பல செளக்கிய சோதனைகளின் பின்னர், தாவரத்தைச் சந்தைக்கு விட அரச அநுமதியும் பெறவேண்டும். இவையெல் லாம் செல்லப்பாக்கியம் மாமிக்கு இலகுவில் புரியவைக்கிற விஷயங்களல்ல. நிலைமையைச் சுமுகமாக்க, 'ஊரிலை இருந்து கொண்டுவந்த கொட்டைகளிலை மிச்சம் ஏதும் இல்லையோ மாமி?' எனக் கேட்டாள் என்னுடைய மனைவி.

'ஐஞ்சாறு கொட்டையள் இருந்ததடி பிள்ளை. போட்டுப்பாத்தன், முளைக்கேல்லை . . .' என்றார் மாமி பரிதாப மாக. கத்திரி விதைகளின் முளைக்கும் திறன் ஆகக் கூடியது மூன்று வருடங்கள் மட்டுமே! மூன்று வருடங்களுக்கு முன்னர், சிட்னிக்கு கடத்திவந்த கத்திரி விதைகள் முளைக்காததில் வியப்பொன்றுமில்லை. செல்லப் பாக்கியம் மாமியை அன்று ஆசுவாசப்படுத்தி வீட்டுக்கு அனுப்புவது எமக்குப் பெரும்பாடாயிற்று. மட்டுவில் முட்டிக் கத்திரிக்காய் விடயத்தில் மாமியின் மண்பற்றை நான் நன்கு அறிவேன். அதற்கும் மேலால், மரபணு சார்ந்த விடயங்களில் இயல்பாகவே எனக்குள்ள ஆர்வம் காரணமாகவும், இது பற்றிய தேடலில் தொடர்ந்து இறங்கினேன்.

2

நான் பிறந்து மண்ணளைந்த கைதடிக் கிராமத்தின் வடக்குப் பகுதியிலிருந்து, 'நவபுரம்–காரைதூ' கடலூடாக நடந்துசென்றால், மட்டுவில் சிவன்கோவில் மேற்கு வீதியில் ஏறலாம். கோடை காலங்களில் கடல் வற்றித் தரவையாகும்போது, கைதடி மக்கள் இதனூடாக நடந்துசென்றே புரட்டாதிச் சனிக்கு, மட்டுவில் சிவன் கோவிலில் எள் எண்ணெய் எரிப்பார்கள். சிவன் கோவிலைச் சுற்றிவர ஏராளமான நாவல் மரங்கள் சடைத்து நின்றன. கோடை காலத்தில் கொழுத்த நாவல் பழங்கள் குலைகுலையாகத் தொங்கும். அவற்றைப் பறித்துச் சாப்பிட்டது இன்றும் இனிமையான நினவுகள்.

இலங்கையில் போர் ஓய்ந்து போக்குவரத்து சீரான காலத்தில் (2012) மனைவியும் நானும் யாழ்ப்பாணம் புறப்பட்டோம். 'நானும் ஊருக்கு வாறனடி பிள்ளை' என்று என்னுடைய மனைவிக்குக் குழையடித்து செல்லப்பாக்கியம் மாமியும் எங்களுடன் இணைந்து கொண்டார். போர்க்காலத்தில் அவரது மட்டுவில் வீடு இடிந்து சீரழிந்ததும், அதனால் கைதடியில் எங்களுடன் நிற்பது வசதியென்பதும் இதற்கான மேலதிகக் காரணங்கள்.

நாங்கள் மூவரும் ஒரு நாள் 'நவபுரம்–காரைதூ' தரவையூடாக மட்டுவில் கிராமத்துக்கு நடந்தே சென்றோம். சிவன் கோவிலைச் சுற்றியுள்ள நாவல் மரங்கள் போர்க்காலத்தின் சுவடுகளாக மொட்டையாக நின்று எங்களை வரவேற்றன. கத்திரிச் செய்கைகள் போர் காரணமாகக் கைவிடப்பட்டதாகவும், அங்கொன்றும் இங்கொன்றுமாக அரிதாக வளர்ந்த மட்டுவில் கத்திரிகள் பராமரிப்பில்லாமல் கலப்படைந்து விட்டதாகவும் சிவன் கோவில் குருக்கள் சொன்னார். மட்டுவில் கிராமம் எங்கும் சுற்றி அலைந்தபோது குருக்கள் சொன்னது உண்மையெனத் தெரிந்தது. அங்கு விளைந்த கத்திரிகள் நீள்வட்ட வடிவமாகவும் பால்வெள்ளை நிறம் மறைந்து, பச்சை கலந்தும் தோன்றின.

மட்டுவில் கிராமத்துக்குக் காலாதிகாலமாக 'கியாதி'யை ஏற்படுத்திய முட்டிக்கத்திரியின் தூய மரபணுக்களை இனி எங்கே போய்த் தேடுவது என்ற அங்கலாய்ப்பில் மனம் அலைக்கழிந்தபோது, 'மரபணு என்றால் என்ன? என்று, ஒரு கேள்வியைக் கேட்டு நிலைமையைச் சுமுகமாக்கினான் குருக்களின் மகன் சர்வேஸ்வரன். அவன் இந்த வருடம் பத்தாம் வகுப்புச் சோதனை எடுக்கிறான். அவனுக்கு விஞ்ஞான ஆர்வம் நிறையவே இருப்பதைப் பேசிய சிறிது நேரத்தில் தெரிந்துகொண்டேன்.

இதனால் என்னால் முடிந்தவரை, இலகுவாக அவனுக்கு இதுபற்றிய விஞ்ஞானத் தகவல்களைச் சொல்லத் துவங்கினேன்.

'மரபணுவை, பரம்பரை அலகு என்றும் இலங்கையில் சொல்வதுண்டு. ஆங்கிலத்தில் அதை 'Gene' என்பார்கள். இது ஒரு கலத்தின் (Cell) கருவினுள், கண்ணுக்குத் தெரியாத நூல்போன்ற குரமசோமில் (Chromosome) ஒழுங்காக அடுக்கப்பட்டிருக்கும். ஒரு உயிரினத்தின் பாரம்பரிய இயல்புகளை, சந்ததி சந்ததியாகக் கடத்தக்கூடிய ஒரு அலகே (Unit), மரபணு எனப்படும். உயிரினங்களின் இனப்பெருக்கத்தின்போது பெற்றோர்களிடமிருந்து அவர்களின் சந்ததிகளுக்கு இந்த மரபணுக்கள் கடத்தப்படுகின்றன.'

'இதனால்தான் பாட்டன் பாட்டி, தாய் தகப்பனின் இயல்புகள் பிள்ளைகளுக்கும் வருகுதெண்டு கொஞ்சம் இலகுவாய் சொல்லுங்கோவன். பட்டப் படிப்புக்கு விரிவுரை எடுத்தமாதிரி சொன்னால் தம்பிக்கு என்னெண்டு விளங்கும்' என்று, என்னை மடக்கினாள் என்னுடைய மனைவி.

'உடலில் நிகழும் ஆயிரக்கணக்கான 'இரசாயனச் செயல் முறை'களுக்கும், 'உயிரியல் இயல்பு'களுக்கும் தேவையான தகவல்கள் இந்த மரபணுக்களில் பதியப்பட்டுள்ளது' எனத் துவங்கிய என்னை மீண்டும் மறித்து, 'ஒரு கணினியிலுள்ள சிறிய மென் தகட்டில் (Computer–Chip) எப்படி பல்லாயிரக்கணக்கான தகவல்கள் சேமிக்கப்படுகின்றனவோ, அதேபோல மரபணுக்களிலும் உயிரியல் தரவுகள் பதியப்பட்டிருக்கும்' எனச் சொல்லி விஷயத்தை இலகுவாக்கினாள் மனைவி. எங்கள் வீட்டில்கூட பல சிக்கலான விஷயங்களைப் பிள்ளைகளுக்கு இலகுவாகச் சொல்லிப் புரியவைப்பவள் அவளே!

நான் தொடர்ந்தேன். 'உயிரியல் தரவுகள் என்னும்போது அது பார்த்தறியக்கூடிய இயல்புகளாகவோ (நிறம், வடிவம்), முகர்ந்து அல்லது ருசித்து அறியக்கூடியதாகவோ அன்றிப் பார்த்து அறிய முடியாத இயல்புகளாகவோ (பரம்பரை நோய்கள்) இருக்கலாம்...'

எனது அறிவியல் விளக்கங்கள் சர்வேஸ்வரனின் பத்தாம் வகுப்பு அறிவுக்குக் கடினமாக இருந்திருக்க வேண்டும். தன்னுடைய தலையைச் சொறிந்தபடி 'மட்டுவில்' கத்திரிகள் கலப்படைந்து விட்டதாக அப்பா சொன்னாரே, அதைக் கொஞ்சம் விளக்கமாய்ச் சொல்லுங்கோ...' எனக் கேட்டுக் கதையின் போக்கை மாற்றினான்.

'தாவரங்கள் இயற்கையாகக் கலப்படைவது அயல் மகரந்தச் சேர்க்கையூடாகவே! வெள்ளைநிற மட்டுவில் முட்டிக் கத்திரிச் செடியின் அருகே ஊதாநிறக் கத்திரிச் செடிகளை நட்டுவளர்த்தால் அயல் மகரந்தச் சேர்க்கை இயல்பாகவே நடைபெறும். ஊதாநிறக் கத்திரியின் மகரந்த மணிகளிலுள்ள 'விந்தணு'க்கள், வெள்ளை நிற மட்டுவில் கத்திரியின் 'சூல்முட்டை'யுடன் இணைந்து கருக்கட்டி, கருமுளை *(Embryo)* உருவாகும் . . .'

உரையாடலின் நடுவே, குருக்களம்மா சிவன்கோவிலில் அன்று அபிஷேகம் நடந்ததாகச் சொல்லிப் பொரித்த மோதகங்களை என் முன்னே வைத்தார். கோவில் மடப்பள்ளியில் பொரித்த, மோதகங்களின் சுவையைச் சொல்லிப் புரியவைக்க முடியாது. சுவைத்தவர்களுக்குத்தான் அதன் அருமை தெரியும். ஒரு வாய்க்குள் அடங்கக்கூடிய இனிப்பான சின்னச்சின்ன மோதகங்கள் அவை. பொரித்த மோதகங்கள் ஒவ்வொன்றாக என் வாய்க்குள் சங்கமமாகிக்கொண்டிருந்தன.

'இனிக்காணும். 'சுகர்' ஏறப்போகுது. தம்பி கேட்டதுக்கு மறுமொழியைச் சொல்லி முடியுங்கோ. 'கருமுளையிலை' *(Embryo)* நிப்பாட்டி, மோதகம் சாப்பிடத் துவங்கின்னீங்கள் . . .' எனச்சொல்லி விட்ட இடத்தை நினைவுபடுத்தினாள் என்னுடைய மனைவி.

'விந்தணு'க்களும், 'சூல்முட்டை'யும் இணைந்து உருவான 'கருமுளை'யில், ஒவ்வொரு இயல்புக்கும் (நிறம், வடிவம், காய்கனிகளின் சுவை) தாயினதும் தந்தையினதுமாக இரு மரபணுக்கள் பொறுப்பாக இருக்கும். இவற்றில் எது ஆட்சியுடையதாகவும் வீரியமுள்ளதாகவும் இருக்கிறதோ, அந்த இயல்பே அடுத்த சந்ததியில் வரும்.'

'அப்போ, ஊதாநிறக் காய் காய்க்கும் கத்திரிச் செடியின் மகரந்த அணுக்கள், மட்டுவில் கத்திரியில் கருக்கட்டினால் என்ன நடக்கும்?' எனக் கேட்டு நான் விளக்கம் சொல்லுவதை இலகுவாக்கினான் சர்வேஸ்வரன்.

'மட்டுவில் முட்டிக் கத்திரிச் செடியிலுள்ள பல இயல்புகள் (வெள்ளை நிறம், வடிவம், சுவை ஆகியன), ஊதாநிறக் கத்திரிச் செடிகளின் இயல்புகளுடன் ஒப்பிடும்போது பின்னடைவான தாகவும் வீரியம் குறைந்ததாகவும் நம்பப்படுகிறது. இதனால்தான் கலப்படைந்த வெள்ளைநிற மட்டுவில் முட்டிக் கத்திரி, அடுத்த சந்ததியிலேயே தனக்கே உரித்தான இயல்புகளை இழக்கின்றன . . .'

அதுவரை குருக்கள் வீட்டுச் சைவச்சாப்பாடு தந்த மயக்கத்தில், தூணில் சாய்ந்து அரைத்தூக்கம் போட்ட செல்லப்பாக்கியம் மாமி மெல்ல எழுந்து எங்களருகில் வந்தார். தூக்க மயக்கத்திலும் எங்கள் சம்பாஷணை அனைத்தையும் அவர் கேட்டிருக்க வேண்டும்.

'எட தம்பி, அப்ப எங்கடை யாழ்ப்பாணத்துக்குப் பெருமை சேர்த்த கறுத்தக் கொழும்பான் மாம்பழமும், கொடிகாமத்துப் பிலாப்பழமும், நீர்வேலி மண்ணில் விளைந்த இதரை வாழைப்பழமும் தங்களின் தூய பரம்பரைச் சுவைகளுடன் இப்போ இல்லை எண்டு சொல்லுறியோ?'

'அப்பிடி நான் சொல்லேல்லை மாமி. உண்மையான இயல்புகளெல்லாம் கொண்ட இந்த மரங்கள், யாரோ ஒருவருடைய பின்வளவில் இன்றும் இருக்கக்கூடும். அவை முறையாக ஆவணப்படுத்தப்பட்டு, கலப்படையாமல் தொடர்ந்து பாதுகாக்கப்பட வேண்டுமென்றுதான் சொல்லுறன்.'

'பரம்பரை அலகுகள் கலப்படையாது, எங்களின் பாரம்பரியமான தாவரங்களை எப்பிடி பாதுகாக்கிறது எண்டு சொல்லுங்கோ' என ஆக்கபூர்வமானதொரு கேள்வியுடன் குறுக்கிட்டான் சர்வேஸ்வரன்.

'பரம்பரை அலகுகளை (மரபணுக்கள்) விதைகளாகவும் பதியன்களாகவும் எமது முன்னோர்கள் பாதுகாத்து வந்தார்கள். விதைகளை அயல் மகரந்தச்சேர்க்கை நடைபெறாத தாவரங்களிலிருந்து சேகரித்தே அவர்கள் பாதுகாத்தார்கள். பதியன்களை அல்லது வெட்டுத் துண்டங்களைப் பதிவைத்தோ அல்லது ஒட்டியோ (தண்டு, அரும்பு ஒட்டல் – *Grafting, Budding*) இயல்புகள் மாறாமல் பாதுகாக்கப்பட்டன. நவீன முறையில் பரம்பரை அலகுகள் இளையவளர்ப்பின் மூலமும் *(Tissue Culture)* திரவ நைதரசனில் உறைகுளிரில் *(Cryopreservation)* பாதுகாத்தலின் மூலமும் பாதுகாக்கப்படுகின்றன.'

எனது விஞ்ஞான விளக்கங்களைக் கேட்டுக்கேட்டு, செல்லப்பாக்கியம் மாமிக்கு 'புளிப்பத்தி' இருக்க வேண்டும்.

'கண்டறியாத விஞ்ஞான விண்ணாணங்களை விட்டிட்டு விஷயத்துக்கு வா தம்பி. கத்திரிக்கண்டு ஓராண்டுப் பயிர். வருசம் வருசம் கொட்டை போட்டுத்தான் பயிர் செய்யிறனாங்கள். கத்திரிக் கொட்டைகளை எப்பிடி பாதுகாக்கிறதெண்டு முதலிலை சொல்லு' எனச் சீறிவிழுந்தார், செல்லப்பாக்கியம் மாமி. இதுவரையில் இப்படி அவர் என் முன்னால் கதைத்தது கிடையாது. மட்டுவில் முட்டிக் கத்திரிக்காய் மீதுள்ள அடங்காத பாசம்

அவரை இவ்வாறு பேசவைத்துள்ளது என்பதை நானறிவேன். இந்நிலையில் கத்திரிக் கண்டுகளை 'ஒட்டி' *(Graft)* ஓராண்டல்ல, பல வருடங்கள் தொடர்ந்து பயிர் செய்யமுடியுமென்ற விஞ்ஞான உண்மையைச் சொல்லி அவரை மேலும் வெறுப்பேற்ற விரும்பவில்லை. அத்துடன் மட்டுவில் விவசாயிகளுக்கு அதை இலகுவில் சொல்லிப் புரியவைக்கிற சமாச்சாரமுமல்ல. எனவே விதைகளை எப்படி நமது முன்னோர்கள் பராமரித்தார்கள் என்பதைச் சொல்லத் துவங்கினேன்.

'காலாதிகாலமாக, மண் பானைகளில் விதைகளைப் பாதுகாக்கும் முறையே தொடர்ச்சியாகப் பின்பற்றப்பட்டு வந்துள்ளது. பாரம்பரிய விதைகளைப் பாதுகாக்க முன்னோர்கள் 'விதைக்கலசங்களை'ப் பாவித்தார்கள். மண்ணாலான கலசங்கள் விதைகளைக் குறைந்த வெப்ப நிலையில், குளிர்ச்சியாக வைத்துக்கொள்ளும். பாரம்பரியக் குயவர்களின் உதவியுடன் உறுதியான, பல தடுப்புக்கள் கொண்ட மண் கலசங்கள் உருவாக்கப் படும். வேம்பு, நொச்சி, தங்கள் பகுதியில் கிடைக்கும் மருத்துவ குணமுள்ள மூலிகைகள் ஆகியவற்றை சிறிய துண்டுகளாக வெட்டி மஞ்சள் கலந்து மண்கலசங்களில் தூவுவார்கள். பின்னர் கலசங்களிலுள்ள தடுப்புகளில் விவசாயிகள் விதைகளை வைத்து நீண்ட காலத்துக்குப் பாதுகாப்பார்கள். மூன்று வருடங்களுக்கு ஒருமுறையாகுதல் இந்த விதைகள் புதுப்பிக்கப்படல் வேண்டும்.'

அதுவரை எமது உரையாடல்களைப் பொறுமையாகக் கேட்டுக்கொண்டிருந்த கோவில் குருக்கள், 'என்னோடை ஒருக்கா வாருங்கோ . . .' என எங்களைக் கோவில் பூங்கொல்லைக்கு அழைத்துச்சென்றார். அங்கு அபிஷேகத் தீர்த்தம் வழிந்தோடும் வாய்க்கால் அருகே, வில்வ மரத்தையொட்டிய ஒரு மூலையில், நான்கைந்து காய்களுடன் மட்டுவில் முட்டிக்கத்திரிச்செடி ஒன்று எங்களை வரவேற்றது. பல வருடங்களாக அந்தச் செடி அங்கேயே நிற்பதாகவும், சில கத்திரிக்காய்கள் முத்தி அழுகிவிழ, அதன் கொட்டை மீண்டும் முளைத்துச் சந்ததி சந்ததியாக அதே இடத்திலேயே கத்திரிச்செடி நிற்பதாகச் சொல்லி செல்லப்பாக்கியம் மாமியின் வயிற்றில் பால் வார்த்தார், கோவில் குருக்கள்.

சந்தேகமேயில்லை, 'சாட்சாத்' அது ஒறிஜினல் மட்டுவில் முட்டிக்கத்திரிச் செடியேதான்!

இந்தச் சம்வத்தின் பின்னர், மாமி அதிகம் அலட்டிக் கொள்ளவில்லை. தெளிந்த முகத்துடன் அடிக்கடி தரைவையூடாக மட்டுவில் கிராமத்துக்குச் சென்றுவந்தார். கார் பிடித்து சாவகச்சேரிக்கும் போனார். ஆறேழு நாட்களின் பின்னர்

‘மட்டுவிலில் ஒரு கூட்டம் இருக்குத் தம்பி, நீ வரவேணும்’ என்று மொட்டையாகத் தகவல் சொல்லி, என்னையும் மனைவியையும் வலுக்கட்டாயமாக ‘திறீவீலர்’ பிடித்துக் கூட்டிச்சென்றார்.

சிவன்கோவில் வெளிமண்டபத்தில் பழைய விதானைமார், கிராம சேவகர்கள், ஆசிரியர்கள், விவசாய ஓவசியர், தென்மராட்சிப் பகுதிக்கான விவசாய அதிகாரி, பல்கலைக்கழக விவசாயபீடத்தினர், விவசாயிகள் எனப் பலர் அமர்ந்திருந்தார்கள்.

‘இது எமக்கே உரித்தான பாரம்பரியப் பயிர்களைப் பாதுகாப்பதற்கான ஆலோசனைக் கூட்டம், உனது தலைமையில் . . .’ என்று மாமி சொன்னதும், செல்லப்பாக்கியம் மாமிக்கு இவ்வளவு ஓர்மமா என வியப்பால் விறைத்துப்போனேன்.

கூட்டத்தைக் கோவில் குருக்கள் தேவாரம்பாடித் துவங்கி வைத்தார். பயிர்களின் பரம்பரை அலகுகள் பாதுகாக்கப்பட வேண்டியதன் முக்கியத்துவத்தை, விவசாயிகளுக்கும் புரியும்படி சொல்லுமாறு தென்மராட்சிப் பகுதிக்கான விவசாய அதிகாரி என்னைக் கேட்டுக்கொண்டார். கூட்டத்தில் செயற்குழு தெரிவு செய்யப்பட்டுப் பல ஆலோசனைகள் முன்வைக்கப்பட்டன.

கூட்ட இறுதியில் ஏகமனதாகக் கீழ்கண்ட முடிவுகள் எடுக்கப்பட்டன:

1. புதிய இனங்கள், வழக்கத்திலுள்ள இனங்கள், பாரம்பரிய இனங்கள் ஆகியவற்றைப் பதிவு செய்தல்.
2. பதிவுசெய்யப்பட்ட இனத்தின் சிறப்பியல்புகளைக் கண்டறிந்து ஆவணம் செய்தல்.
3. மட்டுவில் முட்டிக் கத்திரிக்காய் போன்ற விவசாயிகளின் தனித்துவமான இனங்களைக் குறியீடு செய்தல், பட்டியலிடுதல்.
4. புதிய இனங்களுக்கான தனித்தன்மை, ஒத்த குணாதிசயம், நிலைப்புத் தன்மை ஆகியவற்றை ஆய்வு செய்யப் பயன்படும் நெறிமுறைகளை விவசாய இலாகாவுடன் இணைந்து உருவாக்குதல்.
5. மரபணு (பரம்பரை அலகு) சேமிப்பு நிலையமொன்றை *(Germplasm Centre)* பிரதேச ரீதியாக நிறுவி, தாவர இனங்களைப் பராமரித்தல்.

நிறைவாக செல்லப்பாக்கியம் மாமி எழும்பினார்.

‘இதுக்கெல்லாம் பணத்துக்கு எங்கை போறதெண்டு யோசியாதையுங்கோ. இப்ப சொல்லப்போற முடிவை நான்

விவசாய அதிகாரிக்குச் சொன்னப் பிறகுதான் அவர் கூட்டத்துக்கு வரவே ஒத்துக்கொண்டவர். என்ரை சீமான், வாத்தியார் விட்டிட்டுப்போன காசும், மாதாமாதம் எனக்கு வரும் விதவைப் பெஞ்சன் காசும் சேர்ந்து, அறுபது லட்சம் ரூபா வங்கிக் கணக்கிலை இருக்கு. அதை நிரந்தர வைப்புக் கணக்கிலை போட்டுவிடுறன். அதிலைவாற வட்டிக்காசை எடுத்து இதுக்குப் பாவியுங்கோ. காலாதிகாலமாய் நாங்கள் ஆண்டனுபவிச்ச காணியள், பிறந்து வளர்ந்த வீடு வளவெல்லாம் இப்ப அழிஞ்சுபோச்சு. இந்தக் காசெண்டாலும் நல்ல விஷயத்துக்குப் பயன்படட்டும்' எனச் சொல்லி அமர்ந்தார் மாமி.

நான் உட்படச் சபையிலுள்ள அனைவரும், உறை நிலையிலிருந்து மீண்டுவருவதற்குச் சிறிது நேரம் பிடித்தது.

'செல்லப்பாக்கியம் மாமிக்கு இவ்வளவு பரந்த மனசா?' மனைவிக்குக் கேட்கும்படி குசுகுசுத்தேன்.

'இனிமேலெண்டாலும் மற்றவையைக் குறைச்சு மதிப்பிடுகிறதை இண்டையோடை விட்டிடுங்கோ...' என என் மண்டைக் 'கெறு'வில் ஓங்கிக் குட்டுவைத்தாள் என்னுடைய மனைவி.

உண்மைதான்! மாமி செய்தது சின்ன விஷயமல்ல.

சிவன் கோவில் வாசலிலே, செல்லப்பாக்கியம் மாமி விஸ்வரூபமாக அன்று எல்லோர் முன்னிலையிலும் உயர்ந்து நின்றார்!

2014

3

வரகு மான்மியம்

1

கோயில் குருக்கள் தொலைபேசியில் தொடர்பு கொண்டதாக மனைவி சொன்னாள்.

கோயில் கும்பாபிஷேகத்துக்கு வரகு வேணுமாம்!

'வரகுக்கு, இங்கிலிசிலை என்ன பெயர்? எனவும் ஐயர் கேட்டவர். கோயில் விஷயமப்பா, சாட்டுச் சொல்லித் தப்பாமல் எடுத்துக் குடுங்கோ . . .'

மனைவியின் குரலில் கட்டளையின் தொனி இருந்தது. கோயில் குத்தம், குடும்பத்துக்குக் கேடு வரும் என்ற பயம் அவளுக்கு.

விவசாயப் பேராசிரியரான ஒருவர், வரகு எங்கே கிடைக்கும் என்ற தகவல் உட்பட, விவசாயம் சம்பந்தப்பட்ட அனைத்து விஷயங்களிலும் சகலகலா வல்லவனாக இருக்க வேண்டுமென்ற எதிர்பார்ப்பு, ஆஸ்திரேலியாவிலே கோயில் மணியோசை எழுப்பும் குருக்களுக்கு!

கோயில் கோபுரத்தின் உச்சியிலே, அதன் உயரத்துக்கும் அகலத்துக்கும் ஏற்றவாறு ஐந்து, ஏழு, ஒன்பது, பதினொன்று என ஒற்றை இலக்க எண்ணிக்கையில் கலசங்கள் உண்டு. கலசங்களுள் வரகு, நெல்லு, சாமை, குரக்கன் போன்ற தானியங்கள் கும்பாபிஷேகத்தின்போது நிரப்பப்படும். சில கோயில்களில், வரகை மாத்திரம் எல்லாக் கலசங்களிலும் நிரப்புவார்கள். இடியையும்

ஆசி. கந்தராஜா

மின்னலையும் தாங்கும் சக்தி வரகுக்கு உண்டென்றும், அது ஒரு இடிதாங்கியாகச் செயல்படுமென்றும் இதற்குக் காரணம் சொல்லப்படுவதும் உண்டு. இது விஞ்ஞானரீதியாக நிரூபிக்கப் பட்டதாகத் தெரியவில்லை. கோபுரக் கலசங்களிலுள்ள தானியங்கள், பன்னிரண்டு வருடங்களுக்கு ஒருமுறை நடைபெறும் கும்பாபிஷேகத்தின்போது மாற்றப்பட்டு, புதிய தானியங்கள் நிரப்பப்படும் மரபினைக் கோயில் குருக்களும் உறுதிசெய்தார்.

இந்தியாவிலுள்ள பிரபலமான கோவிலொன்றின் கும்பாபிஷேகத்துக்கு விவசாயத்துறைப் பேராசிரியர் ஒருவருடன் கடந்த ஆண்டில் சென்றிருந்தேன். அந்தக் கோயிலின் கட்டட அமைப்பு பன்னிரண்டாம் நூற்றாண்டின் தமிழ்க் கட்டடக் கலை சார்ந்தது என்று சொன்னார்கள். சரியான தகவல் தெரிய வில்லை. பேராசிரியரின் தந்தை அந்தக் காலத்தில் இந்தியத் திரைப்பட விநியோகஸ்தராய்க் கொழும்பில் வாழ்ந்தவர். தனது பட்டப் படிப்பைப் பேராசிரிய நண்பர் இலங்கையில் மேற்கொண்டபோது யாழ்ப்பாணத்துப் பெண்ணைக் காதலித்துத் திருமணம் செய்தவர். இந்த உறவின் காரணமாகவும் எங்களுக்குள் நெருக்கம் ஏற்பட்டிருக்கலாம். பேராசிரியர் பணிபுரியும் பல்கலைக்கழக உபயத்தில், அவரே தெற்பை அணிந்து கும்பாபிஷேகத்துக்குத் தலைமை ஏற்றதால், கோபுரத்தின் உச்சிக்குச் செல்லும் சந்தர்ப்பம் வாய்த்தது. பதின்மூன்று பாரிய கலசங்களிலிருந்த பல்வேறு வகையான தானியங்களை மாற்றும் சடங்குகள் அங்கே நடந்தன. பின்னர், நடுவிலுள்ள பெரிய கலசத்தில் வரகை மாத்திரம் நிரப்பினார்கள். இரண்டு கலசங்களிலே ஒரு தானியம் என்கிற கணக்கில் மற்றைய கலசங்களில் ஆறு தானியங்கள் நிரப்பப்பட்டன.

'வரகு இடிதாங்கியாகச் செயற்படுவதாகச் சொல்கிறார்களே, உண்மையா?' என் சந்தேகத்தைப் பேராசிரியரிடம் கேட்டேன்.

'சொல்வதுண்டு. இதில் இருக்கும் உண்மைத்தன்மை ஆராய்ச்சிக்குரியது. தானியங்களை நிரப்புவதன் உண்மைக் காரணம் அதுவல்ல. இது 'Germplasam Conservation' எனப்படும் பரம்பரை அலகுகளைப் பாதுகாக்க, சைவத் தமிழர்களான நமது மூதாதையர் செயற்படுத்திய நடைமுறை என்பது ஐதீகம். முற்றுமுழுதாக விதைகளை நம்பியே பண்டைய காலங்களில் விவசாயம் நடந்தது. விவசாயத்தில் விதைகளின் வாழுமையும் (Viability) வீரியமும் முக்கியமானது. இதனால் விதைகளின் 'முளைக்கும் திறனை' நீடிக்க, நம்முன்னோர் சில முன்னேற்பாடுகளைச் செய்திருக்கலாம். நீங்கள்தான் பரம்பரை அலகுகளைப் பாதுகாக்கும் தொழில்நுட்பத்தில், நிபுணராச்சே! கலசங்களுள் இருந்தெடுத்த பழைய தானியங்களின் 'முளைக்கும்

திறனை' எனது ஆய்வுகூடத்தில் சோதித்துப் பாருங்களேன், உண்மை தெரிந்துவிடும்' என்றார் நண்பர்.

அநேகமான விதைகளுக்கு, அதன் முளைக்கும் திறன், ஓர் ஆண்டுக் காலம் மட்டுமே நிலைத்திருக்கும். முதல் வருடத்திலிருந்த வீரியம் அடுத்த வருடத்தில் இருக்காது. மாங்கொட்டையின் முளைக்கும் திறன் மூன்று மாதங்கள் மட்டுமே. விளா, வில்வம், கறிவேப்பிலை, தோடை, எலுமிச்சை, நாரத்தை ஆகியன ஒரே குடும்பத் தாவரங்கள். இவற்றின் விதைகளைப் பழத்திலிருந்து பிரித்த ஒருசில வாரங்களுக்குள் விதைக்க வேண்டும்.

இன்றைய விஞ்ஞான யுகத்தில் மழை, வெள்ளம், புயல், இடி போன்றவற்றினால் ஏற்படும் இயற்கை அழிவுகளினாலோ, யுத்தங்களினாலோ, அல்லது நோய்களினாலோ, பயிர்கள் அனைத்தும் அழிந்துபோனால், பரம்பரை அலகுகளைப் பாதுகாக்கும் நிலையங்களிலிருந்து ('Germplasm Bank') விதைகளையோ தாவரங்களையோ பெற்று விவசாயத்தைத் தொடர முடியும். இதற்கு இப்போது பல நவீன தொழில்நுட்பங்கள் உண்டு. பரம்பரை அலகுகளைப் பாதுகாக்கும் வங்கியில் விதைகளாகவோ, கலங்களாகவோ (Cells) அல்லது இழையங்களாகவோ (Tissue) இவை பாதுகாக்கப்படுகின்றன. திரவ நைதரசனில் −180 பாகை சதமளவு (°C) உறைநிலையில், இவற்றைப் பலநூறு வருடங்களுக்குச் சேதமுமின்றிப் பாதுகாக்கும் முறையும் பயிற்சியில் உள்ளது.

கலசங்களிலிருந்து சேகரித்த தானியங்களுடன், ஆய்வுக் கூடத்துக்குச் சென்று, தானியங்களின் முளைக்கும் திறனைப் பரிசோதித்தேன். பேராசிரியர் சொன்னது உண்மைதான். பன்னிரண்டு வருடங்களுக்குப் பின்பும், ஐம்பத்திரண்டு சதவீதமான வரகும், முப்பதுக்கும் நாப்பதுக்கும் இடைப்பட்ட சதவீத எண்ணிக்கையில் மற்றைய தானியங்களும் முளைக்கும் திறனைக் கொண்டிருந்தமை என்னை வியப்பிலாழ்த்தியது. கலசங்கள் செய்யப்பட்ட உலோகக் கலவை, பன்னிரண்டு வருடங்களாக தானியங்களின் முளைக்கும் திறனைப் பாதுகாத்து வைத்திருக்க வேண்டும் என்கிற முடிவுக்கு வரலாம். ஆனால், இன்றைய கோயில்களிலே வைக்கப்படும் கலசங்கள் அதே உலோகக் கலவையில் செய்யப்படுகின்றனவா? அல்லது அந்த உலோகக் கலவை என்ன என்பதற்கான சான்றுகள் எதுவும் எனக்குக் கிடைக்கவில்லை.

பேராசிரிய நண்பரின் உறவுப் பெண் ஒன்று குழந்தை வரம் வேண்டிச் சுற்றாத கோயில் இல்லை. இம்முறை சந்தித்தபோது கருத்தரித்து மிகவும் மகிழ்ச்சியாக இருந்தார். ஐ.வி.எவ். (IVF – Invitro Fertilization) முறைப்படி கருத்தரித்தாகப் பேராசிரியர்

சொன்னார். ஐ.வி.எவ். மூலம் கருத்தரித்தலுக்கும், தாவரங்களின் பரம்பரை அலகுகளைப் பாதுகாக்கும் நடைமுறைதான் கடைப்பிடிக்கப்படுகின்றது. இங்கும் பெண்ணின் கரு முட்டை அல்லது ஆணின் விந்து திரவ நைதரசனில் பாதுகாக்கப்படும். இது 'கருமுட்டை/விந்து' வங்கி எனச் சொல்லப்படும். தம்பதிகளின் விந்தும் முட்டையும் ஆரோக்கியமாக இருந்து, கருக்கட்டலில் மாத்திரம் சிக்கல் இருப்பின், தந்தை தாய் இருவரினதும் முட்டையும் விந்தும் பரிசோதனைக் குழாயில் கருக்கட்டப்பட்டு, தாயின் கருப்பைக்குள் வைக்கப்படும்.

'கருக்கட்டிய கருவை வைப்பதற்குத் தாயின் கருப்பை ஆரோக்கியமாக இல்லாவிட்டால் என்ன செய்வது?' எனப் பேராசிரியரின் மனைவி கேட்டார். IVF சிகிச்சைக்காக இலங்கையிலிருந்து சென்னை வந்த என் உறவுப் பெண் ஒருத்தி இத்தகைய பிரச்சினையை எதிர்நோக்கியதை நான் அறிவேன்.

'அதற்குத்தான் வாடகைத் தாய்மார்கள் உள்ளார்களே. இந்த வசதி இந்தியாவிலும் உண்டு. தம்பதிகளின் கரு, வாடகைத் தாயின் கருப்பையில் வைக்கப்பட்டு, குழந்தை வளரும். குழந்தை பிறந்ததும் ஒப்பந்தப்படி வாடகைப் பணத்தைக் கொடுத்துவிட்டால் குழந்தை உங்களுடையது.'

'இதென்ன கோதாரியப்பா...' என யாழ்ப்பாணப் பாணியில் சலித்துக்கொண்டார் பேராசிரியரின் மனைவி.

'இதுக்கே தலையில் கையை வைத்தால், இதுக்கென்ன சொல்லப்போறாய்...' எனப் பேராசிரியர் தொடர்ந்தார்.

'கருமுட்டையை விற்பனை செய்யும் பெண்களும், விந்தணுக்களை விற்பனை செய்யும் ஆண்களும் இந்தியா உட்பட எல்லா நாடுகளிலும் உண்டு. கவர்ச்சிகரமான இந்த வியாபாரத்தில், அழகான இளம் பெண்களுக்கும், விடலைப் பருவத்து ஆண்களுக்கும் கிராக்கி அதிகம்.'

'அதை வாங்கி என்னப்பா செய்யிறது?'

'குழந்தை இல்லாத தம்பதியினருள் பலருக்கு, ஒன்றில் ஆணின் விந்து அல்லது பெண்ணின் முட்டை, கருக்கட்டும் வல்லமையற்றதாக இருக்கும். இவர்களுக்காகத்தான் இந்த வியாபாரம். பெற்றோரின் உயிரணுக்கள் எதுவுமேயில்லாத, பிறரின் பிள்ளையைத் தத்தெடுப்பதிலும் பார்க்க, இந்த முறையில் விந்தையோ அல்லது முட்டையையோ வாங்கி ஐ.வி.எவ். (IVF) முறைமூலம், பரிசோதனைக் குழாயில் கருக்கட்டிப் பிள்ளை உருவானால், ஒன்றில் தாயினதோ அல்லது தந்தையினதோ உயிரணுக்கள் அந்தக் குழந்தையில் இருக்குமல்லவா?'

‘சோரம்போய் பிள்ளை பெறுவதுக்கும் இதுக்கும் என்ன வித்தியாசமப்பா?’

‘வம்பிலை பிள்ளை பெறுகிறதென்று, உன்னுடைய யாழ்ப்பாணப் பாஷையில் வெளிப்படையாகவே சொல்லு, நீ தமிழ்க் கலாச்சாரத்தில் ஊறிய மனுஷி. இப்பெல்லாம் பெண்கள் கலியாணம் கட்டாமலே ‘எனக்கு இன்னமாதிரியான குழந்தைதான் வேண்டுமென’ விந்தணுக்களை ‘விந்துவங்கியில்’ வாங்கி, பிள்ளை பெறுவது மேலைத் தேசங்களில் பெருமளவில் நடைபெறும் சமாச்சாரம்.’

‘அம்மாவின் பாஷையிலை சொன்னால், இது கடையிலை கேக் செய்ய ஓடர் குடுக்கிற மாதிரித்தான்’ என இடையில் புகுந்து கொமன்ற் அடித்தான் பேராசிரியரின் மகன்.

‘பெண் ஓரினச் சேர்க்கையாளர்கள் இந்த முறை மூலம்தான் பிள்ளை பெற்றுக்கொள்ளுகிறார்கள். இவர்கள், எமக்கு இன்னின்ன இயல்புகள் கொண்ட ஆணின் விந்தணுதான் வேண்டுமென விந்து வங்கியில் வாங்கி, தமக்கு விரும்பியபடி குழந்தையைப் பெற்றெடுக்கிறார்கள்’ என இதுபற்றி ஒரு அறிவியல் பிரசங்கம் செய்தார் பேராசிரியர்.

பேராசிரியரின் மனைவிக்கு எங்களுடைய உரையாடல் பிடிக்கவில்லை என்பது அவரின் முகத்தில் தெரிந்தது. ‘உலகம் அழியப்போகுது . . .’ எனப் புறுபுறுத்தவாறே எங்களுக்கான சாப்பாட்டைத் தயாரிப்பதற்காகச் சென்றுவிட்டார்.

‘மாதத்துக்கு ஒரு கருமுட்டையே பெண்ணின் சூலகத்தி லிருந்து (Overy) வெளிவரும். அது வெளிவரும் கால இடைவெளி ஆளுக்கு ஆள் வேறுபடும். பின்பு எப்படி இந்த கருமுட்டை வியாபாரம் இந்தியாவில் களைகட்டுகிறது?’ எனத் தன் ஐமிச்சத்தை வெளியிட்டான் பேராசிரியரின் மகன். அவன் மரபியல் (Genetics) பட்டப்படிப்பில் முதலாம் ஆண்டு மாணவன்.

‘பன்றி, முயல், பூனை, நாய் போன்ற விலங்குகளுக்கு ஒரே தடவையில் பல முட்டைகள் உதிர்வதால் ஒரே தடவையில் பல குட்டிகளை ஈனுகின்றன. ஆனால் மனிதர்கள் அப்படி யல்ல . . .’ என விளக்கம்சொல்ல முனைந்த என்னை இடைமறித்து, ‘மனிதர்களுக்கும் ஒரே சூலில் பல குழந்தைகள் பிறக்கின்றனவே . . .?’ என இடைக் கேள்வி ஒன்றைச் செருகினான் மகன்.

‘இது உடலுக்குள் நடைபெறும் எதிர்பாராத கோர்மோன் (Hormone) மாற்றத்தால் நிகழ்வது. சூலகத்திலிருந்து (Overy) அரிதாகப் பல முட்டைகள் உதிர்ந்தால், அவை விந்துகளுடன் இணைந்து கருக்கட்டும்போது மனிதர்களுக்கும் பல குழந்தைகள் கருப்பையில்

உருவாகும். சில வேளைகளில் ஒரு முட்டை இரண்டாகப் பிரிந்து கருக்கட்டும்போது, ஒத்த உருவமுள்ள இரட்டைக் குழந்தைகள் (Identical Twins) பிறப்பதுண்டு. இந்த 'உடற்தொழில் இயல்பே' கருமுட்டை வியாபாரத்துக்கு வழிவகுத்தது. கோமோன்களைச் செயற்கையாக ஊசிமூலம் ஏற்றும்போது ஒரே தடவையில் பல முட்டைகள் வெளிவரும். இதைத்தான் விற்பார்கள்' எனக் கூறினேன்.

'முப்பது வயதுக்குட்பட்ட அழகான ஏழைப் பெண்களைத்தான் பணத்தைக் காட்டி இதற்கு இணங்கவைக்கிறார்கள். தொடர்ந்து இதைச் செய்த பெண்கள், கோர்மோன்களின் பக்க விளைவுகளினால் உருக்குலைந்து அலைவது பற்றி 'சொல்வதெல்லாம் உண்மை' என்ற தொலைக்காட்சியில் சமீபத்தில் காண்பித்தார்கள்' என்று பேராசிரியர் விரிவாகவே விளக்கினார்.

என்னதான் விஞ்ஞான விளக்கங்களாக இருந்தாலும், எங்கள் சம்பாஷணையில் மகன் கலந்துகொண்டது பேராசிரியரின் மனைவிக்குச் சங்கடத்தை ஏற்படுத்தியிருக்கலாம். 'கதைச்சது காணும் சாப்பிட வாருங்கோ' என அழைத்தார்.

நான் பேராசிரியர் வீட்டுக்குப் போகும்போதெல்லாம் அங்கு யாழ்ப்பாணத்துச் சமையல்தான். தமிழ்நாட்டில், இட்லியும் தோசையும் சட்னியும் சாம்பாரும் சாப்பிட்டு நாக்குச் செத்துப்போயிருக்கும் எனக்கு, பேராசிரியர் வீட்டுச் சாப்பாடு எப்பொழுதும் விருந்தாகவே இருக்கும். அன்று குழாய்ப் புட்டும் நிறைய நல்லெண்ணெய் ஊற்றி வதக்கிய கத்திரிக்காயும், அதற்கு உவப்பாக நாட்டுக்கோழிக் குழம்பும் வைத்திருந்தார்.

பேராசிரியர் வீட்டுச் சாப்பாடு பற்றி, சாய்மனைக் கதிரையில் சாய்ந்தவாறே நனவிடை தோய்ந்த என்னைத் தட்டி எழுப்பி, கோயில் கும்பாபிஷேகத்தை நினைவூட்டினாள் என் மனைவி. இந்தத் தொல்லை இப்போதைக்கு நிற்கப்போவதில்லை. வரகு வீட்டுக்கு வருகிறவரை இது தொடர்ந்து இருக்குமென்பது எனக்கு நன்றாகவே தெரியும். கோயிலுக்குத் தேவையான வரகை இந்தியப் பேராசிரிய நண்பரைத் தொடர்பு கொண்டுதான் பெற்றுக் கொடுக்க வேண்டும். இலங்கையில் வரகு இப்போது பயிரிடப்படுவதில்லை. சாமை மிக அரிதாகப் பயிரிடப்படுவதாக எனது பால்ய நண்பன் பாலன் சொன்னான். சலரோக வியாதிக்காரருக்குக் குரக்கன் தேவைப்படுவதால் அது பரவலாக அங்கு பயிரிடப்படுவதாக அறியலானேன்.

உடல் உழைப்பற்ற சொகுசு வாழ்க்கையால் இப்போது பலருக்கும் சர்க்கரை வியாதி. இதனால் குரக்கன்மா

அவுஸ்திரேலியாவிலுள்ள இலங்கை இந்தியச் சரக்குக் கடைகளில் தாராளமாக வாங்கலாம். கேரளாவிலிருந்து 'ராகிப் புட்டுமா' என்ற பெயருடன் இறக்குமதியாகும் குரக்கன் மா நல்லதென்று என் மனைவி சான்றிதழ் வழங்குவதில் சலிப்படைவதேயில்லை.

சென்ற நூற்றாண்டின் அறுபதுகளுக்கு முன்னர், யாழ்ப்பாணத்தில் வரகு, சாமை, குரக்கன் ஆகிய சிறுதானியங்கள் பெருமளவில் பயிரிடப்பட்டன. இவற்றைப் பொதுவாக மிலற் *(millet)* என ஆங்கிலத்தில் அழைப்பார்கள். இவற்றின் பொதுப் பெயர்கள் நாட்டுக்கு நாடு, இடத்துக்கு இடம் மாறுபடும். குரக்கனைக் கேரளாவில் ராகி என்றும் தமிழ்நாட்டில் கேழ்வரகென்றும் அழைப்பார்கள். இதற்கு ஆபிரிக்கன் மிலற் என்ற பெயரும் உண்டு. இதன் லற்ரின் விஞ்ஞானப் பெயர் *Eleusine coracana.* ஆங்கிலத்தில் பொதுவாக *Finger millet* என்பார்கள். இவற்றின் கதிர்கள் ஐந்து கைவிரல்களைப்போலத் தோன்றுவதால் இந்தக் காரணப் பெயர் வந்திருக்கலாம். இதன் பூர்வீகம் எதியோப்பியாவின் மேட்டு நிலம் என்று விக்கிப்பீடியாத் தகவல்கள் தெரிவிக்கின்றன.

வரகை ஹிந்தியில் கோத்ரா *(Kodra)* என்பார்கள். ஆங்கிலேயர்களின் வாயில் கோத்ரா திரிபடைந்து *Kodo millet* ஆகியது, தெலுங்கில் இதை *Arikelu* என்றும், கன்னடத்தில் *Harka* என்றும் அழைப்பார்கள். கபிலர் தன் பாடலில் (115) 'ஈன்றணிய மயிற் பேடையை ஒத்து' வரகுக் கதிர் விளைந்திருந்தது எனவும் குறிப்பிட்டுள்ளார்.

சாமையின் பொதுப்பெயரில் சில குளறுபடிகள் உண்டு. இதை கம்பு என தமிழ்நாட்டில் தவறாகச் சொல்வதும் உண்டு. சாமைக்கு *Pearl Millet, Little Millet* என்ற ஆங்கிலப் யெர்களை உசாத்துணை நூல்கள் சொல்கின்றன. *Panicum Sumatrense* என்பதே இதன் லத்தீன் விஞ்ஞானப் பெயர். இவை அனைத்தும் மூன்று மாதப் பயிர்கள். வரகு வளருவதற்கு மிகச் சிறிதளவு தண்ணீர் போதுமானது. அது தரிசு நிலத்திலும் வளரும். சாமை குரக்கன் ஆகிய பயிர்கள், யாழ்ப்பாணத்தில் புகையிலை வெட்டிய பின்பு தோட்டத்தில் பயிரிடுவார்கள். இவற்றிற்கு அதிகபட்சம் இரண்டு இறைப்புப் போதும்.

மொட்டைக் கறுப்பன் நெல்லரிசியும் சாமை அரிசியும் கலந்து ஆக்கிய சோறும், வேலம்பிராய் கடலில் பிடித்த விளைமீன் குழம்பும், முருங்கையிலை வறையும் எனக்கு மிகவும் பிடித்தமான உணவு. இதோடு கொஞ்சம் ஒடியல் புட்டையும் கலந்துவிட்டால் அதன் சுவைக்கு நிகர் எதுவுமில்லை. இவையெல்லாம் எனது அம்மாவின் கைப்பக்குவத்தில் நான் சுவைத்துச் சாப்பிட்டவை.

என்னுடைய மனைவிக்கு இவை புரியாது. அவளது பார்வையிலோ நான் ஒரு படித்த பட்டிக்காட்டான்!

தொண்ணூற்று இரண்டு வயதை அடைந்த என்னுடைய அம்மா இன்றும் சிட்னியில் வாழ்கிறார். கடந்த இரண்டு வருடங்களாக அவருக்கு 'அல்ஷைமர்' எனப்படும் ஞாபக மறதி நோய். என்னைக்கூட அடையாளம் காணமாட்டார். ஆனால் பழையதெல்லாம் நல்ல ஞாபகம். இந்த வியாதியின் இயல்பு இது. அவரை நிஜ உலகத்துக்கு கொண்டுவர முயலும் பயிற்சிகளில் ஒன்றாக 'அம்மா, என்ன சாப்பிட்டீர்கள் ...' என நான் கேட்பேன். 'சோறும் குரக்கன் புட்டும் வெந்தையக் குழம்பும்' என்பார் எப்பொழுதும். இவை இயல்பாகவே அவரது அடிமனதிலிருந்து வரும் வார்த்தைகளேயல்லாமல், சுய சிந்தனையில் வருவதல்ல என்பதைப் புரிந்துகொண்டேன்.

அம்மாவின் சகோதரியின் கணவன் – எனது பெரிஜயா – ஒரு விவசாயி. அவர்களுக்குக் குழந்தையில்லை. நாங்கள் கூட்டுக் குடும்பமாகக் கைதடியில் வாழ்ந்தோம். ஐயாவும் பெரிஜயாவும் சண்டை போட்டதை நான் பார்த்ததில்லை. ஒருவரை ஒருவர் மதித்து ஊரில் மிக மரியாதையாக வாழ்ந்தவர்கள். பிறைவசி *(Privacy)* நாடி தனிக்குடித்தனம் போகும் இந் நாள்களில் இவையெல்லாம் நம்பமுடியாத பழைய சமாச்சாரங்கள்.

சென்ற நூற்றாண்டின் அறுபதுகளின் நடுக்கூறு வரை யாழ்ப்பாணத்தில் புகையிலைதான் காசுப்பயிர். மண்ணின் தன்மைக்கேற்ப தாவடி, கோண்டாவில், இணுவிலைச் சுற்றியுள்ள கிராமங்களில் 'சீவு காம்பு' எனப்படும் சுருட்டுப் புகையிலை பயிரிடுவார்கள். மற்றைய கிராமங்களில் தறிகாம்பு பயிரிட்டார்கள். தறிகாம்பு புகையிலைக்குப் பனங்கட்டிப் பாணிபோட்டு, தென்னம் பொச்சும் பனை ஊமலும் எரித்து வரும் புகையில் உலரவிடுவார்கள். இதற்காகவே வீட்டுக்கு வீடு களிமண்ணாலான வட்டவடிவ 'புகைக் குடில்கள்' இருந்தன. தறிகாம்புப் புகையிலை சுருட்டுச் சுத்தப் பயன்படாது. இது சீவு காம்பு போல நிண்டெரியாது எனத் திறம் சுருட்டுக்களை மாத்திரம் புகைக்கும் என்னுடைய ஐயா சொன்னார். தறிகாம்பு புகையிலை வாய்க்குள் போட மட்டுமே பயன்படும். மலையகத் தமிழர்களிடையேயும் சிங்களவர்களிடையேயும் இதற்குக் கிராக்கி அதிகம். பாடம் பாடமாக அப்போது இவை யாழ்ப்பாணத்துக்கு வெளியே அனுப்பப்பட்டன. 'புகையிலை விற்றபின் கடனை அடைக்கிறேன்' என்று சொல்லி அக்காலங்களில் காசு கடன் வாங்குவார்கள். பின்னர் ஸ்ரீமாவோ அரசு உள்ளூர் உற்பத்தியை ஊக்குவிக்க மிளகாய் உட்படப் பல விவசாய விளைபொருட்களின் இறக்குமதியை நிறுத்தவே, மிளகாய் விலை திடீரென

உயர்ந்தது. இதனால், மிளகாய் காசுப் பயிரானது. யாழ்ப்பாண விவசாயிகளெல்லாரும் புகையிலை பயிரிடுவதைக் குறைத்து மிளகாய் பயிரிட்டுத் திடீர்ப் பணக்காரர்களானார்கள். செத்தல் மிளகாய் விற்ற காசில் சிலர் உழவு மிசின் வாங்கினார்கள். மண் வீடுகள் கல்வீடுகளாக மாறின. வீட்டுக்கு வீடு நீர் இறைக்கும் இயந்திரங்கள் வந்தன. அதுவரை தோட்டத்தில் பட்டை இறைப்புத்தான். பெரிஐயாவும் பட்டை இறைப்பில்தான் பயிர் செய்தார். கைதடி மண்ணிற்குத் தறிகாம்பு புகையிலைதான் நன்றாக வளர்ந்தது. இருப்பினும் விவசாயத்தில் புரட்சி செய்வதாக நினைத்து, ஒருமுறை சீவுகாம்பு சுருட்டுப் புகையிலை பயிரிட்டுக் கையைச் சுட்டுக் கொண்டதுமுண்டு.

யாழ்ப்பாணத்தில் பல தோட்டங்களுக்கு நடுவில் ஒரு பொதுவான கிணறு இருக்கும். பட்டை இறைப்புக்கு நேரமெடுக்குமாதலால் இரவுபகலாக முறைவைத்து இறைப்பார்கள். பெரிஐயாவின் தண்ணீர் இறைப்புக்குத் துலா மிதிப்பது கட்டையர். ஆழக் கிணறென்றால் இரண்டு பேர் துலா மிதிப்பதுமுண்டு. துலாமிதிப்பது இலேசுப்பட்டதில்லை. ஒரே சீராக மேலும் கீழும் ஏறி இறங்குமாறு, முன்னும் பின்னுமாகத் துலாவில் நடந்துவர வேண்டும். கரணம் தப்பினால் மரணம் என்ற நிலை. இரவு இறைப்பின்போது அலுப்பிலும் நித்திரையிலும் துலாவால் தவறி விழுந்து முடமானவர்களும் இறந்தவர்களும் பலர். ஆனால் கட்டையர் துலாமிதிப்பில் விண்ணன் என்று பெயரெடுத்தவர். அவர் நன்கு பாடுவார். 'சதிலீலாவதி' படப் பாடல் தொடக்கம், காத்தவராயன் கூத்துப் பாடல்வரை ராகம் தாளம் தப்பாமல் பாடுவதில் அவரை யாரும் வெல்ல ஏலாது. இரவு நேர இறைப்பில் துலா மிதிக்கும்போது நித்திரையிலே கீழே விழுந்துவிடாமல் இருக்க, கட்டையர் காத்தவராயன் கூத்துப் பாடல்களைக் குரலெடுத்துப் பாடுவார். அவரின் பாட்டு இறைக்கும் மூவரையும் விழிப்பாக வைத்துக்கொள்ளும். பட்டைக் கொடி பிடித்து, கிணத்து மிதியடியில் நின்று தண்ணீர் இறைப்பது சோமர். பெரிஐயா பயிர்களுக்கு அளவாகத் தண்ணீர் விட்டுப் பாத்தி கட்டுவார். தண்ணீரை வீணாக்காத சொட்டுநீர்ப் பாசனம் நடைமுறைக்கு வந்த இக்காலகட்டத்தில், பாத்தி களில் தண்ணீர் விடும் 'வெள்ளநீர்ப் பாசனமே' *(Flood Irrigation)* இன்றும் குடாநாடெங்கும் பயன்பாட்டிலுள்ளது. இது எதிர்காலத்தில் குடாநாட்டை வறண்ட பூமியாக்கிவிடும் என்ற கவலை எனக்கு எப்போதும் உண்டு.

கட்டையர், சோமர் போன்றவர்களை, ஊரிலுள்ள ஒவ்வொரு கமக்காரர்களும், பட்டை இறைப்புக்காகத் தங்களுடன் வைத்துக்கொண்டார்கள். இவர்கள் பெரும்பாலும்

தாழ்த்தப்பட்ட சமூகத்தைச் சேர்ந்தவர்கள். இவர்களிடம் விவசாய நிலமில்லை. இவர்கள் தங்கள் உடலுழைப்பை நம்பி உயர்சாதிக் கமக்காரர்களைச் சார்ந்து வாழ்ந்தார்கள். இவர்களுக்கு நாள்கூலியோ மாதச்சம்பளமோ இல்லை. விளைபொருட்களும் சாப்பாடும் மட்டும் கொடுக்கப்பட்டது. அத்துடன் அவர்கள் வீட்டில் நடந்த நல்லது கெட்டதுகளையும் பார்த்துக்கொள்வார்கள்.

அநேகமாக பெரிஐயா அதிகாலை இறைப்பையே விரும்புவார். இறைப்பவர்களுக்கு அதிகாலையில் களைப்புத் தெரியாது. பெரிஐயா நாலுமணிக்கு எழும்பி, வீட்டு முற்றத்தில் நின்று உரத்துக் 'கூ ...' என்பார். கட்டையரும் சோமரும் பதிலுக்கு, 'கூ . . .' என்பார்கள். அலை பேசியில்லாத அந்தக் காலத்தில் 'கூ . . .' தான், அவர்களின் தகவல் பரிமாற்றத்துக்கான சாதனம்.

பெயர்தான் கட்டையரே தவிர அவர் உருவத்தில் கட்டையில்லை. திடகாத்திரமான நெடிய உடம்பு. இப்பொழுதெல்லாம் '*Four Pack, Six Pack*' உடம்புக்காக இளைஞர்கள் ஜிம்முக்கு அலைவார்களே? கட்டையர் ஜிம்முக்கு போகாமலே வரகும் குரக்கனும் சாமையும் சாப்பிட்டு அத்துடன் உடல் உழைப்பும் சேரவே அவருக்கு '*six pack*' உடம்பு தானாகவே வந்தது. அவர் கறுப்பென்றாலும் மினுமினுத்த கறுப்பு நிறம். விதி வசத்தால் அவர் இலங்கையில் பிறந்தார். மேலைத் தேசத்திலென்றால், வெள்ளைக்காரிகள் மத்தியில் அவர் நல்ல மவுசுடன் வாழ்ந்திருப்பார்.

யாழ்குடாநாட்டில் தோட்டங்களுக்கு அருகே அண்ணமார், வைரவர், புதிராயர், வீரபத்திரர் போன்ற ஏதோவொரு சுவாமிக்குக் கோயிலிருக்கும். எண்பதாம் ஆண்டுகள் வரை இச்சுவாமிகள் கல்லாக, மரத்தின் கீழ் மழையில் நனைந்தோ அல்லது ஓலைக் கொட்டிலிலோ குடியிருந்தார்கள். வருடத்துக்கு ஒருமுறை, அறுவடைக் காலங்களில் பொங்கலோ பூசையோ இக் கோவில்களில் நடைபெறும். கூடுதலாக அண்ணமார் கோயில்களிலே காத்தவராயன் கூத்தும் நடைபெறும். கைதடியில் காத்தவராயனாக வேஷம் கட்டுவது எங்கள் கட்டையரே. அவரிடமிருந்த நடிப்பாற்றல், பாடும் திறனெல்லாம் பெரிஐயாவுக்கு துலாமிதித்ததில் தொலைந்துபோனதோ எனப் பிற்காலத்தில் நான் நினைத்ததும் உண்டு. இப்பொழுதெல்லாம் இந்த உபரிச்சுவாமிகள் 'இன்னாரின் உபயம்' என்ற பெயர் விலாசத்துடன், வெளிநாட்டுக் காசில், கோபுரத்துடன் கூடிய வர்ணக் கட்டடங்களில், தினப் பூசைகள் கண்டு சுகமாக வாழ்வது தனிக் கதை.

புகையிலை வெட்டுவதற்கு முன்பு, எங்கள் ஊர் வழக்கப்படி பெரிஐயா தோட்டத்துக்கு நடுவே படையல் சடங்கினை மேற்கொள்வார். அன்று எங்கள் வீட்டுச் சமையல் அறை (குசினி) திமிலோகப்படும். பெரிய பெரிய மண் பானைகளில் வரகுச்சோறு, சாமைச்சோறு எங்கள் வயலில் எங்களின் சாப்பாட்டிற்காகவே உரம் போடாமல், மாட்டுச் சாணமும் சாதாளையும் போட்டு விளைவித்த மொட்டைக்கறுப்பன் நெல்லரிசிச் சோறும் ஆக்கப்படும். வெங்கலப் பானையில் வரகு, சாமை, நெல் அரிசிகள் மூன்றும் கலந்து பனங்கட்டி வெல்லம் சேர்த்து பொங்கல் வைத்தல் சமையலிலே அம்மாவின் பங்கு. எங்களின் வயலில் விளைந்த அரிசிச்சோறு சமைக்கும்போது உப்புப் போடுவதற்குப் பெரியம்மா அனுமதிக்கமாட்டார். உப்புப் போட்டால் வயல் உவர்பத்திப்போகும் என்பது அவரது யாழ்ப்பாண மண்ணின் கலாச்சாரம்.

படையலுக்காகப் பலவிதமான மீன் வகைகள் கோவிலாக்கண்டி கடற்கரையிலிருந்தும் சாவகச்சேரி சந்தை யிலிருந்தும் பெரிஐயாவுடன் சந்தைக்குப் போகும் சோமர் வாங்கிவருவார். கோவிலாக்கண்டி கொய் மீன் பெயர் பெற்றது. கொய் மீனில் நிறைய முள்ளிருக்கும். ஆனாலும், அதில் பச்சை மிளகாய், சின்ன வெங்காயம் அரிந்து போட்டுவைக்கும் தேங்காய்ப் பால் சொதியின் சுவை கலாதியானது. பெரிஐயா மீன் வாங்குவது மரியாதைக் குறைவு என்பது, பெரியம்மாவின் அபிப்பிராயம். அதனால் கூடப்போகும் சோமரே மீன் வாங்குவார்.

படையலுக்கு பெரிஐயாவின் தோட்டத்தில் விளைந்த பயத்தங்காய், பாகற்காய், கத்திரிக்காய், மரவள்ளிக்கிழங்கு, மற்றும் பல வகை மீன்கறிகள், குரக்கன் புட்டு, ஒடியல் புட்டு எல்லாம் அமர்க்களமாக எமது வீட்டுக் குசினியில் தயாராகும். இரவானதும், பனையோலைகளில் கோலிய தட்டுவங்களில் அவை பரிமாறப்பட்டுச் சுருட்டு, சாராயம், சுட்ட கருவாடு சகிதம் புகையிலைக் கன்றுகளுக்கு நடுவில் படைக்கப்படும். படையலிலே தண்ணீர் தெளித்ததும் அவை கட்டையருக்கும் சோமருக்குமுரியது. படையல் முடிந்து பெரிஐயா வீடு வந்ததும் நாங்கள் சாப்பிடலாம். சின்ன வயதில் பெரிஐயா வீடு வருவதற்கு முன்னர் நான் தூங்கிவிடுவேன்.

இப்போது நான் பேராசிரியராகி உலகமெல்லாம் சுற்றி ஐந்து நட்சத்திர ஹோட்டல்களில் அரச செலவில் தங்கிச் சாப்பிட்டாலும், தோட்டத்துப் படையலின்போது நான் சாப்பிட்ட பெரியம்மாவின் மீன் கறிக்கும் அம்மாவின் புக்கையின் சுவைக்கும் ஈடு இணை எதுவுமில்லை என்று சத்தியம் செய்வேன். வரகு சாமை போன்ற சிறு தானியங்களும் நெல் அரிசியும் கலந்து

சமைத்த சோறு சுவையானது மட்டுமல்ல ஆரோக்கியமானதும் கூட!

கோவில் குருக்கள் ஒரு விடாக்கண்டர். கோவில் கும்பாபிஷேகத்துக்கு வரகு வேண்டுமென்று நேரடியாக என்னைப் பல்கலைக்கழகத் தொலைபேசியிலே தொடர்புகொண்டு சொன்னார்.

அடுத்த நாள் வந்தது மின்னஞ்சல்!

கென்யாவிலுள்ள யொம்மு கென்யாட்டா விவசாய பல்கலைக்கழகத்திலிருந்து அந்த மின்னஞ்சல் வந்திருந்தது!

உலக வங்கியின் ஆதரவுடன் நடைபெறும் சிறு தானியங்கள் பற்றிய ஆராய்சிக் கருத்தரங்கில் பங்குபற்றி, சிறப்புரையாற்றுமாறு என்னை அழைத்திருந்தார்கள். ஆபிரிக்கக் கிராமங்களில் வாழும் சுதேசிகளுக்கு இன்றும் சிறு தானியங்களே ஆதார உணவாகப் பயன்படுகின்றன. மழை குன்றி, நீர்த்தேக்கங்கள் படிப்படியாக உவர் செறிவு பெற்று ஆபிரிக்கா உட்பட வளர்முக நாடுகள் அனைத்திலும் பஞ்சம் தலைகாட்டும் இன்றைய சூழலிலே, சிறுதானியங்கள் உற்பத்தி செய்யப்படுவதன் அவசரத்தேவையை உலக வங்கி சரியாகவே கணித்திருந்தது.

கும்பாபிஷேகத்துக்கு வரகு பெற்றுக்கொடுப்பதற்கு, முருகனே இந்த அழைப்பை அனுப்பியதாக என்னுடைய மனைவி மனப்பூர்வமாக நம்பியதுடன் 'வரகு வருகுது' என கோவில் குருக்களுக்கும் தொலைபேசியில் சொல்லிவிட்டாள்.

வரகும் சாமையும் குரக்கனும் நாலாயிரம் வருடங்களுக்கு முன்பு, ஆபிரிக்காவிலிருந்தே இந்தியாவுக்குக் கொண்டுவரப் பட்டதாக உசாத்துணை நூல்கள் தெரிவிக்கின்றன. அங்கிருந்தே இவை இலங்கைக்கு வந்ததாம். சிறு தானியங்களின் உற்பத்திக்குச் சிறிதளவு நீர் போதுமானது. இதிலும் வரகு, உவர் நிலத்திலும் தரிசு நிலத்திலும் வளரும். கென்யா கிராமங்களில் சுதேசிகளால் காலம் காலமாக வரகு விளைவிக்கப்படுகிறது. வரகும் தினையும் அவர்களின் நித்திய உணவு வகைகள். வரகு வறட்சியைத் தாங்கும் சக்தி கொண்டது. வரகுக்குப் பல அடுக்குத் தோல்கள் உள்ளதால் பல வருடங்களுக்குச் சேமித்துவைக்கலாம். இதன் காரணமாகத்தான் கோயில் கோபுரக் கலசங்களில், வரகைச் சேமித்துவைக்கும் பழக்கம் வந்திருக்க வேண்டும் என ஊகிக்கலாம்.

புலம்பெயர் வாழ்க்கையில், அம்மாவும் நானும் மட்டுமே எங்கள் வீட்டில் தமிழ்க் கடைகளில் கிடைக்கும் குத்தரிசியில் ஆக்கிய நெல்லுச் சோறும், குரக்கன் புட்டும், ஒடியல் புட்டும், தனித்தோ கலந்தோ சாப்பிடுவதுண்டு. குத்தரிசி நெல்லுச் சோறு

அவியும்போது, ஒருவகை நாத்தமடிப்பதாக மகன் அரவிந்தன் சொல்லுவான். அவன் பல்கலைக்கழகம் சென்ற பின்பு அவனுக்கு *Four Pack* அல்லது *Six Pack* உடம்பு தேவை என்கிற மோகம் ஏற்பட்டது. இதைத்தான் இன்றைய இளம் பெண்கள் விரும்புவதாக அறிந்தேன். உடற்பயிற்சி நிலையத்தின் அறிவுறுத்தலின்படி நார்ச்சத்தும் புரதச்சத்தும் நிறைந்த குரக்கனும் வரகும் தீட்டாத நெல்லரிசிச் சோறும் இப்போது சாப்பிடத் துவங்கிவிட்டான். இன்றைய இளவல்கள், வீட்டிலுள்ளவர்களைவிட வெளியிலுள்ளவர்களின் வார்த்தை களையே பெரிதும் நம்பிப் பின்பற்றுதல் காலத்தின் கோலமாகும்!

'சிறு தானியங்களின் மேல் ஏன் இந்தத் திடீர்ப் பாசம்?' என ஒருநாள் அரவிந்தனைக் கேட்டேன்.

'வரகு, சாமை, குரக்கன் போன்ற சிறு தானியங்களில், புரதமும் நார்ச்சத்தும் மிகமிக அதிகம். அதே வேளை மாச்சத்து மிகவும் குறைவு. நூறு கிராம் சாமையில் 9.3 மில்லிகிராம் இரும்புச் சத்து உண்டு என்றால் பார்த்துக்கொள்ளுங்களேன். உங்களுக்குத் தெரியுமா அப்பா, குரக்கனில் இருதய நோய்க்கு ஏற்ற 'நிறைவுறாத கொழுப்பு' நிறையவே இருக்கிறது' எனக் கணினியில் தான் அறிந்த தரவுகளை அடுக்கிக்கொண்டே போனான் மகன்.

மகனின் பிரசங்கத்தைக் குசினியிலிருந்து கேட்டுக் கொண்டிருந்த என்னுடைய மனைவியால் சிரிப்பை அடக்க முடியவில்லை. 'வரகுக்கும் நீ போற ஜிம்முக்கும் என்னடா சம்பந்தம்?' எனக் கேட்டாள்.

'அம்மா, நான் ஜிம்முக்குப் போறது உடம்பிலுள்ள கொழுப்பைக் கரைத்து, தசைகளைப் பெலப் படுத்தி, அவற்றைப் பல அடுக்குகளாக மெருகேற்றி, உடம்பை நேர்த்தியாக வைத்துக்கொள்ள. இதற்கு வரகு நல்லதென ஜிம் பயிற்சியாளர் சொன்னார். சும்மா சிரியாதைங்கோ, உங்கடை மூட்டுவலிக்கும் வரகு சாப்பிட வேண்டுமெண்டு இணையத்திலை இருக்கு' என சீரியஸ்ஸாகவே சொன்னான் மகன்.

கென்யாவில், கென்யாட்டா பல்கலைக்கழகம், யொம்முக் கென்யாட்டா விவசாயத் தொழில்நுட்பப் பல்கலைக்கழகம் என, கென்யாட்டாவின் பெயரில், இரண்டு பல்கலைக் கழகங்கள் உண்டு. கென்யாட்டா பல்கலைக்கழகம் மிகப் பழமையானது. ஆங்கிலேயர்களால் கட்டப்பட்டது. இது ஆயிரம் ஏக்கர் பரப்பளவில் நைரோபி நகரத்திலே பிரதான வளாகத்தைக் கொண்டுள்ளது. இது மருத்துவம் உட்படப் பல பீடங்களையும் உள்ளடக்கிய முழுமையான பல்கலைக்கழகம்.

'யொம்முக் கென்யாட்டா விவசாயத் தொழில்நுட்பப் பல்கலைக்கழகம்' 1981ஆம் ஆண்டு ஜப்பானின் உதவியுடன், நைரோபியிலிருந்து 36 கிலோ மீட்டர் தூரத்தில், நைரோபி–திக்கா நெடுஞ்சாலை அருகே அமைக்கப்பட்டுள்ளது.

கென்யாவின் சுதந்திரத்துக்காகப் போராடியவர் யொம்முக் கென்யாட்டா. இந்தியாவின் மகாத்மா காந்திக்கு ஒப்பானவர். திறமையான பேச்சாளர். இருப்பினும் இவர்மீது, பத்தாம் வகுப்பு படிக்கும்போது எங்கள் பலருக்குப் பயங்கரக் கடுப்பு. சொன்னால் நம்பமாட்டீர்கள். அன்று தொடக்கம் இன்று வரை நாற்பது வருடங்களுக்கு மேலாக யொம்மு கென்யாட்டா, அடிக்கடி கனவில் வந்து என்னைப் பயமுறுத்துகிறார். இவர் கனவில் வராத வேளைகளிலெல்லாம் எலிசபெத் பெனற் (Elizabeth Bennet) என்னுமொரு கற்பனைப் பாத்திரம் என் கனவில் வரத் தவறுவதில்லை.

சகலருமே கனவு காண்கின்றனர். பார்வைக் குறைபாடு உள்ளவர்களுக்கும் கனவுகள் வருகின்றன. மனநலக் குறைபாடு உள்ளவர்கள் சிலரைத் தவிர எல்லோருமே கனவு காண்பதாக சில விஞ்ஞான ஆராய்ச்சிகள் தெரிவிக்கின்றன. மிருகங்களும் கனவுகள் காண்பதாகக் கூறப்படுகிறது. எனது கனவு பற்றி எமது குடும்ப வைத்தியரைக் கேட்டேன்; கனவுகள் ஆழ்மனப் பாதிப்புக்களின் படிமங்கள் என்ற தகவலுடன் தன் வைத்தியத்தை முடித்துக்கொண்டார்.

என்னுடைய கனவுகள் பற்றி இணையத்தில் ஆராய்ந்து, என் இணைய முகவரிக்கே மின்அஞ்சல் அனுப்பியிருந்தான் மகன் அரவிந்தன். அவன் ஒரு கணினிப் பொறியியலாளன். அண்ட சராசரங்களையும் கணினிக்குள்ளேயே அடக்கி வாழும் அவன் ஒரே வீட்டில் இருக்கும் என்னுடன் தகவல்களைப் பரிமாறுவதும் இணையத்தினூடாகத்தான். எலியோட்டமயமாக மாறியுள்ள புலம்பெயர் வாழ்வுக்கு நாம் செலுத்தும் விலை அது என நான் அமைதியானேன்.

கனவுகள், ஆழ்மனதில் படிந்து கிடக்கும் எண்ணங்களின் வெளிப்பாடுகள் என்றும், இயலாமைகளின் வெளிப்பாடுகள் என்றும், நமது ஆசைகளின் பிரதிபலிப்புகள் என்றும், நமது குணாதிசயத்தைக் கண்டுபிடிக்க உதவும் காரணிகள் என்றும் ஏகப்பட்ட விவாதங்களும் ஆராய்ச்சிகளும் உலக அளவில் பல நூற்றாண்டுகளாக நடந்துகொண்டே இருப்பதான பல தகவல்களை அவன் அனுப்பிவைத்தான். அதன்பிறகு மகன் அரவிந்தனின் தூண்டுதலினால் என் அடிமனதைத் துழாவும் வேலையிலே சில சமயங்களில் ஈடுபடலானேன்.

இந்தப் பிரச்சினை நான் பத்தாம் வகுப்பில் படித்தபோது நடந்தது. தமிழாசிரியரான எனது தந்தை ஆங்கிலம் படித்தால்தான் பிற்காலத்தில் பிழைக்கலாம் என்ற எண்ணத்தில், கிறிஸ்தவ பாடசாலையொன்றில் சேர்த்துவிட்டார். அங்கு அரியபூஷணம் ஆசிரியர் எங்களுக்கு ஆங்கிலம் கற்பித்தார். ஐயாவைப்போல வேட்டி நாஷனல் அணிந்த ஒருவர் ஆங்கிலம் கற்பித்தது எனக்கு ஆச்சரியமாகவும் சந்தோஷமாகவும் இருந்தது. நல்லாசிரியர் என்ற சொல்லுக்கு முற்றிலும் தகுதியானவர். கல்விகற்கும் மாணவர்களின் தரமறிந்து ஆங்கில இலக்கணத்துடன் அவர் பாடங்களை ஆரம்பித்தார்.

எங்களின் காலகஷ்டம் அவர் தனது சொந்த ஊர்ப் பாடசாலைக்கு மாற்றலாகிச் செல்ல, கொழும்பிலுள்ள பிரபலக் கல்லூரியொன்றிலிருந்து மாற்றலாகி ஒருவர் எங்கள் பாட சாலைக்கு வந்தார். வந்ததும் மொழிகளில் தான் பாண்டித்தியம் பெற்றவராகத் தம்பட்டம் அடித்துக்கொண்டார். அந்தக் காலத்தில் அவர், பொக்கற் இல்லாத முழுக்கை 'சென் மைக்கல்' ரெர்லின் சேட்டு அணிந்தே வகுப்புகளுக்கு வருவார். எல்லோரிலும் தான் உயர்ந்தவர் என்று காட்டிக்கொள்வதில் முனைப்பாக இருந்தார். எங்களின் போதாத காலம் அவரே எங்களின் ஆங்கில வகுப்புகளை நடத்தினார். அடிப்படை ஆங்கில இலக்கணத்தையே சரியாகப் புரிந்துகொள்ளாத எம்மில் பலருக்கு அவர் கற்பித்தது '*Pride and Prejudice*' என்ற ஆங்கில நாவல் இலக்கியமும், யொம்முக் கென்யாட்டா நிகழ்த்திய உரைகளும். '*Pride and prejudice*' புத்தகத்தை வாசிக்கும்போது அந்த நாவலில் வரும் பெண் கதாபாத்திரமான எலிசபெத் பெனற்றை ஆதியோடு அந்தமாக விவரிப்பதிலேயே எங்கள் பாட நேரம் முடிந்துவிடும். அத்துடன் அவர் விட்டாரா? கென்யாட்டாவின் உரைகளை மனப்பாடம் செய்து வகுப்பில் ஒப்புவிப்பதைக் கட்டாயமாக்கினார். அகில இலங்கை ஆங்கில பேச்சுப் போட்டிக்கு எங்களைத் தயார் செய்வதாக அதற்கு அவர் காரணம் சொல்லிக்கொண்டார்.

இவ்வாறு எத்தனை ஆசிரியர்கள் தங்களின் பெருமைக்கும் அவதிக்கும் மாணவர்களைக் காலாதிகாலமாகப் பலி கொடுத்தார்கள், இன்னும் பலி கொடுக்கிறார்கள் என்பது நான் ஆசிரியத் தொழிலுக்கு வந்த பின்புதான் சரியாகப் புரிந்து கொண்டேன். இதேவேளை, நல்லாசிரிய இலக்கணத்துக்கே உதாரணமாக விளங்கிய ஆசிரியர்களும் எங்களுக்குக் கற்பித்திருக்கிறார்கள் என்பதையும் நன்றிப் பெருக்குடன் நினைவு கூறுகின்றேன்.

கிராமத்திலிருந்து படிக்கச்சென்ற எனக்கும் அப்போது காதல் வந்தது. அது என் முதல் காதல். எங்கள் வகுப்பில்,

ஆங்கில மொழியை வீட்டுச் சூழலிலேயே தம் வசப்படுத்திய ஒரு சிலருள் அவளும் ஒருத்தி. அவள் முன்னால் அந்த ஆங்கில ஆசிரியரால் நான் பட்ட அவமானங்கள் கொஞ்சநஞ்சமில்லை. அந்த அவமானங்கள்தான் இன்றும் என் கனவில் வருகின்றன. இவ்வளவுக்கும் நான் கடைநிலை மாணவனல்லன். பிற்காலத்தில் ஜேர்மனியில் நான் ஆறேமாதத்தில், முன்பின் தெரியாத ஜேர்மன் மொழியைக் கற்று, அந்த மொழியிலேயே டாக்டர் பட்டத்துக்குரிய ஆராய்ச்சிக் கட்டுரைகள் எழுதியதுண்டு. அது மட்டுமல்ல, கடந்த முப்பது வருடங்களுக்கு மேலாக ஜேர்மன், ஆங்கிலம் ஆகிய மொழிகளில் உலகப் பல்கலைக் கழகமெங்கும் விரிவுரைகள் நிகழ்த்துகிறேன். இதை நான் பெருமைக்காகச் சொல்லவில்லை. ‘ஆசிரியர்களே, மாணாக்கரின் தரமறிந்து படிப்பியுங்கள்’ என்கிற என் அநுபவத்தைப் பகிர்ந்துகொள்வதற்கே!

சிறு தானியங்களின் கருத்தரங்கு மாநாடு துவங்கியது. உலகெங்கும் சேகரிக்கப்பட்ட அனைத்து வகையான சிறு தானியங்களையும், அவற்றிலிருந்து தயாரிக்கப்பட்ட உணவு வகைகளையும் காட்சிக்கு வைத்திருந்தார்கள்.

நடு நாயகமாக வைக்கப்பட்ட வரகுக் கதிர்களையும் அதனருகே குமித்திருந்த வரகையும் கண்ட எனக்குப் பரமானந்தம். உடனே எனது ஐபாட் அலைபேசியில் அதைப் படமெடுத்து மின்னஞ்சல் மூலம் மனைவிக்கு அனுப்பினேன்.

‘மகன் அரவிந்தன் தனக்கும் வரகு வேணுமாம். அவனுக்கும் சேர்த்து, உண்டணக் கொண்டுவாருங்கோ’ எனப் பதில் அனுப்பியிருந்தாள் மனைவி.

இறுதி நாளன்று மாநாட்டு ஒருங்கிணைப்பாளர்களிடம் வரகு பற்றிச் சொன்னேன். ‘உங்களுக்கு இல்லாதா? உங்களுக்குச் சிரமமில்லாமல் நாங்களே வரகை விமான நிலயத்துக்கு பொதியாகக் கட்டிக் கொண்டுவருகிறோம்’ என்றார்கள்.

அடுத்த நாள் வரகுக்காக விமான நிலையத்தில் காத்திருந்தேன். பல்கலைக்கழகத்தில் பணிபுரியும் இரண்டு ஊழியர்கள் எனது பெயர் விலாசம் எழுதப்பட்ட வரகு மூட்டையை என்முன் வைத்தபடி, ‘இது உங்களுக்கு’ என சுவகியிலி மொழியுடன் சில ஆங்கில வார்த்தைகளைக் கலந்து சொன்னார்கள். பொதியை நிறுத்துப் பார்த்தேன். சாக்குடன் பத்தொன்பது கிலோ. விமானப் பயணத்திலே என்னுடன் எடுத்துச்செல்வதற்கு இருபது கிலோ பொதியே அனுமதிக்கப்பட்டிருந்தது. என் உடைகளும் புத்தகங்களும் அனுமதிக்கப்பட்ட எடைக்குச் சரியாக இருந்தன. சிட்னிவரை வரகைக் கொண்டுபோக மேலதிகக் கட்டணம் 1890 டொலர்கள் என்றார்கள்.

என்ன செய்வது? மூட்டையைப் பிரித்துக் கட்டுவதற்கும் நிறையைக் குறைப்பதற்கும், வரகைக் கொண்டுவந்தவர்களுடன் பேசிச் செய்வதற்கு மொழிச்சிக்கல். அடிக்கடி மனைவி வேறு என் ஞாபகத்துக்கு வந்து பயமுறுத்தினாள். பறப்புக்கும் நேரமாகி விட்டது. வேறு வழியில்லை.

கிறடிட் காட்டில் பணத்தைச் செலுத்துமாறு மனைவி தயங்காமல் குறுஞ்செய்தி அனுப்பியிருந்தாள். எல்லாச் செலவுகளிலும் இறுக்கிப் பிடிக்கும் என்னுடைய மனைவி, வரகு கோயிலுக்கு என்றவுடன் வெகுவாகவே தாராளம் காட்டியிருக்கிறாள்.

'சுண்டங்காய் கால் பணம் சுமை கூலி முக்காப் பணம்' என்கிற யாழ்ப்பாணத் தமிழர் வழக்கிலுள்ள பழமொழி எனக்கு ஞாபகத்துக்கு வந்தது. இது மனதை உறுத்தவும், எப்போது பறப்புத் துவங்கும் என நான் அந்தரப்பட்டேன்.

ஒருவாறு பறப்புத் துவங்கிற்று.

'வரகுக்கு இங்கிலிசிலை என்ன பெயரெண்டு ஐய்யர் கேட்டவர்!' என்று மனைவி கேட்பதுபோல என் காதில் ஒலித்தது.

'வரகை *Kodo Millet, Indian Paspalum* என்று ஆங்கிலத்தில் அழைப்பார்கள். லத்தீன் மொழியில் அதனுடைய விஞ்ஞானப் பெயர் '*Paspalum Scrobiculatum*' என்று கோயில் குருக்களுக்கு ஆங்கில வகுப்பெடுக்க என்னைத் தயார்படுத்திக்கொண்ட திருப்தியுடன் கண்களை மூடித் தூக்கத்தை வாலாயப்படுத்த முனைந்தேன்.

ஆஸ்திரேலியாக் கண்டத்திலுள்ள கோயிலொன்றின் கலசத்திலே, ஆசியாக் கண்டத்தின் யாழ்ப்பாணவாசியான என் மனைவியின் உபயமாக, ஆபிரிக்காக் கண்டத்தின் கென்யா நாட்டிலே விளைந்த வரகு, பன்னிரண்டு ஆண்டுகள் வாழப்போகின்ற ஒரு மரபின் தொடர்ச்சியை ஊடறுத்து, வரகரிசியும் நெல்லரிசிப்பச்சையும் வெல்லமும் கலந்து ஒரு சக்கரைப் பொங்கல் செய்து, கைதடியிலே பெரியைய்யா வெள்ளாமை செய்த காலத்தின் மீள் உயிர்ப்புப் பெறும் ஒரு நாளினைச் சிட்னியில் உருவாக்கும் கனவுகளிலே, டொலர் இழப்பின் கனதி சற்று இலேசாக, வீடு நோக்கிய என் பறப்புத் தொடர்ந்தது.

2012

4

மரங்களும் நண்பர்களே . . . !

1

‘என்னை ஒரு டாக்குத்தர் ஆக்கிப்போட வேணும்’ என்பதில் அம்மா வலு குறியாக இருந்தார். அம்மா மட்டுமல்ல ஊரிலுள்ள மற்ற அம்மாக்களும் தங்கள் பிள்ளைகளுள் ஒருவரையாவது என்ஜினியர் அல்லது டாக்குத்தராக்க வேணுமென, ‘குத்திமுறி’வார்கள். என்ஜினியர் ஆவதற்குக் கணக்கில் கெட்டிக்காரனாய் இருக்க வேணும். எனக்கு அது மட்டுமட்டு. இருந்தாலும் நல்ல ஞாபக சக்தி. எனவே டாக்குத்தர் படிப்புத்தான் எனக்கு சரிவரும் என்பது அம்மாவின் முடிவு. அம்மாவின் முடிவுக்கு அப்பீல் கிடையாது. இதனால் அம்மாவின் கட்டளைப்படி, நான் உயிரியல் பிரிவில் சேர்ந்து படித்தேன்.

எங்கள் ஊருக்கு அப்போது மின்சாரம் வரவில்லை. துலாக் கிணறு, அரிக்கன் லாம்பு, விறகடுப்புடன்தான் வாழ்க்கை. நாங்கள் குடியிருந்த காணி, அம்மாவுக்கும் பெரியம்மாவுக்கும் சொந்த மான சீதன வளவு, சொரியல் காணி. அடி வளவி லுள்ள துலாக் கிணறும் சொரியல் கிணறுதான். இது அயல் வீட்டாருக்கும் சொந்தமானதால், குளிக்கிற தண்ணீர் எந்த வாய்க்காலில் பாய்வதென்பதில் சண்டை வரும். எங்களுடன் வாழ்ந்த ஆச்சி, வலு கெட்டித்தனமாக இதைச் சமாளிப்பார். அவர் ஒரு கைம்பெண். எத்தனையோ விஷயங்களைத் தனித்து நின்று சமாளித்ததால் வைரம் பாய்ந்த மனுஷி. வெற்றி தோல்விகளை யதார்த்தமாக எடுத்துக்கொள்ளும் பக்குவத்தை ஆச்சியிடம்தான்

கற்றுக்கொள்ள வேணும். இப்படிப்பட்ட ஆச்சியின் வழிகாட்டலில் நாங்கள் கூட்டுக் குடும்பமாகக் குடியிருந்தோம்.

எங்கள் ஊர், ஒரு கலட்டிப் பாங்கான பூமி. இருந்தாலும் பலர் கமத்தை நம்பியே வாழ்ந்தார்கள். பாட்டன், பூட்டன் காலத்தில், கல்லுக் கிளப்பி, மண்கொட்டி, இருவாட்டி மண்ணாக்கப்பட்ட தோட்டங்களில், காசுப் பயிர்களான தறிகாம்பு புகையிலையும், மிளகாயும், பட்டை இறைப்பிலும், மாட்டெருவிலும் அமோகமாக வளர்ந்தன. மேலதிகமாக, கலட்டி நிலங்களை உழுது, விவசாயிகள் வரகு விதைத்தார்கள். புகையிலை வெட்டிய கையோடு தோட்டத்தில் சாமையும் குரக்கனும் பயிரிட்டார்கள்.

சுந்தரமூர்த்தி அண்ணையின் தாயும் ஓர் கைம்பெண். தாயும் மகனுமாகத் தங்களுக்குச் சொந்தமான பனங் கூடலுக்குள், வீடுகட்டி வாழ்ந்தார்கள். உரமாக வளர்ந்த பனை மரங்களை நம்பியே அவர்களின் வாழ்க்கை. பனை மரங்களின் கீழே, கால்நடைகளின் பட்டி. ஊடு பயிர்களாக மரவள்ளி. வீட்டைச் சுற்றி உலாந்தா முருங்கை மரங்கள். மகன் பிறந்த அடுத்த வருஷமே கணவன் இறந்துவிட, கிராமியச் சாதுர்யத்தாலும், சிக்கனப் புத்தியாலும் சுந்தரமூர்த்தி அண்ணையின் தாய், வாழ்கையைத் தேர்போல நகர்த்தினார். ஊரிலுள்ள பல இளவல்களுக்கு சுந்தரமூர்த்தி அண்ணைதான் ‘றோல் மொடல்’. ஆண்களையே திரும்பிப் பார்க்க வைக்கும் ஆறு அடுக்கு உடம்பு. விளையாட்டுப் போட்டிகளில் மாகாண ரீதியாக அவர்தான் சம்பியன். இருந்தாலும் ‘மகன் கொம்மினிஸ்ற் பொன்னரோடை சேர்ந்து திரியிறான், அழியப்போறான்’ என்ற மனப் பயம் தாய்க்கு.

சின்ன வயதில் நான் சுகமாய் இருந்த கனாக்காலம் அது.

மனிதர்கள் மட்டுமல்ல, மரம், செடி, கொடி, பூண்டு யாவும் எனது நண்பர்கள். வீட்டைச்சுற்றி நிறைய பூமரங்களை நட்டிருந்தேன். அவற்றுக்கு நானே அடிவளவுக் கிணற்றிலிருந்து தண்ணீர் அள்ளி, ஊற்றுவேன். அவற்றின் வளர்ச்சி என்னைப் பூரிக்கவைத்தது. பாட்டன் காலத்தில் நட்ட தென்னை மரங்கள் நிறையக் காய்த்தன. இடையிடையே கமுக மரங்கள். கிணத்தைச் சுற்றிக் கதலி, கப்பல், மொந்தன் என வாழை மரங்களைப் பெரியம்மா நட்டிருந்தார். இவற்றுக்குக் குளிக்கிற தண்ணீர் ஒழுங்காகப் பாய்ந்தது. அடி வளவில் இரண்டு பலா மரங்கள் நின்றன. அதில் ஒன்று, கிணத்தையொட்டிச் சடைத்து நின்ற செண்பகவரியன் இனம். சோக்கான பழம், தேன் ஒழுகும். மற்றது கூழன் பலா. இதன் சுளைகள் சிதம்பிய நிலையில் இருக்கும். தொண்டையால் இறங்காது. இதனால் பழுக்க முதலே அதை பிஞ்சிலே ஆய்ந்து, அரிந்து ஆச்சி ஆட்டுக்கு வைத்துவிடுவார்.

ஆட்டுக் கொட்டிலுக்குப் பக்கத்தில் ஒரு கறுத்தக் கொழும்பான் மாமரம், அரைப் பரப்புக் காணியை ஆக்கிரமித்திருந்தது. வீட்டுக் குசினியை அண்டி, சட்டிபானை கழுவும் இடத்தில் அம்மா இதரை வாழைகளை நட்டிருந்தார். இது யாழ்ப்பாணத்து இனம். பழம் சிறிது, ஆனால் சுவை அதிகம். இந்த இனத்தை 'குருக்கன்' எனப்படும் வைரஸ் நோய் தாக்காது. இருந்தாலும் இந்த இனம் இப்போது பராமரிப்பின்றி அழிந்துவிட்டதால், கொழும்பு இதரையே குடாநாட்டிலும் பயிரிடப்படுகிறது. இவற்றின் பழம் பெரிதென்றாலும், சுவையில் யாழ்ப்பாண இதரைக்குக் கிட்டவும் நிற்காது.

ஊரிலுள்ள மரங்களெல்லாம், பெரும்பாலும் 'காடுவசாரி'யாய், கட்டுப்பாடின்றி வளர்ந்தனவே. மரங்களை முறைப்படி கவ்வாத்துப் பண்ணி வளர்த்தால், ஒரு மரம் நின்ற இடத்தில் பல மரங்களை நட்டு நிறைய பலன் பெறலாம் என, இந்தியாவிலிருந்து வெளிவரும் கமத் தொழில் விளக்கச் சஞ்சிகையில் வாசித்தேன். மாமரங்களை வரிசையாக நட வேண்டுமாம். கறுத்தக்கொழும்பான் மாமரங்களை நடும்போது, வரிசைகளுக்கு இடைப்பட்ட தூரம் ஏழு மீட்டரும், வரிசையிலுள்ள மரங்களுக்கிடையில் ஆறு மீட்டரும் இருக்க வேண்டும் என்கிறது கட்டுரை. இது கறுத்தக் கொழும்பான் ஒட்டுக் கண்டுகளுக்கே பொருந்தும். இலங்கையில் தற்போது அறிமுகமாகியுள்ள *Tom JC (TJC)* மாமரத்தின் கிளைக்கூடல் சிறிதாகையால், மேலே சொன்ன அளவில் ஒவ்வொரு மீட்டர் குறைத்தும் நடலாம் என்கிறது உசாத்துணை நூல்.

படிப்பறிவு இல்லாவிட்டாலும், ஆச்சி பட்டறிவுள்ளவர். ஒருமுறை சொல்லிக்கொடுத்தால் 'பக்'கென பிடித்துக்கொள்ளும் கற்பூர புத்தி. விவசாய ஆராய்ச்சி நிலையத்துக்கு அடிக்கடி போய், புதுப்புது விஷயங்களை அறிந்துகொள்வார். அங்கு மரங்களைக் கவ்வாத்துப் பண்ணும் முறைகள் பற்றிக் குறும்படம் பார்த்தவர், அதை அப்படியே செயல்முறை விளக்கங்களுடன் வீட்டில் ஒப்புவித்தார். 'மா மரத்தின் நுனிக் குருத்தே *(Apical bud)* பூக்காம்பாக மாறும்' எனத் துவங்கி, அபிநயங்களுடன் சொல்லத் துவங்கினார் ஆச்சி.

'மாங்காய் பிடுங்கியவுடன் மரத்திலுள்ள அரைவாசிக் கிளைகளை, குத்து மதிப்பாக நான்கு சென்டி மீட்டர் கீழே வெட்டிவிட வேண்டும். இந்த 'வெட்டு' கிளையிலுள்ள கணுவுக்கு மேலே இருக்க வேண்டும். அப்போதுதான் அடுத்துவரும் மாரி மழைக்கு, கணுவில் இருந்து பக்க அரும்புகள் தோன்றி வளர்ந்து, அதன் நுனிக் குருத்து அடுத்த வருடம் பூக்காம்பாகும். இதேபோல அடுத்த வருடமும் மிகுதிக் கிளைகளை வெட்டிவிட வேண்டும் ...'

‘மாமரங்கள் ஓ.கே. மற்ற மரங்கள்?’

‘கொய்யா, அவக்காடோ, மாதுளை போன்ற மரங்களில் பக்கக் கணுவிலிருந்தே பூக்கள் தோன்றுவதால், இவற்றை ஆழமாகவும் கவ்வாத்து பண்ணலாம். வருடாவருடம் கொஞ்சம்கொஞ்சமாகக் கிளைகளைக் கவ்வாத்துப் பண்ணினால், பழங்களின் எண்ணிக்கை சீராக இருக்கும். கவ்வாத்து என்பது அந்தத் தாவரத்தின் உடற் தொழிற்பாட்டுக்கும் காலநிலைக்கும் இயைந்ததாக இருக்க வேண்டும். கண்டபடி கிளைகளை வெட்டி எறியக் கூடாது’ என விஞ்ஞான விளக்கங்களை அவிட்டு விட்ட ஆச்சியின் வாய் நமநமக்க, நாறல் பாக்கை நறுக்கத் துவங்கினார். அவரின் வெத்திலைத் தட்டத்தில் பாக்குவெட்டி, கொட்டைப் பாக்கு, நாறல் பாக்கு, சுண்ணாம்புக் கறண்டம் எல்லாம் இருக்கும். ஆனால் வெற்றிலை இருக்காது. ஆச்சிக்கு எப்பொழுதும் பிஃரஸ்ஸான வெத்திலை தேவை. இதனால் குசினியடி இதரை வாழையின், வெளி மடலுக்குள்ளே வெத்திலையை வைத்து ஒவ்வொன்றாக எடுப்பார். இஞ்சி, பச்சை மிளகாய் போன்ற சமையல் சாமான்களைக் காயாமல் பாதுகாப்பதும் இந்த வாழை மடலுக்குள்தான். உண்மையைச் சொன்னால், மின்சாரம் இல்லாத ஊரில், அதுவே எங்களுக் கான குளிர்சாதனப் பெட்டி.

2

வேதவல்லி அக்காவின் வீடு, வாழைத் தோட்டத்தின் நடுவில் இருந்தது. அது நாலாயிரம் கண்டு தோட்டம். ஆயிரம் கண்டுத் தோட்டம் என்பது யாழ்பாணத்தில் மூன்றரைப் பரப்பு. வடமராட்சியில், செம்மறி ஆடுகள் அடைக்கும் பட்டிக் கணக்கில் தோட்டப் பரப்பைச் சொல்வார்கள். அங்கு முப்பது பட்டி, ஆயிரம் கண்டு, மூன்றரைப் பரப்பு. வேதவல்லி அக்காவின் தகப்பன் கந்தையா திறம் விவசாயி என ஊரில் பெயரெடுத்தவர். அவரின் தோட்டத்தில் கதலி வாழைகள் வலு மூச்சாக வளர்ந்து ஆள் உயரத்துக்குக் குலை தள்ளும். இடையிடையே கப்பல், இதரை, மொந்தன் வாழைகளும் வஞ்சகமில்லாமல் குலைபோட்டன. வருஷா வருஷம் சித்திரை வருஷத்தன்று நடக்கும் மாட்டுவண்டிச் சவாரிப் போட்டியில், கந்தையா அம்மான்தான் சம்பியன். அவரின் சவாரி மாடுகள், முந்தி ஓடும் காட்சி, இன்றும் என் நினைவில் சித்திரமாகப் பதிந்திருக்கிறது.

வேதவல்லி அக்கா, கந்தையா அம்மானின் ஓரே மகள். தோட்டம், துரவு, வயல், என அளவில்லாச் சொத்துக்களுக்குச் சொந்தக்காரி. நல்ல நிறமும் வடிவும். படிப்பில் வலு கெட்டிக்காரி யும் கூட. அவர் டாக்குத்தர் படிப்புக்கு எடுபடுவார் எனப் பள்ளிக்

கூடமும் ஊரும் நம்பியது. ஆனால் தரப்படுத்தல் காரணமாக அவருக்கு விவசாயப் படிப்புக்கே பல்கலைக் கழகத்தில் இடம் கிடைத்தது. அக்காவுக்கு டாக்குத்தர் படிப்புக்கு இடம் கிடைக்காத சங்கதி 'என்னை டாக்குத்தராக்கிப் போட வேணும்' என்ற அம்மாவின் நினைப்பில் விழுந்த சம்மட்டி அடி. இரண்டு மூன்று நாள்கள் ஒழுங்கான சாப்பாடு தண்ணீர் இல்லாமல், கோவிலுக்குப் போய்வந்த பின், அம்மாவின் ஆய்க்கினை இரட்டிப்பானது. வேதவல்லி அக்காவோ டாக்குத்தர் படிப்புக்கு எடுபடாததைப் பற்றி எப்பனும் அலட்டிக்கொள்ளாமல், ஜாலியாகத் திரிந்தார். இதற்கான காரணம் எனக்கு மட்டும்தான் தெரியும்.

அக்கா பல்கலைக்கழகத்தில் விவசாயம் இறுதி ஆண்டு படித்தபோது நான் பிரபலப் பாடசாலை ஒன்றில் ஒன்பதாம் வகுப்பு படித்தேன். அங்கு வாத்திமாரின் கெடுபிடி அதிகம். இதனால் தெரியாததைக் கேட்டுப் படிக்க வேதவல்லி அக்காவிடம் போவேன். வீட்டைச் சுற்றி, மூச்சாக வளர்ந்துநின்ற கதலி மரங்களுக்குக் கீழே, கந்தையா அம்மான், மரக்குத்திகளால் இருக்கைகள் அமைத்திருந்தார். அக்காவுக்குப் பேச்சுத் துணைக்கு யாரும் இல்லாததால், படிப்பு முடிந்தாலும் நீண்ட நேரம் என்னை மறித்து வைத்துப் பேசிக்கொண்டிருப்பார். அது அறுவை யாக இருந்தாலும் அவர் தரும் பனங்காய்ப் பணியாரத்துக்கும், பாணிப் பினாட்டுக்குமாகப் பொறுத்துக்கொண்டிருந்தேன்.

எங்களின் மரக்குத்தி இருக்கையின் மேலே கதலி வாழை, குலை தள்ளி, பொத்தி கைக்கு எட்டிய தூரத்தில் இருந்தது. அப்பொழுது நான் உயிரியல் பாடத்தில் மகரந்தச் சேர்க்கை பற்றிப் படித்துக்கொண்டிருந்தேன். 'மகரந்த மணிகள் சூலகத்தின் குறிக்கு கடத்தப்படுவதே மகரந்தச் சேர்க்கை என்றும், இதன்மூலம் கருக்கட்டி காய் தோன்றுகிறது' என்றும் முத்தையா வாத்தியார் உதாரணங்களுடன் படிப்பித்தார். மற்றய பூக்களுக்கு வாத்தியார் சொல்வது சரி, ஆனால் வாழைப் பொத்தி(பூ) விரியும்போதே காய் வருகிறதே என என் மனதில் தோன்றிய நியாயமான கேள்வியை, 'சுடுதண்ணி' வாத்தியிடம் கேக்கப் பயம். கேள்விக்கு மறுமொழி தெரியாவிட்டால் 'மடக்கிப்போட்டான்' எனப் பழிவாங்கும் பயங்கரப் பேர்வழி முத்தையா வாத்தி. இதனால் வேதவல்லி அக்காவிடம் கேட்டேன்.

பொத்தி விரிந்து இரண்டு சீப்பு காய்வந்த நிலையில், காத்துக்கு முறிந்து சரிந்துகிடந்த, வாழைப் பொத்தியை முறித்து, செயல்முறை விளக்கம் தந்தார் வேதவல்லி அக்கா. எதையும் எப்போதும் வள்ளிசாகச் செய்வதுதான் அக்காவின் இயல்பு.

‘வாழை பொத்தி ஒரு மாறுபட்ட பூங்கொத்து. இதில் ஆண்பூக்களும் பெண்பூக்களும் இருக்கும். பொத்தியின் மடல் விரியும்போது முதலில் சீப்புச்சீப்பாக வருவது பெண்பூக்கள். பெண்பூவில் சூல்ப்பையும் சூல்முட்டையும் இருந்தாலும், அதில் கருத்தரிப்பது இல்லை. வாழையில் மகரந்தச் சேர்க்கை இல்லாமலேயே வாழைக் காய்கள் உற்பத்தியாகின்றன.’

‘ஒஹோ, இதாலை தான் பொத்தியின் மடல் விரிய, காயும் வெளியிலை வாறார் . . .’

‘உண்மைதான். வாழையில் மகரந்தச் சேர்க்கையும் கருக்கட்டலும் நடைபெறாததால், வாழைக் காயில் விதைகள் இல்லை. இதை ‘பார்த்தினோகார்பி’ (*Parthenocarpy*) என்று அழைக்கப்படுகிறது. பெண் பூக்கள் வந்து முடிந்தபின் வருவன ஆண் பூக்கள். இவைக்கு அங்கு வேலை இல்லாததால் உதிர்ந்துவிடும்’ என்ற அக்கா, பொத்தியின் மடல்களை அடுக்கடுக்காக விரித்து, ஆண் பூக்களைக் காட்டி விளங்கப்படுத்தினார்.

‘ஒரு முறை பொத்தி தள்ளி குலை போட்டதும் வாழைமரம் மடிந்துவிடுகிறதே, மற்ற மரங்களைப்போல அடுத்தடுத்துக் குலைபோட்டால் என்ன?’ என எனது ஆதங்கத்தை அடக்க முடியாமல் கேட்டேன்.

‘முதலில் நீ சொன்ன ‘மரம்’ என்ற பதம் வாழையைப் பொறுத்தவரையில் தப்பு. வாழை மரம் என்பது போலி’ என்றவர், சரிந்துகிடந்த வாழைக் குத்தியின் மடல்களை, துச்சாதனன் துகில் உரிவதுபோலக் கழற்றத் துவங்கினார். இறுதியில் எதுவுமே அங்கு எஞ்சவில்லை.

‘பார்த்தாயா, வாழை மரம் என்பது வாழை மடல்கள் ஒன்று சேர்வதால் உருவான போலித் தண்டு (*Pseudo Stem*). பெரும்பாலான செடியினங்களில் தண்டுப்பகுதி மண்ணுக்கு வெளியே, சூரிய வெளிச்சத்தை நோக்கி வளரும். ஆனால், வாழையில் அது கிழங்கு வடிவில் மண்ணுக்கடியில் மட்டும் வளர்கிறது. வெளியில், செங்குத்தாக வளர்ந்துநிற்கும் தண்டு போன்ற பகுதி, இலைக் காம்புகளின் அடிப்பகுதிகள் ஒன்றன்மேல் ஒன்று பற்றி நிற்பதால் உருவாகிய பகுதியாகும். வளர்ந்த செடியில் இவற்றின் ஊடே, நடுவில் சற்றே உறுதியான நாராலானதுபோல் தோன்றும் தண்டுப் பகுதி மலர்க் காம்பாகி, காலக் கிரமத்தில் குலையாக வெளியே வரும். பொதுவாக ஒருமுறை குலை போட்டதும் அந்த முளையிலிருந்து வந்த செடி மடிந்துவிடும். புதிய கன்றுகள் கிழங்கிலிருந்து தோன்றி வளர்ந்து குலை தள்ளும். வாழையின் பண்பு என்ன தெரியுமா? மற்றவர்களுக்குப் பயன்

கொடுத்துத் தன்னை அழிப்பது' என நீண்டதொரு விளக்கம் தந்தார் வேதவல்லி அக்கா.

அக்கா சொன்ன பல விஷயங்கள் எனது ஒன்பதாம் வகுப்பு அறிவுக்கு அப்பாற்பட்டதென்றாலும், அதைச் செயல்முறையில் விளக்கியதால் இலகுவில் புரிந்துகொண்டேன்.

கந்தையா அம்மானின் சவாரி மாடுகள் கட்டப்படும் கொட்டகை நவீனமயமானது. மாட்டுக் கொட்டகையை அடுத்துச் சவாரி வண்டில் விட விசாலமான அறை கட்டியிருந்தார்கள். வண்டில் சவாரிக்குத் தேவையான முக்கிய சாமான்களை, அறைக்குள் இருந்த மரப் பெட்டகத்துள் பத்திரப்படுத்துவார்கள். கொட்டகையைச் சுத்தமாகவும் நேர்த்தியாகவும் பராமரிப்பது வேதவல்லி அக்காவின் வேலை. அவரின் அந்தரங்க வைப்புச் சொப்பும் அதற்குள்தான். வாழைக்குத்தி வெட்டிய கத்தியைத் துடைத்து, கொட்டகையின் இறப்புக்குள் செருகிய அக்கா, பெட்டகத்தைத் திறந்து கடிதம் ஒன்றை எடுத்துவந்தார். கைத் தொலைபேசிகள் இல்லாத அந்தக் காலத்தில், தகவல் பரிமாற்றம் கடிதமூலம்தான். வேதவல்லி அக்கா தந்த கடிதத்தை சுந்தரமூர்த்தி அண்ணையிடம் பத்திரமாகச் சேர்க்க வேண்டியது எனது பொறுப்பு. சுந்தரமூர்த்தி அண்ணையிடம் மயங்காத அக்காமார் அப்போது இல்லை என்றே சொல்லலாம். ஆனால் சுந்தரமூர்த்தி அண்ணையின் 'சொயிஸ்' வேதவல்லி அக்காதான். அதையிட்டு நானும் பெருமைப்பட்டேன். விளையாட்டு, அரசியல், ஊர் வேலை என சுந்தரமூர்த்தி அண்ணைக்குச் சோலிகள் அதிகம். இதனால் தரப்படுத்தல் இல்லாத காலத்திலும் அவரால் டாக்குத்தராக முடியவில்லை. இருந்தாலும், பேராதனைப் பல்கலைக்கழகத்தில் தாவரவியல் சிறப்புப் பட்டம் பெற்று எங்கள் பாடசாலையில் பட்டதாரி ஆசிரியராகச் சேர்ந்தார். ஆனால் இவர் கொம்மியுனிஸ்ற் பொன்னருடன் சுற்றித் திரிந்தது, கலியாணச் சந்தையில் ஒரு கரும்புள்ளியாகவே பார்க்கப்பட்டது. அக்கா டாக்குத்தரானால், தகுதி காரணமாகக் காதல் நிறைவேறாது என்ற நினைப்பிலேதான், டாக்குத்தர் படிப்புக்கு எடுபடாததையிட்டு அக்கா கவலைப்படவில்லை என்ற உண்மை எனக்கு மட்டும்தான் தெரியும்.

3

செண்பகவரியன் பலாப்பழம் யாழ்ப்பாணத்தில் பிரசித்தமானது. இதில் இளஞ்சிவப்பும், மஞ்சளும் கலந்த நிறத்தில், நிறையச் சுளைகள் இருக்கும். மிகவும் இனிப்பான, நார்த்தன்மை அற்ற இச் சுளைகளைக் கடித்தால் தொதல்போல இரண்டு துண்டாகும். எங்கள் வளவிலும் ஆச்சி செண்பகவரியன் பலாக்'கட்டை'யை,

சாவகச்சேரிச் சந்தையில் வாங்கி நட்டிருந்தார். அது கிசுகிசுவென வளர்ந்து வஞ்சகம் செய்யாமல் காய்த்தது.

பலாக்'கட்டை' என்ற பதம் சற்று விசித்திரமானது. இதுபற்றி விவசாய போதனாசிரியராக இருந்து, ஓய்வுபெற்ற, ஆச்சிவழி மாமா ஒருவரைக் கேட்டேன்.

'பலா மரத்தின் நீண்ட கிளையை வெட்டிப் பதிவைத்த வெட்டுத் துண்டை, பலாக்கட்டை என்பார்கள். பதிவைத்த நிலத்தை வைக்கோலால் அல்லது வாழைத் தடலால் மூடித் தண்ணீர் ஊற்றும்போது, காற்றின் வெப்ப நிலையிலும் மண்ணின் வெப்பம் கூடுவதால், மேலே குருத்துவர முன்பு கீழே சல்லி வேர்கள் அரும்பும். வேர் வந்த கட்டையை மண்ணுடன் கிளப்பி ஒரு சாக்குத் துண்டால், வேரையும் மண்ணையும் சேர்த்து, பொட்டளி போலக் கட்டி, சந்தையில் விற்பார்கள்' என விளக்கினார் மாமா.

'ஏன் மாமா இந்த வில்லங்கம்? செண்பகவரியன் பலாக் கொட்டையை முளைக்க வைக்கலாமே? அதற்கு நல்ல ஆணிவேர் இருக்குமல்லவா?'

'ஆணிவேர் இருக்குமென்பது உண்மைதான். ஆனால், விதையில் முளைக்கும் தாவரத்தில், தாய் மரத்தின் இயல்புகள் இருக்குமென்பதற்கு உத்தரவாதமில்லை. ஆனால் பதியன்களில், தாய்மரத்தின் இயல்புகள் சகலதுமிருக்கும். அத்துடன் அது விரைவில் காய்க்கும் திறனும் கொண்டது. உங்கள் வீட்டுக் கூழன் பலா, விதையில் முளைத்ததுதான். அது கூழன் பழம் காய்க்குமென முன்னரே தெரிந்திருந்தால் ஆச்சி அதை நட்டிருப்பாரா?' என நியாயமான கேள்வி ஒன்றைக் கேட்டார் மாமா.

அன்று வைகாசி விசாகம். எங்கள் குடும்ப வைரவருக்கு ஆச்சி முக்கனிகள் சகிதம் படையல் வைப்பார். கந்தையா அம்மானின் தோட்டத்தில் வெட்டிப் புகைபோட்டுப் பழுக்க வைத்த, ஆமான கதலிக் குலை, கறுத்தக் கொழும்பான் மாம்பழம், அடி மரத்தில் காய்த்துப் பழுத்த செண்பகவரியன் பலாப்பழம் எனப் பல வகைப்பட்ட பழங்கள், வைரவரின் மடைக்கு வரிசை கட்டி நின்றன.

பத்தாம் வகுப்பில் அறிவியல் பாடங்களுடன் நான் தமிழ் மொழியும் இலக்கியமும் படித்தேன். இலக்கியத்தில் பாரதி பாடலுடன் பாரதிதாசன் பாடல்களையும் சிற்றம்பலம் மாஸ்டர் படிப்பித்தார்.

'கோரிக்கை அற்றுக் கிடக்குதண்ணே, இங்கு வேரிற் பழுத்த பலா . . .' எனத் துவங்கும் பாரதிதாசன் பாடலை, அன்றைய

இலக்கிய வகுப்பில் வாசித்து, சிற்றம்பலம் மாஸ்டர் பொழிப்புரை சொன்னார். எனக்கு எப்பொழுதும் குறுக்குப் புத்தி. வேரில் கிழங்குதானே விழும், எப்படி காய் காய்க்கும் என மூளை, குறுக்குச்சால் ஓடியது.

இதுபற்றி உயர்தர வகுப்புகளுக்கு மட்டும் தாவரவியல் படிப்பிக்க, சமீபத்தில் நியமனம் பெற்ற சுந்தரமூர்த்தி அண்ணையிடம் கேட்டேன். அவர் மறுக்காமல் விளக்கம் சொல்வார் என்பது எனக்குத் தெரியும். ஏனென்றால், அன்றைய காலத்தில் வேதவல்லி அக்காவுக்கும் அவருக்குமான தொடர்பு சாதனம் நான்தான்.

சுந்தரமூர்த்தி அண்ணை கரும்பலகையில், பலா மரத்தின் படம் கீறி விஷயத்தை விளங்கப்படுத்தினார். ‘தாவரங்களில் பொதுவாகத் தண்டு, வேர் என வரையறை இருந்தாலும் தண்டின் ஒருபகுதி மண்ணுக்குச் சற்றுக் கீழேயும் புதைந்திருக்கும். இதிலிருந்து தோன்றிய முகை அரும்பாகி, மண்ணுக்கு வெளியே எட்டிப் பார்த்து, காயாக மாறும்போது அது வேரில் காய்த்ததுபோலத் தோன்றும். இதைத்தான் வேரில் பழுத்த பலா என்பார்கள். எந்த மரத்திலும் வேரில் இருந்து காய்கள் தோன்றுவதில்லை’ எனப் பலா பற்றிய விபரத்தைச் சொன்னவர் ‘உருளைக் கிழங்கு வேரிலா? அல்லது தண்டிலா உற்பத்தியாகிறது’ என வியக்கவைக்கும் கேள்வி ஒன்றைக் கேட்டார்.

‘கிழங்குகள் வேரில்தான் உற்பத்தியாகும். இதிலென்ன சந்தேகம்?’

உண்மைதான். அனேகமான கிழங்குகள் வேரிலேதான் உற்பத்தியாகும். ஆனால் உருளைக் கிழங்கு மட்டும் விதிவிலக்காக வேரில் உற்பத்தியாவதில்லை. இவை மண்ணுள் புதைந்திருக்கும் தண்டில் உற்பத்தியாகிறது. உருளைக் கிழங்குச் செடியைப் பிடுங்கிப் பார், கிழங்குகள் தண்டைச் சுற்றி மட்டும் விளைந்திருக்கும்.’

‘மரவள்ளியில் . . .?’

‘இதில் வேர்போன பக்கமெல்லாம் கிழங்கு விழும். வேர் ஆழமாக வளரக் கூடாது என்பதற்காகவே, மரவள்ளித் தடிகளை நடும்போது ஆழமாக ஊண்டுவதில்லை’ என்றவர், பன்னிரண்டாம் வகுப்புக்கான செய்முறை வகுப்பெடுக்க, ஆய்வுக் கூடத்தை நோக்கி நடந்தார்.

பத்திரிகைகளில் வரும் குறுக்கெழுத்துப் போட்டி எதையும், நான் தவறவிடுவதில்லை. உள்ளூர்ப் பத்திரிகை ஒன்றில் வந்த குறுக்கெழுத்துப் போட்டியிலே, பூவாமல் காய்க்கும் மரமெது என்ற கேள்வியைக் கேட்டு, கீழே பதிலாகப் பலா மரம்

என்றிருந்தது. நானும் பலா மரங்களில் பூக்களைக் கண்டதில்லை. ஆச்சியும் அது உண்மைதான் என எண்பித்தார். இது எப்படிச் சாத்தியம் என அறிய, அப்போது மாகாண விவசாய அதிகாரியாகப் பணிபுரிந்த வேதவல்லி அக்காவைக் கேட்டேன்.

'பலா பூக்குமடா, எவர் சொன்னவர், பூக்காதென்று? பலாவின் பூக்கள் பல்சைநிறமாக இருக்கும். அதற்கு மணமோ கவர்ச்சியோ இருக்காது. ஏனெனில் பலாவில் பூச்சி மூலம் மகரந்தச் சேர்க்கை நடைபெறுவதில்லை. ஆண்பூக்களும் பெண்பூக்களும் இங்கு வேறுவேறாக ஒரே மரத்தில் இருக்கும். ஆண் பூக்கள் நீட்டாக, ஓரலாகப் பெரும்பாலும் மரத்தின் மேற்கிளை களில் காணப்படும். இவை ஓரிரு நாள்களுக்குள் உதிர்ந்துவிடும்.'

'பெண் பூக்கள்?'

'பொறுடா, அவசரக் குடுக்கை, பொறுமையாய்க் கேள். பலாமரத்தில் பெண்பூக்கள் பெரும்பாலும் அடி மரத்திலும் கொப்பின் அடிப்பாகத்திலும் தோன்றும். சில சமயங்களில் மேற்கிளைகளிலும் குறைவான எண்ணிக்கையில் தோன்றுவதுண்டு. பலாவில் பெண் பூக்கள் என்பது ஒரு மஞ்சரி. இதையே வேறுவித மாகச் சொன்னால், பல பெண் பூக்கள் சேர்ந்த கூட்டுக் காம்பிலியே, மஞ்சரி. மரத்தின் மேலேயுள்ள ஆண்பூக்களின் மகரந்த மணிகள், காற்றின் மூலம் பெண்பூக்களுக்குக் கடத்தப்பட, கருக்கட்டல் நடைபெற்றுக் காய் தோன்றி, பழமாகும்.

பலாப்பழத்தை ஒரு திரள் பழம் அல்லது கூட்டுப் பழம் எனச் சொல்வார்கள். உள்ளே காணப்படுகின்ற ஒவ்வொரு சுளையும், மஞ்சரியிலுள்ள ஒவ்வொரு பூவிலிருந்து தோன்றியவை. பூக்களின் அல்லியும் புல்லியும் சேர்ந்த பூவுறை, சதைப்பற்றான சுளைகளாக மாற, நடுவே விதை, விருத்தி அடைந்திருக்கும்.'

'பிலாப் பழத்துக்குள் இருக்கும் 'பொச்சு'?'

'அவை மஞ்சரியிலுள்ள கருக்கட்டாத பூக்களில் இருந்து வந்தவை' என விரிவான விளக்கம் தந்தார் வேதவல்லி அக்கா.

எங்கள் வீட்டில் எனக்கு மட்டுமல்ல, மரங்களுக்கும் அடி விழுவதுண்டு. பாவப்பட்ட ஜென்மங்கள் அவை. வளவில் எந்த மரமாவது காய்க்காமல் டிமிக்கி விட்டால், அடிக்காத மாடு படிக்காது என்ற கொள்கைப்படி, அம்மா கோடாலியின் பின் புறத்தால் நாலு சாத்துச் சாத்துவார். அவரின் தியறி பலாமரத்தில் வேலை செய்ததை நான் நேரில் பார்த்திருக்கிறேன். இதன் சூக்குமம், நான் பன்னிரண்டாம் வகுப்புப் படிக்கும்வரை விளங்கவில்லை. கோடாலியால் அடிவாங்கிய நோவினால்

மரங்கள் காய்க்கவில்லை என்றாலும், அடி வைத்தியத்தில் அம்மாவுக்குத் தெரியாத அறிவியல் விளக்கங்கள் பல புதைந்து கிடப்பதைப் பின்னர் தெரிந்துகொண்டேன்.

ஒரு தாவரத்தில் நீரையும் ஊட்டச் சத்தையும் இலை களுக்குக் கடத்துவது, காழ்க் கலங்கள் (Xylem Cells). இதற்கு வெளியேயுள்ள உரியக் கலங்கள் (Phloem Cells) இலையிலே தயாரிக்கப்பட்ட உணவை, வேருக்கும் தாவரத்தின் மற்றைய பகுதிகளுக்கும் கடத்துகிறது. கோடாலியால் மரத்தை அடிக்கும்போது, உணவைக் கடத்தும் உரியக் கலங்கள் சிதைக்கப்பட, தயாரித்த உணவின் பெரும்பகுதி தாவரத்தின் கிளைப்பகுதியில் தங்கிவிடும். இதனால் அங்கு உடல் தொழில் மாற்றங்கள் ஏற்பட்டு, தாவரம் பூக்கத் துவங்கும். இதற்கும் மேலாக, பலா மரத்தில் இன்னொரு விஷயமும் நடக்கிறது. பலாவில் புதிய அரும்பில் இருந்தே பூக்கள் தோன்றும். கோடாலியால் பலாவில் அடித்த காயம் மாறும்போது, அதிலிருந்து பல புதிய அரும்புகள் தோன்றிப் பூக்களாகிக் காயாகும்.

இதேவேளை மரத்தைச் சுற்றி நிறைய அடி போட்டால், உரியக் கலங்கள் முற்றாக அறுபட, மரம் செத்துவிடும். விவசாயப் பண்ணைகளில், கூரிய கத்தியால் அடிமரத்து மரப் பட்டையை அரை சென்டி மீட்டர் அகலத்துக்கு 'இடையிடையே' வெட்டிவிடுவார்கள்.

'மரம் நிறையக் காய்க்கட்டும்' என்ற பேராசையில், மரத்தைச் சுற்றியுள்ள பட்டையை முழுமையாக வெட்டி வரைந்து விட்டால், அடுத்த வருடம் பலா, விறகுக்குத்தான் பயன்படும். இதை விடுத்து, வெள்ளிக் கிழமைகளில் விரதம் இருந்து மந்திர உச்சாடனம் செய்தபடி கோடாலியால் மரத்தை அடிக்க வேண்டுமென்பதோ, நடு இரவில் நிர்வாணமாய்ச் சென்று அடிக்க வேண்டும் என்பதோ வெறும் கட்டுக் கதைகளே!

4

வேதவல்லி அக்காவின் வடிவுக்கும் சீதனபாதனத்துக்கும் பெரிய பெரிய இடங்களில் இருந்து பெண் கேட்டுவந்தார்கள். அக்கா அசைந்துகொடுக்கவில்லை. கட்டினால் சுந்தரமூர்த்தியைத்தான் என்று உறுதியாக நின்றார். முன்னுக்குப் பின்னான பல இழுபறிகளுக்குப் பின்னர் அக்காவின் கலியாணம் தடல்புடலாக நடந்தது. பத்துக் கூட்டம் மேளம் பின்னி எடுக்க, கண்ணன் கோஸ்டி, வாண வேடிக்கை, அன்னச் சப்பறம் பூட்டிய காரில் ஊர்வலம் என கந்தையா அம்மான் மகளின் கலியாணத்துக்கு காசைக் காசென்று பாராமல் விசுக்கி எறிந்தார். கலியாண

ஊர்வலத்தில் சோடிப் பொருத்தத்தைப் பார்த்த ஊர்ச்சனம் நெட்டி முறித்தது.

அக்காவின் கலியாண அமளிக்குள் எனது பன்னிரண்டாம் வகுப்புச் சோதனை மறுமொழி வந்தது அம்மாவுக்குத் தெரியாது. எனக்குக் கிடைத்த வெட்டுப் புள்ளிக்கு, யாழ்ப்பாணப் பல்கலைக்கழகத்தில் விவசாயம் படிக்கவே இடம் கிடைக்கு மென்றார் அதிபர். எனக்கு வலு சந்தோஷம். விவசாயம் நான் விரும்பிய துறை. மனிதர்களிலும் பார்க்க மரங்களில் எனக்கு அன்பும் பாசமும் அதிகம் என்பதை அம்மா ஏன் உணர மறுக்கிறார்? அம்மாவுக்குத் தெரிந்தால் அடுத்த வருடம் மீண்டும் சோதனை எடு என்பார். இதனால் வேதவல்லி அக்காவின் உதவியுடன் விவசாயப் படிப்புக்குப் பதிவு செய்த பின்னரே, அம்மாவுக்குச் சொன்னேன். என்னுடைய எதிர்காலத்தை வேதவல்லி அக்கா பாழ்படுத்திவிட்டதாக ஊரெல்லாம் திட்டித் திரிந்த அம்மா, பின்னர் களைத்துப்போய் அமைதியானார்.

கால ஓட்டத்தில் நான் விவசாயப் படிப்பின் இறுதி ஆண்டுக்கு வந்துவிட்டேன். விவசாயத்தில் எனக்கிருந்த ஆர்வம் காரணமாக சிறப்புப் பிரிவில் அனுமதி கிடைத்தது. வேதவல்லி அக்காவின் வழிகாட்டலில் நான் செய்த செயல்திட்டங்களைப் பாராட்டி உள்ளூர் பத்திரிகைகள் சிலாகித்து எழுதின. இதில் ஒரு செயல் திட்டம்தான் பொலோனியா (*Paulownia*) மர வளர்ப்பு. இந்த மரம் பற்றிய விபரத்தை முதலில் சொன்னவர் சுந்தரமூர்த்தி அண்ணை. இந்த மரத்தின் பிறப்பிடம் சீனா, வியட்நாம் ஆகிய நாடுகள். இலங்கையிலும் இது நன்கு வளரக்கூடிய சுவாத்தியம் உண்டு. இவை கலட்டிப்பாங்கான மண்ணிலும் வளரும் என விபரம் சொன்னார் சுந்தரமூர்த்தி அண்ணை.

'பார்த்துக்கொண்டிருக்க பொலோனியா மரம் வளரும்' என ஒரு சொல்லடை உண்டு. முப்பது பாகை சதமளவு வெப்ப நிலையில், சொட்டுநீர்ப் பாசனத்தின் கீழ் மரம் கிசுகிசுவென வளர்ந்து, முதலாவது வருடமே பத்துப் பன்னிரண்டு அடி உயரத்துக்கு வளருமென்றும், மூன்று நான்கு வருடத்தில் 18 அடி உயரமும் ஒரு அடி விட்டமும் கொண்ட பலமான நீண்ட உருளை வடிவான மரத்தை, அறுவடை செய்யலாம் எனவும் உசாத்துணை நூலில் கூறப்பட்டிருக்கிறது. பத்து வருடங்களில் அறுபது அடிக்குமேல் வளரக்கூடிய பொலோனியா மரங்களும் உண்டென ஆராச்சிக் கட்டுரை ஒன்று சொல்கிறது.

பொலோனியா மரத்தின் பலகை பாரம் குறைந்தவை, உறுதியானவை, அழகானவை. 0.0254 மில்லி மீட்டர் தடிப்பில், அதன் அழகு கெடாமல் நுண்ணிய மேலொட்டுப் பலகையாகச்

சீவக் கூடியவை. விலை உயர்ந்த நரம்பு இசை வாத்தியக் கருவி களில், பொலோனியா மரப் பலகையே பாவிக்கப்படுகிறது. கப்பல் கட்டும் தொழிலில் இது முக்கியப் பங்கு வகிக்கிறது. 'அமெரிக்கா, ஆஸ்திரேலியா போன்ற நாடுகளில் பொலோனியா மரத்தில் மக்கள் முதலீடு செய்கிறார்கள், இதற்காகப் 'பங்கு'களை விற்பனை செய்யும் பல நிறுவனங்கள், இங்கு இலாபகரமாக இயங்குகின்றன' என்றார் அக்கா.

'நிஜமாகவா அக்கா? இதைக் கொஞ்சம் விளக்கமாய் சொல்லுங்கோ,' என விழிகளை விரித்து ஆர்வமானேன் நான்.

பொலோனியா மரக்கன்றுகளை நடும்போது, குறித்த எண்ணிக்கையிலான மரக் கன்றுகளுக்கு, நிர்ணயிக்கப்பட்ட விலைப்படி பணம் கட்டப்படும். பத்து வருடங்களில், மரம் ஐம்பது, அறுபது அடி உயரம் வளர்ந்த பின் மரத்தை வெட்டி விற்பார்கள். வளர்ப்பு, பராமரிப்புச் செலவு போகக் கிடைக்கும் இலாபம் முதலீடு செய்தவர்களுக்கு. மரங்களை வாங்குவதற்குப் பணம் இல்லாதவர்கள் 'பங்கு'களையும் வாங்கலாம். மலேசியாவில் பொலோனியா மர வளர்ப்பு பெருவெற்றி அளித்துள்ளது. இதனால் பொலோனியாவை அங்கு, பணம் காய்க்கும் மரம் என அழைப்பார்கள் எனத் தகவல் சொல்லிப் புல்லரிக்க வைத்தார் அக்கா.

கந்தையா அம்மானின் கலட்டிக் காணியில், பொலோனியா மரக்கன்றுகளைப் பரீட்சார்த்தமாக நடுவதெனத் தீர்மானிக்கப்பட்டு, ஆரம்ப கட்ட வேலைகளைத் துவங்கினார் சுந்தரமூர்த்தி அண்ணை. யாழ்ப்பாணச் சுவாத்தியத்துக்குத் தோதான பொலோனியா விதைகளைத் தருவித்து நாற்று மேடையும் போட்டாயிற்று. வேதவல்லி அக்கா அப்போது நிறைமாதக் கர்ப்பிணி. அதனால் அறிவுரைகளுடன் தன் பங்களிப்பை மட்டுப்படுத்திக்கொண்டார்.

சித்திரை வருஷப் பிறப்பும் நெருங்கியது.

சவாரிக்குப் பழக்கவென கந்தையா அம்மான் இரண்டு நாம்பன் மாடுகளைப் புங்குடுதீவில் வாங்கியிருந்தார். இவை யாழ்ப்பாண முற்றவெளியில் நடந்த சவாரிப் போட்டியில், சென்ற வருடம் வெற்றி பெற்ற மாடுகளின், தாய்ப்பசு ஈன்ற கன்றுகள். இரண்டு நாம்பன் மாடுகளுக்கும் இப்போது பயிற்சி நடக்கிறது. இந்த வருஷப் பிறப்புக்கு இவை, நீர்வேலி வாய்க்கால் தரவைப் போட்டியில் ஓடும். இடைவிடாத பயிற்சியின்போது ஒரு நாம்பன் மாட்டின் கால் குளம்புக்கு மேலே, உராய்வு ஏற்பட்டு இரத்தம் வடிந்தது. அதற்கு இலுப்பெண்ணெய்யைச் சூடாக்கி, கறிமஞ்சள் கலந்து பூச வேண்டும், இல்லையேல்

புழுப்பிடிக்கும் என்றார் உள்ளூர் மாட்டு வைத்தியர். இதற்காக இலுப்பெண்ணைய் தேடி நான் அலையாத இடமில்லை. இறுதியில் நாகமுத்துப் பரியாரியார், மூன்று வருடங்களுக்கு முன்னர் செக்கில் ஊற்றி மருந்துக்கென வைத்திருந்த இலுப்பெண்ணெய் மண்டியில் கொஞ்சம் வாங்கி வந்தேன்.

ஊரில் நின்ற இலுப்பை மரங்கள் தறிக்கப்பட்டுவிட்டன. இலுப்பை வறட்சியைத் தாங்கக்கூடியது. குளிர்மையானது. பலமானது. இதனால் இதைத் தீராந்தியாகப் பாவிப்பார்கள். கால்நடைகளுக்குக் காயம் ஏற்பட்டால் இலுப்பெண்ணெய் சிறந்த மருந்து என மாட்டுவைத்தியர் சொன்னாலும் இது விஞ்ஞான ரீதியாக நிரூபிக்கப்படவில்லை. இலுப்பெண்ணெய்யில் ஐம்பது வீதத்துக்கு மேல் கொழுப்பு இருப்பதால் இது சவர்க்காரம் செய்யப் பாவிக்கப்படும். நீண்ட நேரம் நின்றெரியும் என்பதால் கிராமங்களில் விளக்கு எரிக்கவும், கார்த்திகை விளக்கீட்டின்போது சூள் கொழுத்தவும் பாவிப்பார்கள். இலுப்பை, வேம்பு, மகிழ் மரங்களை இன்றைய சந்ததியினர் யாரும் நடுவதாகத் தெரியவில்லை. எதிர்காலத்திலாவது இளவல்கள், குறைந்தபட்சம் ஒரு மரக் கன்றையாவது நட்டு வளர்க்க வேண்டு மென்பதே எனது அவாவும் ஆசையும்.

புதிதாக வாங்கிய நாம்பன் மாடுகளைப் பழக்குவது, இலேசாக இருக்கவில்லை. கால் குளம்புக்கு மேலே காயம்பட்ட நாம்பன் மாடு முரண்டு பிடித்தது. இலுப்பெண்ணெய் மண்டியில், மஞ்சள் கலந்து சூடாக்கிக் காயத்தில் தடவ, சூடு தாங்காத நாம்பன் மாடு, கட்டை அறுத்து வெருண்டோடி, வாழை மரத்தின் கீழே நின்ற அக்காவை முட்டித் தள்ளியது. கீழே விழுந்த வேதவல்லி அக்கா நோ தாங்காமல் அலறினார். பன்னீர்க் குடம் உடைந்திருக்க வேண்டும். ஆளும்பேருமாக செட்டியின் காரில் ஆஸ்பத்திரிக்குத் தூக்கிக் கொண்டுபோனார்கள். அங்கு அழகான பெண் குழந்தை பிறந்தது. ஆனால் அக்கா பிழைக்கவில்லை.

அக்காவின் பிரிவால் ஊரே திகிலடித்து நின்றது!

வயது தெரிந்த நாள் முதல், வேதவல்லி அக்காவே எனது ஆதர்ஷம். எனக்கு முன்மாதிரியாகவும் முகவரியாகவும் இருந்தவர் அவரே. வாழைத் தோட்டத்துக்கும் வேதவல்லி அக்காவுக்குமான உறவு தனித்துவமானது. அவரின் இறப்புக்குப் பின்னர் வாழைத் தோட்டத்துக்கு நான் செல்வதில்லை. இருந்தாலும், ‘குலையை ஈன்ற பின், தன்னைத்தானே மாய்த்துக்கொள்ளும், வாழை!’ என வேதவல்லி அக்கா சொல்லும் ஹைக்கூ கவிதை, அசரீரியாக இன்னும் ஒலிக்கிறது!

2015

5

வீரசிங்கம் பயணம் போகிறார்

1

'இனியெண்டாலும், குடிகாரரற்றை உறைப்பைக் கொஞ்சம் குறையுங்கோ, வயித்திலை அல்சர் முத்தி, கான்சர் வரப்போகுது' என இரவுச் சாப்பாட்டின்போது பல்லவியைத் துவங்கினாள் மனைவி. திருவாளர் வீரசிங்கமோ மனைவியின் ஆரோகணத்தை காதில் வாங்குவது கிடையாது. சாப்பாட்டு விஷயத்தில் வீரசிங்கம் சமரசம் செய்வதில்லை. அவருக்கு நல்ல 'உறைப்புக்கறி' வேணும். நான்கு தசாப்தங்களுக்கு மேலாக அவர் வெளிநாடுகளில் வாழ்ந்தாலும், காரசாரமான கறி சோறு இல்லாவிட்டால், அவருக்கு அன்று நித்திரை வராது. 'தாய் பழக்கின பழக்கம்' என்று மனைவி புறுபுறுப்பாள். புருஷனுக்கு உறைப்புக்கறி, தனக்கும் பிள்ளையளுக்கும் காரம் குறைந்த பால்க்கறி என்று, தினம்தினம் சமையல் அறையில் அவள் படும்பாடு அவளுக்குத்தான் தெரியும்.

சனிக்கிழமைகளில், பல்லின மக்கள் கூடும் சிட்னி விவசாயிகள் சந்தையிலே, வீரசிங்கத்தார் சாமான் வாங்குவது ஒரு தனிக் கலை. கத்திரிக் காயென்றால் ஊதாநிற, நீளமான லெபனீஸ் கத்திரிக்காய்தான் வாங்குவார். கிறீஸ்லாந்து இன பால் வெண்டி, வியட்நாம் கட்டைப் பாவற்காய், இலங்கைப் பச்சை மிளகாய், கோயம்பத்தூர் உலாந்தா முருங்கை, பிஜிநாட்டுப் புடலங்காய் என அவரின் காய்கறிப் பட்டியல் கோளமயமாகும். அத்துடன் இரத்தம் வடிய வெட்டின வஞ்சிரம் மீன் முறியும், விளைமீனும், பாரையும் அவரின் சாமான் கூடையில் சங்கமிக்கும். மொத்தத்தில், பலதரப்பட்ட உணவு வகைகளை ருசித்துச் சாப்பிடுவதற்கே இந்த

‘மனிதப்பிறவி’ என்று வாழ்பவர் வீரசிங்கம். அவருக்கு வாழை இலையில் சாப்பிடுவது பிடிக்கும். இலைக்காகவே அடிவளவில் அவர் வாழை மரங்கள் நட்டுப் பராமரிக்கிறார். எந்த உணவையும் அதற்குரிய முறையில் சாப்பிட வேண்டுமென்பது அவரது கொள்கை.

‘தோசை, இடியப்பத்தை முள்ளுக் கறண்டியால் சாப்பிட முடியுமோ? தோசையைப் பிய்த்து, சட்னி, சம்பலைத் தொட்டுப் சாப்பிட வேணும். இடியப்பம், சோறுகறியென்றால் கையாலை ‘பிசைஞ்சு குழைச்சு’ சாப்பிட்டால்தான் பத்தியம் தீரும்’ எனச் சொல்வார். வேலை செய்யிற இடத்தில், வெள்ளைக்காரர் மத்தியில், ‘குழைச்சடிக்கிற’ ரெக்னிக் சரிப்பட்டு வராது. இதனால் இரவு நேரங்களில்தான் சோத்தை ஒரு பிடிபிடிப்பார். ‘இரவிலை வயிறுமுட்ட சோத்தை திண்டிட்டு, நித்திரை கொள்ளுறதாலைதான் ‘வண்டி’ வைக்குது’ என்று முடிந்த மட்டும் சொல்லிப்பார்த்தாள் மனைவி. ஊஹூம், அது அவரின் காதில் ஏறவில்லை. ‘சோத்து மாடு, எக்கேடு கெட்டாலும் போகட்டும்’ என்று அவர் பாட்டில் விட்டுவிட்டாள்.

இந்த நிலையில்தான் வீரசிங்கத்தார் பெய்ரூத்திலுள்ள *(Beirut)* அமெரிக்கப் பல்கலைக்கழகத்துக்கு, மூன்று வருடங்கள் பணி நிமித்தம் செல்லவேண்டி வந்தது. முப்பது வருடத் தாம்பத்திய வாழ்க்கையில், வீரசிங்கத்தாரை நன்கு அறிந்த மனைவிக்கு, அவரின் பெய்ரூத் பயணம் எரிச்சலைக் கொடுத்தது. ‘இந்த மனுஷன் மூண்டு நேரமும் லெபனீஸ் ‘ஷவர்மா’ *(Shawarma – Kebab)* சாப்பிட்டு, கொலஸ்ரோல் ஏத்திக்கொண்டு வரப்போகுது’ எனக் கவலைப்பட்டாள். அவளது கவலை முற்றிலும் நியாயமானதே. வீரசிங்கத்தார் ஒரு ‘ஷவர்மா’ பிரியர். வேலை முடிந்து வரும் வழியில் மனைவிக்குத் தெரியாமல், தினமும் அமீரக உணவகங்களில் ‘ஷவர்மா’ வாங்கிச் சாப்பிடுவார். இதன் நீட்சியாக, அவருக்குச் சமீபத்தில் ‘கொலஸ்ரரோல்’ ஏறி, மூன்று நாள்கள் அவர் ஆஸ்பத்திரியில் படுத்தது தனிக்கதை. இனிமேல் ‘பொரியல் கரியல் எண்ணெய்’ ஆகாது எனச் சொல்லியே ஆஸ்பத்திரியில் துண்டு வெட்டினார்கள்.

கோழி, வான்கோழி, ஆடு, மாடு ஆகியவற்றின் இறைச்சி களில் ‘ஷவர்மா’ தயாரிக்கப்படும். இதன் பிறப்பிடமாகப் பல நாடுகளைச் சொல்கிறார்கள். அவற்றுள் லெபனான், துருக்கி போன்றவை குறிப்பிடத்தகுந்தது. பெரும்பாலும் கடைகளில் கிடைப்பது ஆடு அல்லது கோழி ‘ஷவர்மா’தான். எலும்பில்லாத இறைச்சியுடன் தயிர், வினிகர், உப்பு, ஒலிவ் எண்ணெய் போன்ற வற்றைக் கலந்து ஊறவைத்து, பின்பு ஒரு நீண்ட கம்பியில் அடுக்கடுக்காய்க் குத்தி, பக்கவாட்டில் உள்ள அடுப்பின் உதவி யுடன் சுடுவார்கள். குத்திவைக்கப்பட்டிருக்கும் கம்பியைச் சுற்றி,

❀ 80 ❀ ஆசி. கந்தராஜா

எல்லாப் பக்கமும் வடியும் கொழுப்பில், கறி நன்கு வேகும். நன்கு வெந்த கறியை பக்கவாட்டில் சிறுசிறு துண்டுகளாகச் சீவி, கீழே இருக்கும் தட்டில் சேகரிப்பார்கள். பின்னர் நீளமாக நறுக்கப்பட்ட தக்காளி, வெள்ளரிக்காய், 'லெட்யூஸ்' போன்றவற்றைச் சேர்த்து, கொஞ்சம் 'ஹூமூஸ்' கலந்து ஒரு ரொட்டியில் சுற்றிக் கொடுப்பார்கள். அந்த ரொட்டிக்குப் பெயர் குபூஸ், ஷவர்மா–குபூஸ்!

'ஹூமூஸ்' *(Hummus)* பற்றிய தகவலையும் இங்கு சொல்ல வேண்டும். இது ஒரு லெபனீஸ் தயாரிப்பு. வெள்ளைச் சுண்டல் கடலை, வெள்ளை எள் ஆகியவற்றைக் கலந்து அரைத்து, ஒலீவ் எண்ணெய் சேர்த்துக் களியாக இதைத் தயாரிப்பார்கள். லெபனானில் எல்லா உணவு வகைகளுக்கும் இதைத் தொட்டுக்கொள்ளப் பாவிப்பார்கள்.

லெபனீஸ் இனிப்பு வகைகளும் உலகப்புகழ் பெற்றவையே. இவற்றில் சீனிப்பாகு சொட்டும். இவை எல்லாம் சேர்ந்து வீரசிங்கத்தின் மனைவியைப் பயமுறுத்தவே, முடிந்தவரை இந்தப் பயணத்தைத் தடுத்துப் பார்த்தாள். அவரோ அசைந்து கொடுக்கவில்லை.

'இந்த மனுஷன், லெபனானிலை என்னதான் செய்யப் போகுது?' என்று அறியும் ஆவலில், இரவுச் சாப்பாட்டின்போது இதுபற்றிக் கதையைத் துவங்கினாள் மனைவி.

'தக்காளி, கியூக்கம்பர் *(Cucumber)*, கப்சிக்கமும் *(Capcicum)*, பலவகை சீஸ்கட்டிகளும், லெபனீஸ் ரொட்டியும், ஒலிவ் எண்ணெய்யும் மத்தியதரைக் கடல் நாட்டு மக்களின் பிரதான உணவு. லெபனானில் தக்காளியும் கியூக்கம்பரும் கப்சிக்கமும் பசுமைக் கூடங்களிலும் திறந்த வெளிகளிலும், சொட்டுநீர்ப் பாசனத்தின் கீழ் அமோக விளைச்சலைக் கொடுக்கின்றன. ஆனால் இவைகள் பெரும்பாலும் மரபணு மாற்றம் செய்யப்பட்ட 'மலட்டு' விதைகளிலிருந்து விளைந்தவை.'

'ம்!'

உலகெங்கும் 'மரபணு மாற்றப்பட்ட பயிர்கள்' விவகாரம் சர்ச்சைக்குரியதாகவே உள்ளது. இவைகளால் ஏற்படும் நீண்டகாலப் பாதிப்புக்களைப் பாமர விவசாயிகள் அறிந்திருக்க நியாயமில்லை. காலாதிகாலமாக லெபனான் நாட்டுக்குப் பெருமை சேர்த்த ஊதாநிற நீட்டுக் கத்திரிக்காயும் லெபனீஸ் கியூக்கம்பரும் அங்கு சாகுபடி செய்யப்படாதது மட்டுமல்ல, அவை அழிந்துபோகும் நிலையில் இருக்கின்றன.'

'அப்பா, மரபணு மாற்றம் செய்யப்பட்ட மலட்டு விதைகள் என்றால் என்ன?' என்று கேட்டு மகளும் உரையாடலில் இணைந்துகொண்டாள்.

'சுற்றுபுறச் சூழலின் சமனை அழிப்பதில், மரபணு மாற்றம் செய்யப்பட்ட மலட்டு விதைகள் முக்கியப் பங்கு வகிக்கின்றன. மலட்டு விதைகளிலிருந்து வளரும் பயிர்களில் பெறப்படும் விதைகள், மீண்டும் சாகுபடிக்குப் பயன்படுத்த முடியாத விதைகளாகவே இருக்கும். இதற்கு ஏற்றவகையில் அதன் மரபணுக்களில் மாற்றம் செய்யப்பட்டிருக்கும்.'

'இதைக் கொஞ்சம் விவரமாகப் சொல்லுங்கள் அப்பா' என ஆர்வத்துடன் கேட்டாள் மகள். பாடசாலையில் இப்போது அவள் 'இயற்கைச் சூழலும் அதன் பாதுகாப்பும்' பற்றி உயிரியல் பாடத்தில் படிக்கிறாள்.

'விவசாயிகள் தங்கள் மகசூலில் இருந்து ஒரு பங்கு விதைகளை, அடுத்த சாகுபடிக்கு ஒதுக்கிவைப்பது வழக்கம். அதாவது, நெல் அறுவடை செய்யப்பட்டால், அதிலிருந்து ஒரு பங்கு, விதைநெல்லாக ஒதுக்கிவைக்கப்பட்டு, அடுத்த சாகுபடிக்குப் பயன்படுத்தப்படும். ஆனால் மரபணு மாற்றப்பட்ட பயிர்களில் இது சாத்தியமில்லை.'

'ஏன் அப்படி?'

'செயற்கை முறையில் மரபணு மாற்றம் செய்யப்பட்ட விதைகளை, பெரிய தனியார் நிறுவனங்கள் உற்பத்தி செய்கின்றன. குறிப்பிட்ட மரபணு மாற்றங்களுக்கு, அவை அறிவியல் 'காப்புரிமை' பெற்றுள்ளன. இதனால், ஒவ்வொரு முறையும், அவர்களிடம் இருந்துதான் அந்த விதைகளை வாங்க வேண்டும். பல நிறுவனங்கள், ஒரு படி மேலே சென்று, மரபணுவில் மேலும் பல மாற்றங்களைச் செய்து, மலட்டு விதைகளை உருவாக்கும் பயிர்களை விருத்தி செய்துள்ளன. இவை வளர்ந்து நல்ல விளைச்சலைக் கொடுக்கும். ஆனால் இந்தப் பயிர்களின் விதைகளைச் சேகரித்து அவற்றை மீண்டும் விதைத்தால் அவை முளைக்காது. இதனால் விவசாயிகள், விதைகளுக்காக எப்போதுமே அந்த நிறுவனத்தையே நம்பி இருக்க வேண்டும். அந்த நிறுவனம் முடிவு செய்வதுதான் விலை, வைத்ததுதான் சட்டம். இதனால் உலகின் உணவு உற்பத்தி ஒருசில தனி நிறுவனங்களின் ஏகபோக உரிமையாகிவிடும்.'

'இலங்கையிலும் இந்த விதைகள் விற்கப்படுகிறதா?'

'இலங்கையில், பன்னாட்டு நிறுவனங்கள் தயாரிக்கும் மலட்டு விதைகள் விற்கப்படுவதாகத் தெரியவில்லை. ஆனால் இலங்கை விவசாயத் திணக்களம் கலப்பின விதைகளை (F1, F2 Hybrid seeds) விற்பனை செய்கின்றன. இவை அயல் மகரந்தச் சேர்க்கை மூலம் பெறப்பட்டவை. இந்தப் பயிர்களின் விதைகளைச் சேகரித்து விதைத்தால் அவை முளைக்கும்.

ஆசி. கந்தராஜா

ஆனால் முதல் சாகுபடிபோல அடுத்த போகம் காய்க்காது. எனவே இலங்கையிலுள்ள விவசாயிகள், இப்போது வழமையான விதை சேகரிப்பை விடுத்து விவசாயத் திணைக்களத்திலும் விதை வியாபாரிகளிடமும் விதைகளை வாங்கியே நாற்று மேடை போடுகிறார்கள்.'

'இந்தியாவில்?'

இந்தியாவிலும் கலப்பின (*F1, F2 Hybrid seeds*) விதைகளே பயிரிடப்படுகின்றன. இருப்பினும் செயற்கை முறையில் மரபணுமாற்றம் செய்யப்பட்ட மலட்டு விதைகளை, இயற்கை விவசாயிகளின் பாரிய எதிர்ப்புக்கு மத்தியிலும் பன்னாட்டு விதை வியாபார நிறுவனங்கள், அங்கு அறிமுகம் செய்து வெற்றி கண்டுள்ளார்கள். இதன் ஒரு வடிவம்தான் 'பி.டி' கத்திரிக்காய்!

'அது சரி அப்பா, லெபனானுக்கு நீங்கள் போய், என்ன ஆராய்ச்சி செய்யப் போறியள்?'

'லெபனானுக்கே உரித்தான பல அரியவகைத் தாவாரங்கள் அங்குள்ள மலைப் பிரதேசங்களில் வளர்கின்றன. அழிந்துபோகும் நிலையிலுள்ள இத்தாவரங்களைப் பாதுகாக்கவும் ஆவணப்படுத்தவும் ஒரு முன்னணி உலக நிறுவனம் பணம் ஒதுக்கியுள்ளது. இந்த வேலைத்திட்டத்தின் ஒருபகுதி வேலை களைச் செய்ய வேண்டியது எனது பொறுப்பு.'

'அம்மா நினைக்கிறமாதிரி நீங்கள் சோத்து மாடில்லை அப்பா, நீங்கள் ஒரு புத்தியுள்ள மாடு' என மகள் சொல்ல, அவளுடன் சேர்ந்து சிரித்தார் வீரசிங்கம்.

2

வீரசிங்கம் ஒரு நாட்டுக்குப் போவதற்கு முன்பு, அந்த நாடுபற்றி விலாவாரியாக அறிந்துகொள்வார். இது பல பிரயாணங்களில் அவரது சோத்துப் பிரச்சனையைத் தீர்த்திருக்கிறது.

'லெபனான் (அரபு மொழியில் 'லுப்னான்'), மத்திய கிழக்கு நாடுகளில் உள்ள மலைப்பாங்கான சிறிய நாடு. 10,452 சதுர கிலோ மீட்டர்கள் பரப்பளவு கொண்டது. ஒப்பீட்டளவில் இலங்கையின் பரப்பளவில் ஆறில் ஒரு பங்கு மட்டுமே. லெபனானின் வடக்கேயும் கிழக்கேயும் சிரியா, தெற்கே இஸ்ரேல், மேற்கே மத்தியதரைக் கடல் என, மலையும் மலை அடிவாரத்தில் கடலுமாக அமைந்த இயற்கை வனப்பு மிக்க அழகான நாடெனை, வீரசிங்கம் விக்கிப்பீடியாவில் மேய்ந்தபோது அறிந்துகொண்டார். லெபனானின் தலைநகர் பெய்ரூத்தில், 'டௌறா' (*Daura*) என்றொரு இடமுண்டெனவும், அங்கு வெளிநாட்டுத் தொழிலாளர்கள் அதிகம் வசிப்பதாகவும், பல

இலங்கை இந்தியப் பலசரக்குகளும் சாப்பாட்டுக் கடைகளும் இருப்பதாகவும் பிறிதொரு இணையத்தளத்தில் வாசித்துத் திருப்தியடைந்தார். சனி, ஞாயிற்றுக் கிழமைகளிலே இலங்கை, இந்தியா, பங்களாதேஷ், பிலிப்பைன், எதியோப்பியா ஆகிய நாடுகளிலிருந்து பணிப்பெண்களாக லெபனானுக்கு வந்தவர்கள், கேளிக்கைகளுக்காக 'டௌறா'கடைத் தெருக்களில் ஒன்று கூடுவதும், மேலதிக வருமானத்துக்காகச் சிலர் 'பலான' தொழில் புரிவதும் வீரசிங்கம் பின்னர் தெரிந்துகொண்ட சங்கதிகள்.

பணிப்பெண்கள் என்றவுடன், இவர்களை நம்மூர்ப் பணிப் பெண்களுடன் ஒப்பிடக் கூடாது. 'டௌறா'கடைத் தெருவுக்கு இவர்கள் வரும்போது, சர்வதேச 'மொடல்' அழகிகள் தோற்றுப் போவார்கள். அந்தளவுக்கு ஒப்பனையும் உடை அலங்காரமும் தூக்கலாக இருக்கும். இவர்களின் ஊதிய வேறுபாடு பற்றியும் இங்கு பதிவுசெய்ய வேண்டும். மத்தியகிழக்கில் குறைவான சம்பளம் பெறுபவர்கள் லெபனானிலும் யோர்டனிலும் வேலை செய்பவர்களே. மத்தியகிழக்கு நாடுகளில், பணிப் பெண்களின் சொந்த நாட்டைப் பொறுத்தே அவர்களுக்கு ஊதியம் வழங்கப்படுகிறது. இருக்க இடமும் உணவும் மருத்துவ வசதியும் பணிப் பெண்களுக்கு வழங்க வேண்டுமென்பது அரச விதி. சம்பளத்தைப் பொறுத்தவரை, 2013ஆம் ஆண்டு, லெபனானில் மஞ்சள் தோல் பிலிப்பைன் பெண்களுக்கு மாதம் நானூறு அமெரிக்க டொலர்கள்வரை வழங்கப்பட்டது. பங்களாதேஷ், இலங்கை, இந்தியாவிலிருந்து வந்த மாநிறப் பெண்களுக்கு முன்னூறு அமெரிக்க டொலர்கள். எதியோப்பிலிருந்து வந்தவர்கள் பெறுவது இருநூறு அமெரிக்க டொலர்கள் மட்டுமே. இந்த வகையில், வீட்டிலுள்ள பணிப்பெண்களை வைத்தே, லெபனான் எஜமானர்களின் வசதிவாய்ப்புக்களைத் தெரிந்துகொள்ள முடியும்.

வீரசிங்கம் எப்பொழுதும் மக்களோடு மக்களாகச் சேர்ந்து வாழ்ந்து, தன்னைச் சுற்றி நடப்பதை வெகு விரைவாகப் புரிந்துகொள்வார். மத்தியதரைக் கடல் நாடுகளில் வாழும் மக்களுக்குப் பொதுவான சில பழக்கவழக்கங்கள் உண்டு. இவர்கள் பெரும்பாலும் போக்குவரத்து விதிகளைச் சட்டை செய்யவ தில்லை. குப்பைத் தொட்டிகள் எல்லா இடங்களிலும் இருக்கும். ஆனால் குப்பைகள் தொட்டிக்கு வெளியே போடப்பட்டிருக்கும். வளர்முக நாடுகளிலும் இது வழமைதான். ஆனால் மத்தியகிழக்கு நாடுகளின் அரசுகள் அதை அப்படியே விடுவதில்லை. வெளியில் போட்ட குப்பைகளைப் பொறுக்கித் தொட்டிக்குள் போடவும், வீதிகளைச் சுத்தம் செய்யவும், வெளிநாட்டுக் கூலித் தொழிலாளர்களை வேலைக்கு வைத்திருக்கிறார்கள்.

பெய்ரூத்தில், வீதிகளைச் சுத்தம் செய்யும் பெரிய நிறுவனம் 'சுக்லீன்' *(Sukleen-Sel)*. இந்த நிறுவனத்தில், இந்தியாவிலுள்ள

இராமநாதபுரம் மாவட்டத்திலிருந்து ஏஜென்சி மூலம் வந்த நூற்றுக்கணக்கான தமிழ் இளைஞர்கள் வேலை செய்கிறார்கள். அதிகாலை ஆறு மணிக்குக் குப்பை அள்ளும் லொறி ஒன்றில் இவர்களைக் கூட்டிவந்து, வீதிக்கு ஒருவராக இறக்கிவிடுவார்கள். இவர்கள் நீலநிறத் தடித்த பிளாஸ்ரிக் பையும், குப்பைகளையும் சிகரெட் கட்டைகளையும் பொறுக்குவதற்கு ஏதுவான நீண்ட 'கவ்வி' ஒன்றும் வைத்திருப்பார்கள். மாலை ஆறுமணிவரை தமக்கு ஒதுக்கப்படும் வீதியிலே உள்ள குப்பைகளைப் பொறுக்கி வீதியைச் சுத்தம் செய்ய வேண்டியது இவர்கள் பொறுப்பு. மதியம் இவர்களுக்குத் தூக்குச் சட்டியில் சாப்பாடு வரும். இதற்காகவே இந்திய உணவுகளைச் சமைக்க இவர்களுள் ஒருசிலரை வேலைக்கு வைத்திருக்கிறார்கள். துப்பரவுத் தொழிலாளர்களுக்குப் பன்னிரண்டு மணித்தியால வேலை. வாரத்தில் ஆறு நாள்கள் வேலை செய்ய வேண்டியது கட்டாயம். பலர் ஏழு நாள்கள் வேலை செய்வதுமுண்டு. மணித்தியாலம் இரண்டு அமெரிக்க டொலர்கள் வீதம் ஒரு நாளுக்கு 24 அமெரிக்க டொலர்கள் ஊதியம். ஒரு அறைக்குள் பத்துப்பேர் வீதம் தங்குமிடம், சாப்பாடு, மருத்துவம் இலவசம். ஞாயிற்றுக் கிழமைகளில் லீவு எடுத்தால் இவர்கள் 'டௌறா'வுக்கு வருவார்கள். இங்குதான், சொந்த ஊருக்கு உண்டியலில் காசு அனுப்ப வசதியுண்டு.

பெய்ரூத் தொழிற்சாலைகளில் கடின வேலை செய்யும் பலர், ஞாயிற்றுக் கிழமைக்காகவே காத்திருந்து டௌறாவில் நிறையக் குடிப்பார்கள், சிலர் சண்டை போடுவார்கள், பிரியாணி சாப்பிடுவார்கள். தசைகள் முறுக்கேறினால் பெண்களுடன் ஒதுங்குவார்கள். வசதிபடைத்த சிலர், பணிப்பெண்களை நிரந்தரமாக வைத்திருப்பதும் உண்டு. மொத்தத்தில் வெளிநாட்டு வேலையாட்களின் உபயத்தில், வார இறுதி நாள்கள், டௌறாவில் திருவிழாதான்.

வீரசிங்கம் குடியிருந்த தெருவுக்கு மாரிமுத்து என்ற இளைஞனே பொறுப்பு. ஊரிலுள்ள பெண்ணைத் திருமணம் செய்து, மூன்றாம் மாதம் பெய்ரூத்துக்கு வந்ததாகவும், லக்ஷ்மி உருவில் வந்த தன்னுடைய மனைவியின் அதிர்ஷ்டத்தாலே தனக்கு வெளிநாட்டு வேலை கிடைத்ததாகவும் சொன்னான். ஒப்பந்தம் முடியுமுன் மாரிமுத்து வேலையை விட முடியாது. இடையில் போய் மனைவியைப் பார்க்கவோ லெபனானுக்குக் கூப்பிடவோ சம்பளம் பத்தாது, அரசும் அதற்கு அனுமதிக்காது. மூன்று மாதங்கள் மனைவியுடன் வாழ்ந்த இனிய நினைவு களுடன் உணர்ச்சிகளை அடக்கிக்கொண்டு பெய்ரூத்தில் வேலை செய்கிறான். அவ்வப்போது மனைவியின் நினைவுகள் மின்னலடிக்கும்போதெல்லாம், 'எவருக்கு இங்கே புரியப் போகிறது?' என்கிற தைரியத்தில் 'அன்பே நான் இங்கே, நீ

அங்கே, இன்பம் காண்பதெங்கே?' என்ற பாடலை உருக்கமாப் பாடுவான். இப்படிப் பல மாரிமுத்துகள், மத்திய கிழக்கின் கொடூரமான தட்பவெப்ப நிலையின் கீழ்த் தனிமையில் வாழ்ந்து, இளமையைத் தொலைத்து, பணத்துக்காக ஒப்பந்தத்துக்கு மேல் ஒப்பந்தமாக வேலையை நீடித்து, ஆளே உருக்குலைந்து உருமாறிப்போவார்கள்.

மாரிமுத்து, தெருவோர மதிலொன்றில் கரிக்கட்டியால் சூலமொன்று கீறி, கீழே 'மாரியம்மன் துணை' என்பதை 'மரியம்மன் தூணை' என எழுதியிருந்தான்.

காலையில் அவன் வேலைக்கு வரும்போது, ஊரிலுள்ள மாரியம்மன்மீது அவன் கொண்ட அதிதீவிரப் பக்தியும், அலரிப்பூவும், குங்குமமும் கூடவரும். கொண்டுவந்த குங்குமச் சரையை விரித்து, தனக்கும் மாரியம்மனுக்கும் திலகம் வைத்துத் தேவாரம் பாடுவான். பின்னர் வேலை ஆரம்பமாகும். சில வேளைகளில் அவன் வேலைக்கு வருவதற்கு முன்பே, அங்குள்ள தெரு நாய்கள் காலை உயர்த்தி 'மாரியம்மன்' மீது ஒண்டுக்கடித்து அபிஷேகம் செய்வதுமுண்டு. எது எப்படி இருந்தாலும், மாரிமுத்துவின் புண்ணியத்தால் வீரசிங்கம் இருந்த வீதியும் நடைபாதையும் ஈரத்துணியொன்றால் துடைத்து எடுத்தமாதிரி பளிச்சென்று இருக்கும்.

ஸ்பானியர்கள், இத்தாலியர்கள் போன்று, வசதிபடைத்த லெபனானியர்களும் வெகு நாகரீகமாக உடையணிவார்கள். பல்கலைக்கழகத்தில் பேராசிரியர்கள் அனைவரும் 'கோர்ட், சூட், ரை' அணிந்தே விரிவுரைகளுக்கு வருவார்கள். இந்த நடைமுறை ஆஸ்திரேலியாவில் இல்லை. இருந்தாலும், வெளிநாட்டுப் பணியாளர்கள் பெருமளவில் வசிக்கும் தங்கள் நாட்டில், 'மாநிற' வீரசிங்கம், கனவானாக உடையணிய வேண்டுமென்றும், பணிபுரியும் இடத்தையும், 'டாக்டர்' என்பதையும் முன்னிலைப்படுத்தி அவர் அறிமுகமாக வேண்டுமென்றும் பல்கலைக்கழக நிர்வாகம் அவருக்கு மறைமுகமாக அறிவுறுத்தியிருந்தது. லெபனானில் அடிக்கடி நடைபெறும் வீதிச் சோதனைகளில் வரக்கூடிய சிக்கல்களைத் தவிர்ப்பதே இதற்கான காரணமென்றாலும், பல்கலைக்கழகம் குறிப்பிட்ட 'கனவான்' உடை அலங்காரம், வீரசிங்கத்துக்கு மிகுந்த அசௌகரியத்தைக் கொடுத்தது.

3

வீரசிங்கம் வெள்ளாட்டு இறைச்சி வாங்க சிட்னியின் புறநகர்ப் பகுதியிலுள்ள யூசுப்பின் இறைச்சிக் கடைக்குப் போவார்.

அங்கு கொழுப்பில்லாத, எலும்பு நீக்கிய குறும்பாட்டு இறைச்சி வாங்கலாம். ஆஸ்திரேலியாவில் இறைச்சிக் கடை என்பது ஊரிலுள்ள பெட்டிக்கடை போன்றதல்ல. யூசுப்பின் கடை ஒரு மினி சுப்பர் மாக்கெட் (Mini Super Market) போன்றது. அங்கு உடன் இறைச்சி தொடக்கம் இறைச்சியில் தயாரிக்கப்படும் சகல உணவுப் பொருள்களும் சகாய விலையில் கிடைக்கும். யூசுப், அரபு நாடுகளுக்கு ஹலால் இறைச்சிகளையும் ஏற்றுமதி செய்கிறான். இதற்காக, இறைச்சி பொதி செய்யும் பணியில், அகதி அந்தஸ்துக் கோரிய பல இலங்கைத் தமிழர்கள் அவனிடம் வேலை செய்கிறார்கள். இதனால் நிரந்தர வாடிக்கையாளரான 'தமிழன்' வீரசிங்கம், யூசுப்புடன் நண்பனானது ஆச்சரியமல்ல.

யூசுப் ஐந்து வயதாக இருக்கும்போதே பெற்றோருடன் ஆஸ்திரேலியாவுக்குப் புலம்பெயர்ந்ததாகச் சொன்னான். நிர்ப்பந்தக் காரணிகளால் லெபனான் மக்கள் பெருவாரியாக வெளிநாடுகளுக்குப் புலம்பெயர்ந்தபோது பணம் படைத்தவர்கள் அமெரிக்கா, கனடா, இங்கிலாந்து போன்ற நாடுகளுக்கு புலம்பெயர்ந்தார்களாம். ஆஸ்திரேலியா ஒரு தொலைதூர நாடு. நீண்டதூரப் பிரயாணத்தின்போது ஏற்படும் இடர்பாடுகளை எதிர்நோக்க, வசதி படைத்தவர்கள் தயாரில்லை. இதனால் ஆஸ்திரேலியாவுக்குப் புலம்பெயர்ந்த லெபனானியர்களுள் பெரும்பாலானோர் கைத்தொழிலாளர்களும் வசதி வாய்ப்புக் குறைந்தவர்களுமே. யூசுப்பின் தந்தை லெபனானில் இறைச்சிக் கடை வைத்திருந்ததால் சிட்னியிலும் அதே வியாபாரத்தைத் தொடர்ந்தார். அதை ஒரு மினி மார்க்கெட்டாக மாற்றி, ஏற்றுமதியை ஆரம்பித்து, வணிக வளாகமாக மாற்றிய பெருமை யூசுப்பைச் சேர்ந்தது. யூசுப் சிட்னியிலுள்ள பல்கலைக்கழகத்தில், மத்திய–கிழக்கு நாடுகளின் வரலாறும் வணிகமும் படித்தவன், சுறுசுறுப்பானவன், நல்ல திறமைசாலி.

அன்று திங்கள் கிழமை!

கடைகளில் வழமையாகக் கூட்டம் குறைவாக இருக்கும். கடை பூட்டும் நேரமாகப் பார்த்து, வீரசிங்கம் இறைச்சி வாங்கப் போனார். கடை பூட்டும் நேரம் மலிவு விலையில் இறைச்சி வாங்கலாம் என்பது மேலதிகக் காரணம். வீரசிங்கம் கடைக்குள் நுழைந்ததும் இறைச்சிக் கடையைச் சுத்தப்படுத்திக்கொண்டிருந்த 'தமிழ்ப்பெடியள்' அவருக்கு வணக்கம் சொன்னார்கள். அவர்களிடம் பொறுக்கிய தமிழில், யூசுப்பும் வணக்கம் சொல்லி வீரசிங்கத்தை நலம் விசாரித்தான். சந்தர்ப்பத்தைத் தவறவிடாத, வீரசிங்கம் தான் லெபனான் செல்லும் செய்தியைச் சொல்லிப் பேச்சைத் துவங்கினார்.

‘லெபனான் என்னும் நாடு உலக வரைபடத்தில் இடம் பெற்றது 1920ஆம் ஆண்டில்தான். இன்றுள்ள எல்லைகளுடன் கூடிய லெபனான் பல நூற்றாண்டுகளாகவே சிரியாவின் ஒரு மாவட்டமாகவே கருதப்பட்டு வந்தது. சிரியாவும்கூட அப்போது ஓட்டோமன் பேரரசின் ஒரு பகுதியாக இருந்தது. முதல் உலகப் போரில் ஓட்டோமன் பேரரசு தோற்கடிக்கப்பட்ட பிறகு, மத்திய கிழக்கில் அந்தப் பேரரசின் கீழிருந்த பகுதிகளை, பிரான்சும் பிரிட்டனும் கூறுபோட்டுக் கொண்டன.’

‘எப்படி ?’

‘1919இல் இன்றைய லெபனானும், அதனை உள்ளடக்கிய சிரியாவும் பிரான்சின் காப்பாட்சி நாடுகளாயின (Protectorate). ஜோர்டான், எகிப்து, ஈராக் ஆகிய நாடுகளை பிரிட்டன் எடுத்துக் கொண்டது.’

யூசுப்பின் இறைச்சிக் கடைக்கு அருகே பழக்கடை வைத்திருக்கும் சைமன் ஒரு லெபனான் மரோனைட் கிறிஸ்தவன். சிட்னியிலுள்ள பல பழக்கடைகளுக்கு அவன் சொந்தக்காரன். பழக்கடையை மூடியபின் அருகிலுள்ள கோப்பிக் கடையில் யூசுப்புடன் அமர்ந்து அன்றைய ‘பங்குச்சந்தை’ நிலவரம் பற்றிப் பேசுவது வழக்கம்.

மரோனைட் கிறிஸ்துவர்கள் பணக்காரர்கள், படித்தவர்கள், லெபனான் பொருளாதாரத்தில் இன்றும் ஆதிக்கம் செலுத்து பவர்கள். மரோனைட் கிறிஸ்தவ மதத்தில் விவாகரத்து அனுமதிக்கப்படுவதில்லை. உலகம் முழுவதிலும், 2015ஆம் ஆண்டின் கணக்கெடுப்பின்படி, 3.2 மில்லியன் மரோனைட் கிறிஸ்துவர்களே வாழ்கிறார்கள். இதில் ஒரு மில்லியன் மரோனைட் கிறிஸ்துவர்கள், லெபனானில் மட்டும் வாழ்கிறார்கள். மிகுதிப்பேர் சிரியா, சைப்பிரஸ், அர்ஜென்ரீனா, பிரேசில், பிரான்ஸ், அமெரிக்கா, ஆஸ்திரேலியா போன்ற நாடுகளில் பரம்பி இருக்கிறார்கள். இவர்கள் இன்றும் பிரான்ஸின் செல்லப் பிள்ளைகள். மரோனைட் கிறிஸ்தவர்களின் பக்க பலத்துடனேயே, 1943ஆம் ஆண்டு பிரான்ஸ் அன்றைய சிரியாவிலிருந்து இன்றைய ‘லெபனானை’ கத்திரித்துத் தனி நாடாக அறிவித்தது.

‘பெய்ரூத் ஒரு குட்டி பாரிஸ் என்றும், அங்கு பிரான்ஸ் நாட்டின் ஆதிக்கம் இன்னமும் இருப்பதாகச் சொல்லப்படுகிறதே, அது உண்மையா?’ எனக் கேட்டுத் தகவல் அறியும் கருமத்தில் கண்ணாக இருந்தார் வீரசிங்கம்.

‘அது முற்றிலும் பொய்யல்ல. லெபனானுக்கு ‘சுதந்திரம்’ வழங்கிய பிரான்ஸ், அது எப்போதும் மேற்கு நாடுகளைச் சார்ந்திருக்கும் வகையில் 1943இல் ஓர் அரசியலமைப்பை

உருவாக்கியிருந்தது. இதன்படி இங்குள்ள முக்கிய மதங்களின் பிரதிநிதிகள் மட்டுமே அரசாங்கத்தின் உயர் பதவிகளை வகிக்க ஏற்பாடு செய்யப்பட்டிருந்தது. இதன் காரணமாக, 1960களின் பிற்பகுதிவரை மரோனைட் கிறிஸ்தவர் மட்டுமே குடியரசுத் தலைவராக முடிந்தது.'

'இதை யாரும் தட்டிக் கேட்கவில்லையா?'

பேசிக்கொண்டே மூவரும் பக்கத்திலுள்ள கோப்பிக் கடைக்குச் சென்றார்கள். யூசுப் மூன்று 'கப்பச்சீனோ' கோப்பி களுக்கு ஓடர் கொடுத்தான். சைமன் அவனது சுபாவப்படி அதிகம் பேசவில்லை. அப்பிள் பழ விநியோகம் பற்றித் தொலைபேசி அழைப்பு வர, சற்றுத் தொலைவில் சென்று பேசத் துவங்கினான். கோப்பியைக் குடித்த வீரசிங்கம் சற்று இடைவெளி விட்டுத் தனது கேள்வியை நினைவுபடுத்தினார்.

'1970களின் தொடக்கத்திலேயே முஸ்லிம்கள், லெபனான் மக்கள் தொகையில் பெரும்பான்மையினராகி இருந்தார்கள். லெபனான் அரசமைப்பில் ஒரு மரோனைட் கிறிஸ்துவரும், ஒரு சுன்னி முஸ்லிம் மட்டுமே முறையே குடியரசுத் தலைவராகவும் பிரதமராகவும் இருக்க முடியும் என்னும் விதிகளை எதிர்க்கத் தொடங்கினார்கள்.

'ஷியா முஸ்லிம்களுக்கு அப்போது ஆட்சியில் எந்தப் பங்கும் இருக்கவில்லையா?'

'இல்லை. அப்போது பல்வேறு மதக் குழுக்களிடையேயும் இனக் குழுக்களிடையேயும் இருந்து வந்த பகைமையுடன், பொருளாதார ஏற்றத்தாழ்வுப் பிரச்சனைகளும் சேர்ந்து, நாட்டில் பெரும் நெருக்கடியைத் தோற்றுவித்தன. வர்த்தகம் மரோனைட் கிறிஸ்துவர்களின் கட்டுப்பாட்டில் இருக்க, ஷியா முஸ்லிம்களோ கை வினைஞர்களாகவும் தொழிலாளர்களாகவும் பண்ணைத் தொழிலாளிகளாகவும் பிழைப்பை நடத்திவந்தார்கள்.

ஓ..!

நாட்டின் இயற்கை வளங்களில் முக்கியமானதாக இருந்த 'செவ்வகில்' (Red Cedar) மரங்கள் முற்றாக வெட்டப்பட்டு விற்பனை செய்யப்பட்டதால், நாட்டின் பல பகுதிகள் வறட்சி நிலங்களாயின. பலர் வெளிநாடுகளுக்குப் புலம்பெயரத் துவங்கினார்கள். எனது குடும்பமும் அவுஸ்திரேலியா வந்தது அப்போதுதான்' எனச் சொல்லி நிறுத்திய யூசுப், வீரசிங்கம் வாசிப்பதற்குச் சில இணைய முகவரிகளைக் கொடுத்து விடைபெற்றான்.

இந்து சமயத்தில் சைவம், வைஷ்ணவம் போல; கிறிஸ்தவத்தில் கத்தோலிக்கம், புரடஸ்தாந்தம் போல; இஸ்லாத்திலும் சுன்னி,

ஷியா என்ற இரு பிரிவுகளுண்டு. சுன்னி இஸ்லாம் என்பது இஸ்லாமியப் பிரிவுகளில் ஒரு முக்கியமான உட்பிரிவாகும். இதுவே மிகப் பெரிய பிரிவுமாகும். சுன்னி என்ற வார்த்தை 'சுன்னா' என்ற அரபு வார்த்தையில் இருந்து வந்ததாகும். இதற்கு முகம்மது நபியின் வழிமுறை என்பது அர்த்தமாகும். உலக இஸ்லாமிய மக்கள் தொகையைப் பொறுத்தவரை சுன்னி இஸ்லாம், மற்ற இஸ்லாமிய பிரிவுகளைவிடப் பெரும்பான்மையாக உள்ளது. மொத்த இஸ்லாமிய பரவலில் 80–85 வீதத்தைக் கொண்டுள்ளது. ஈரான், ஈராக், லெபனான், கட்டார், பஹ்ரைன் ஆகிய நாடுகளைத் தவிர்த்து, மற்ற அனைத்து இஸ்லாமியர்கள் வாழும் நாடுகளிலும் இது பெரும்பான்மையாக உள்ளது.

ஷியா இஸ்லாமும், இஸ்லாம் மதத்தின் முக்கியமான உட்பிரிவுகளுள் ஒன்று. இது இஸ்லாமிய மதப்பிரிவுகளுள் சுன்னி இஸ்லாமிற்கு அடுத்தபடியாக அதிகமானோர் பின்பற்றும் பிரிவாகும். ஷியா என்ற சொல் 'அலியைப் பின்பற்றுவோர்' என்று பொருள்படும் அரபு மொழிச் சொல்லில் இருந்து தோன்றியது. ஷியாக்கள் முகமது நபியின் உண்மையான வாரிசு அவரின் மருமகன்களில் ஒருவரான அலியே என்று நம்புகிறார்கள். ஷியா பிரிவினர் மிக அதிகளவில் வாழும் முஸ்லிம் நாடு, ஈரான் ஆகும். சுன்னி, ஷியா இஸ்லாமியப் பிரிவுகளுக்கு இடையே பல நூறாண்டுகளாகச் சண்டையும் சச்சரவும் இருந்துவருகிறது. பத்தொன்பதாம் நூற்றாண்டிலே லெபனானில் இது பாரிய போராக நடந்த காலங்களுமுண்டு.

இதுபோன்ற வரலாற்றுத் தகவல்களுக்கிடையே லெபனான் மக்களின் மத விகிதாசாரம் பற்றியும் வீரசிங்கம் இணையதளங்களில் ஆராய்ந்தார்.

2014ஆம் ஆண்டு நடந்த கணக்கெடுப்பின்படி, லெபனானின் மொத்த மக்கள் தொகையில் 54 விழுக்காட்டினர் இஸ்லாமியர்கள், 40.4 வீதத்தினர் கிறிஸ்தவர்கள், 5.6 பங்கு டுரூஸ் (Druze) மதப்பிரிவினர். இஸ்லாமியர்களுள், சரிசமமாக 27வீதம் சுன்னி பிரிவினரும் 27 வீதம் ஷியா பிரிவினரும் வாழ்கிறார்கள். 40.4 வீத கிறிஸ்தவர்களுள் பெரும்பான்மையோர் (21வீதம்) மரோனைட் கத்தோலிக்கர். மிகுதி கிறீக், அமெரிக்கன் 'ஒத்தொடொக்ஸ்' கிறிஸ்தவப் பிரிவினர்.

வீரசிங்கத்தார் இலங்கையில் வாழ்ந்தபோது சுன்னி, ஷியா என்ற இஸ்லாமியப் பிரிவுகளை அறிந்திருக்கவில்லை. இலங்கையில் முஸ்லீம்கள் அனைவரும் ஒரே இஸ்லாமியர்களாகவே பார்க்கப்படுகிறார்கள். பின்னர் தீர விசாரித்தபோது, ஈரானியத் தொடர்பினால் கிழக்கிலங்கையின் சில பகுதிகளில், குறிப்பாக ஓட்டமாவடிக் கிராமத்தில் ஒரு சிறிய அளவில் ஷியா பிரிவு ஒன்று

உருவாகி இருப்பதாகத் தெரிகிறது. அவர்கள் ஒரு மதறசாவும் நடத்திவருகிறார்கள். மற்ற நாடுகள் போன்று இலங்கையில் ஷியா முஸ்லீம்களுக்கான தனியான பள்ளிவாசல்கள் இருப்பதாகத் தெரியவில்லை. இதேவேளை, இந்தியாவில் 2005ஆம் ஆண்டுக் கணக்கெடுப்பின்படி, இந்தியாவின் மொத்த இஸ்லாமியர்களில் கால்பங்கு ஷியா, மிகுதி சுன்னி முஸ்லீம்கள் என உசாத்துணை நூல்கள் சொல்வதையும் வீரசிங்கம் குறித்துக்கொண்டார்.

4

ஒரு ஆளுக்கு அளவாய்ச் சோறு சமைக்கக்கூடிய சின்ன றைஸ்குக்கர், சிட்னித் தமிழ்க் கடைகளில் கிடைக்கும் யாழ்ப்பாணக் கறித்தூள், சரக்குத்தூள் சகிதம் பெய்ரூத்தில் வந்திறங்கி, விமான நிலைய வாசல் மூலையிலே, சப்பாத்து நாடாவை இறுக்கிக் கட்டவெனக் குனிந்த வீரசிங்கத்தைத் தமிழ்ப் பெயரொன்று வரவேற்றது. விமான நிலையத் திருத்த வேலையை, எமது உடன்பிறப்பொன்று செய்திருக்க வேண்டும். சீமெந்து பூசிக் காய முன்னர், குச்சியொன்றினால் 'இராசதுரை' என்ற தன்னுடைய பெயரை 'இரசதூரை' என எழுத்துப் பிழையுடன் எழுதி, திகதி மாசம் வருஷத்துடன் 'சகோதரம்' பதிவு செய்திருந்தது.

அரபு மொழி தெரியாத வீரசிங்கத்துக்கு உதவி செய்ய, அப்துல்லா என்ற மாணவனைப் பல்கலைக்கழகம் நியமித்திருந்தது. அவன் டாக்டர் பட்டத்துக்காக, லெபனான் நாட்டின் பூர்வீகத் தாவர இனங்கள் பற்றி ஆராய்ச்சி செய்பவன். பெய்ரூத்திலுள்ள அமெரிக்கப் பல்கலைக்கழகத்திலே படிப்பது, அராபிய உலகிலே பெருமையாகப் பேசப்படும் சங்கதி. இங்கு படிப்பதற்கு மிகுந்த பொருள்வளம் அமைய வேண்டும். அப்துல்லாவும் மேட்டுக் குடியைச் சேர்ந்தவனே. அவனுடைய குடும்பம் 'மெடிற்றேனியன்' நாடுகள் முழுவதற்கும், விவசாய விதைகளையும் பூச்சிகொல்லிகளையும் சந்தைப்படுத்தும் மிகப்பெரிய நிறுவனத்தின் சொந்தக்காரர்கள். முப்பாட்டனால் ஆரம்பிக்கப் பட்ட அந்த நிறுவனம் மூன்றாவது தலைமுறையாக அப்துல்லாவின் தந்தையால் தற்போது நிர்வகிக்கப்படுகிறது. தன்னுடைய படிப்பு முடிந்ததும் தங்கள் குடும்ப நிறுவனத்தைத் தான் நிர்வகிக்கப்போவதாகப் பெருமையோடு சொன்னான்.

தென் லெபனானில் பெரும்பான்மையினராக ஷியா முஸ்லீம்களே வாழ்கிறார்கள். தென் லெபனானின் எல்லையாக, இஸ்ரேல் இருப்பதால் எப்பொழுதும் இப்பகுதி பதற்ற நிலையில் இருக்கும். இதனால் இங்குள்ள விவசாயப் பண்ணைகளுக்குப் போகும்போது, சுன்னி முஸ்லீமான அப்துல்லாவுடன் தென்பகுதியைச் சேர்ந்த இரண்டு ஷியா பிரிவு மாணவர்களையும்

அழைத்துச்செல்ல வேண்டுமென, பல்கலைக்கழக நிர்வாகம் அறிவுறுத்தியிருந்தது. இங்குதான் இஸ்ரேலியர்களுக்குச் சிம்ம சொப்பனமாக விளங்கும் ஷியா ஆதரவு 'ஹிஸ்புல்லா' இயக்கம் நிலை கொண்டுள்ளதாக அப்துல்லா சொன்னான். தென் லெபனானில் பல பாலஸ்தீனிய அகதி முகாம்களும் உண்டு. இதனால் இஸ்ரேல், லெபனான்மீது போர் தொடுக்கும் போதெல்லாம் அழிவுக்குள்ளாவது இப்பகுதியே. தென் லெபனானில் யாழ்ப்பாண சுவாத்தியம் உண்டு. அங்கு மா, வாழை, தோடை, எலுமிச்சை தொடக்கம் எல்லா உலர்வலயப் பயிர்களும் நன்கு வளரும். ஆனால் வட லெபனானில் வாழ்பவர்கள், பெரும்பாலும் சுனி பிரிவு முஸ்லீம்களே. இவர்களில் பலர் படித்தவர்கள், வசதி படைத்தவர்கள். இங்குள்ள உப–உலர்வலய சுவாத்தியம், இலங்கையின் மலையக சுவாத்தியத்துடன் ஒப்பிடக்கூடியது. லெபனானின் மலை உச்சிகள் ரம்மியமானவை. அங்கு உறைபனிகள் நிறைய உண்டு. பனி விளையாட்டில் ஈடுபடும் உல்லாசிகள் இரண்டு அல்லது மூன்று மணித்தியால பிரயாணத்தில் பிக்கினி, அரைக் காற்சட்டை சகிதம் மத்திய தரைக் கடலில் படகு சவாரி செய்யக்கூடிய லெபனானின் நில அமைப்பு வீரசிங்கத்துக்கு மிகவும் பிடித்துக்கொண்டது.

அப்துல்லாவுடன் தொழில் நிமித்தம், லெபனானிலுள்ள முக்கிய விவசாயப் பண்ணைகளுக்கு அலுக்காது போய்வந்தார் வீரசிங்கம். இதற்கு வேறொரு உபரிக் காரணமும் உண்டு. வீரசிங்கத்துக்கு புறொயிலர் கோழியைக் கண்ணிலும் காட்டப்படாது. 'புறொயிலர் கோழி நெருப்பிலை வாட்டித் தின்னத்தான் சரிவரும், யாழ்ப்பாண உறைப்புக் கறிக்குத் தோதுப்படாது' என்பது அவர் வாதம்.

சாப்பாட்டு விஷயங்களில், வீரசிங்கத்தாரின் 'வீக்னஸ்ஸை' அப்துல்லா விரைவில் புரிந்துகொண்டான். அவனது ஆராய்ச்சி செய்முறைகளுக்கும் ஆராய்ச்சிக் கட்டுரை எழுது வதற்கும் வீரசிங்கத்தின் உதவி தேவை. இதனால் விவசாயப் பண்ணைகளுக்குப் போகும்போதெல்லாம் நாட்டுச் சேவலும், வெள்ளாட்டு இறைச்சியும் பொதிசெய்து, தயாராக இருக்குமாறு பார்த்துக்கொண்டான். இப்படி 'தாஜா' செய்வது லெபனானியர்களின் இரத்தத்தில் ஊறிய பழக்கம். தமக்கு ஏதாவது தேவையென்றால் லஞ்சம் கொடுப்பது தொடக்கம் எல்லா வகை யுக்திகளையும் பிரயோகிப்பார்கள். இந்த வகையில் அப்துல்லா சாப்பாட்டு விஷயங்களில் வீரசிங்கத்தை நன்றாகவே குளிர்வித்தான். இதனால் குடும்பத்தை விட்டுப் பிரிந்து லெபனானில் தனியே இருப்பது வீரசிங்கத்துக்குக் கஷ்டமாகத் தெரியவில்லை.

அன்று ஞாயிற்றுக்கிழமை. வீரசிங்கத்துக்கு ஓய்வுநாள். இளைஞன் ஒருவன் தன்னுடைய தந்தையுடன் அவரது வசிப்பிடத்துக்கு வந்திருந்தான். இளைஞன் அட்சர சுத்தமாக ஆங்கிலம் பேசினான். தென் லெபனானின் புராதன நகரமான சைடா (Saida) அருகே, பாரிய பசுமைக் கூடங்களில் சேதன முறையில் தந்தையுடன் தான் விவசாயம் (Organic Farming) செய்வதாகச் சொன்னான். 2006ஆம் ஆண்டு நடைபெற்ற 'இஸ்ரேல் – ஹிஸ்புல்லா' யுத்தத்திலே, தன்னுடைய படிப்பு குழம்பியதாகவும் மேலதிகத் தகவல் சொன்னான்.

'இரசாயன உரங்கள், பூச்சிகொல்லிகளைப் பாவிக்காமல் விளைவிக்கும் பொருள்களின் விலை, மிக அதிகமாக இருக்கும். லெபனானில் இவற்றுக்கு 'கிராக்கி' இருக்கிறதா?' எனக் கேட்டு வீரசிங்கம் கதையைத் துவங்கினார்.

'போரின் விளைவுகளால் 'கான்சர்' உட்படப் பல புதுப்புது வியாதிகள் இங்கு பரவியுள்ளன. இதனால் என்ன விலை கொடுத்தாகிலும் இரசாயனப் பாதிப்பற்ற இயற்கை உணவுகளை இங்குள்ள மக்கள் விரும்புகிறார்கள். உண்மையைச் சொன்னால் மக்களின் தேவைக்கேற்ப எம்மால் இவற்றை உற்பத்தி செய்ய முடியாதுள்ளது. இதனால்தான் இயற்கை முறை 'இனவிருத்தி' பற்றி அறிய, அப்பா உங்களிடம் வந்துள்ளார்' என்றான் இளைஞன்.

'ஆதிகாலம் தொட்டு அயல் மகரந்தச் சேர்க்கை மூலம்தான் தாவரங்கள் இனவிருத்தி செய்யப்பட்டன. ஒரு தாவரத்தின் மகரந்த மணிகள் அதே இன, இன்னொரு தாவரத்தின் சூல்முட்டையுடன் இணையும்போது, புதிய இயல்புகள் கொண்ட தாவரம் உருவாகிறது. இங்கு நடைபெறுவது இயற்கையான மரபணுப் கலப்பு. இதேவேளை மா, தோடை, எலுமிச்சை, மாதுளை போன்ற மரங்களில் ஒட்டுக் கன்றுகள் பற்றிக் கேள்விப்பட்டிருப்பீர்கள். இங்கு வெவ்வேறு இயல்புகள் கொண்ட, ஒரேவகைத் தாவரத்தின் பதியன்களை (கிளைகள்) விவசாயிகளே இணைத்து, இரண்டு மரங்களினதும் நல்ல குணங்களைக் கொண்ட புதிய ரகங்களை உருவாக்கி விடுவார்கள். இங்கு மரபணுக் கலப்பு அல்லது மாற்றங்கள் ஏற்படுவதில்லை.'

'சற்று விபரமாகச் சொல்லுங்கள் ஐயா. மரபணு என்றால் என்ன?' இளைஞனின் தந்தை அதிகம் படிக்காவிட்டாலும் பட்டறிவு கொண்டவர். விபரம் அறியும் ஆவலில் இதனைக் கேட்டார்.

'ஒரு உயிர் அதன் சந்ததிக்குரிய இயல்புகளை, அடுத்த சந்ததிக்கு மாற்ற உதவும் அணுவை, மரபணு என்கிறோம். இந்த மரபணு, தாய் தந்தையின் உருவ அமைப்புகளையும்

குணாதிசயங்களையும் குழந்தைகளுக்குக் கடத்துகிறது. இது மனிதர்கள் மட்டுமல்லாமல் விலங்குகள், தாவரங்கள் ஆகிய அனைத்து உயிர்களுக்கும் பொதுவானது.'

'ஒரு குழந்தை பிறந்த உடன் அதைப் பார்ப்பவர்கள் 'அப்பா மாதிரி மூக்கு, அம்மா மாதிரி காது' என்று சொல்வார்களே. இப்படி அப்பா மாதிரி, அம்மா மாதிரி, தாத்தா மாதிரி ஒரு குழந்தை பிறக்கக் காரணமாக இருப்பது மரபணுக்களே' என விளக்கம் சொல்லித் தந்தைக்கு விஷயத்தை இலகுவாக்கினான் இளைஞன்.

இவர்கள் வரும்போது ஆட்டுப் பாலில் செய்யப்பட்ட லெபனீஸ் சீஸ் கட்டிகளும், சுத்தமான ஒலிவ் எண்ணெய்யும், லெபனான் றொட்டியும் கியூக்கம்பர், தக்காளியும் கொண்டு வந்திருந்தார்கள். இது லெபனானியர்களுக்கே உரித்தானதொரு பண்பு. யாரையாவது சந்திக்கச் சென்றால், வெறுங்கையுடன் செல்லக் கூடாதென்பது இவர்களின் பொதுவான கலாச்சாரம்.

வீரசிங்கம் தன் பங்குக்கு இலங்கைத் தேயிலையில் தேநீர் தயாரித்து வந்து, அவர்கள் முன்னமர்ந்தார்.

'மரபணு மாற்றத் தொழில்நுட்பமென்றால் என்ன?' எனக் கேட்டு, விட்ட இடத்தை நினைவுபடுத்தினார் தந்தை.

'ஒவ்வொரு உயிரினத்திலும் உள்ள இயல்புகளை (பழங்களின் சுவை, பூக்களின் மணம், மனிதனின் முகச்சாயல் போன்றவை) ஒரு தலைமுறையிலிருந்து அடுத்த தலைமுறைக்குக் கொண்டுசெல்வதற்கு அடிப்படையாக இருப்பவை 'ஜீன்'கள் என ஆங்கிலத்தில் சொல்லப்படும் மரபணுக்கள். ஓர் உயிரிலிருந்து நமக்குத் தேவையான இயல்புகளைக் கொண்ட மரபணுக்களைப் பிரித்து, வேறு ஒரு உயிருக்குச் செலுத்தி, அந்த உயிருக்கு புதிய குணாதிசங்களை உருவாக்கும் முயற்சிதான் மரபணு மாற்றத் தொழில்நுட்பம்' என விளக்கம் சொன்ன வீரசிங்கம், அவர்களின் 'றெஸ்போன்ஸுக்கு' காத்திராமல் தொடர்ந்தார்.

'ஈரான், வடகொரியா, இந்தியா போன்ற நாடுகள் அணு ஆயுத பரிசோதனை செய்தபோது, அமெரிக்கா துள்ளிக் குதித்து அந்த நாடுகளின்மீது பொருளாதாரத் தடை விதித்தது. இந்தத் தடை அந்த நாடுகளுக்குப் பெரிதாக எந்தப் பாதிப்பையும் ஏற்படுத்தவில்லை. எனவே அதன் காரணத்தை ஆராய்ந்த பன்னாட்டு முதலைகள், விவசாயம்தான் பல நாடுகளைக் காக்கிறது என்பதைக் கண்டுகொண்டார்கள். 'ஒருவனைப் பட்டினி போட்டு, உணவுக்காக அவன் இன்னொருவனைச் சார்ந்து வாழும் நிலை ஏற்பட்டால், அவனை அடிமைப்படுத்திவிடலாம்'

என்ற சூக்குமம், அவர்களுக்கு நன்றாகவே தெரிந்திருந்தது. இதனால்தான் இவர்கள், பல நாடுகளின் விவசாயத்தைச் சீரழிக்கும் முயற்சியில் இறங்கினார்கள்.'

'நிஜமாகவா? இதைத்தான் பன்னாட்டு விதை வியாபார நிறுவனங்கள் செய்கிறார்களா?'

'ஆம். மான்சான்ட்டோ என்ற அமெரிக்க விதைக் கம்பெனி, மரபணு மாற்றம் செய்யப்பட்ட பல மலட்டு விதைகளை சந்தைப்படுத்தி வருகிறது. இந்த மலட்டு விதைகள் ஒருமுறை மட்டுமே விளைச்சலைக் கொடுக்கும். அந்த வருட விளைச்சலில் விவசாயி சேகரித்த விதைகளை அடுத்த போகம் விதைத்தால் அவை முளைக்காது. அதுமட்டுமல்ல, மலட்டுப் பயிர்களின் மகரந்தம் மற்றப் பயிர்களுக்குச் சென்று அதன்மூலம் மகரந்தச் சேர்க்கை நடந்தால், அந்தப் பயிர்களும், இதே போன்ற மலடான விதைகளைத்தான் உற்பத்தி செய்யும்.'

'என்ன சொல்கிறீர்கள்?'

'இந்த விதைகள் அமோக விளைச்சலைக் கொடுக்கும் என்றும், அதிக மகசூலைத் தரும் என்றும் சொல்லப்படுவது ஓரளவு உண்மையென்றாலும், ஒருமுறை அந்த விதைகளைப் பாவித்து அமோக விளைச்சலைப் பெற்றால், அவற்றின் விதைகளைப் பாவித்து அடுத்தபோகம் பயிர் செய்ய முடியாது. காரணம் இவை முளைக்கும் திறனற்றவை. இதனால் விவசாயிகள் அனைவரும் விவசாய விதைகளுக்காகப் பன்னாட்டுக் கம்பனிகளில் தங்கியிருக்க வேண்டும்.'

'அப்படியா? என்ன அநியாயம் இது!'

'மான்சாண்டோ போன்ற விதை நிறுவனங்கள் தாங்கள் விற்கும் விதைகளில் Terminator என்ற தொழில்நுட்பத்தை பயன்படுத்துகின்றன. இதனால் இந்த விதைகளிலிருந்து விளையும் தானியங்களிலிருந்து பெறப்படும் விதைகளில் கருமுளை இருக்காது.'

'மலட்டு விதைகளை வாங்கி விவசாயம் செய்பவர்கள் எக்கேடு கெட்டாலும் போகட்டும். எங்களைப் போன்றவர்கள் பாரம்பரிய முறையில் விவசாயம் செய்யலாமல்லவா?'

'இதில்தான் பெரும் சிக்கல் உள்ளது. உதாரணத்திற்கு, ஒருவர் பாரம்பரிய முறையில் கத்திரிக்காய் சாகுபடி செய்கிறார் என வைத்துக்கொள்வோம். அடுத்த வயலில், இன்னொருவர் மரபணு மாற்றப்பட்ட கத்திரிக்காய் சாகுபடி செய்தால் பாரம்பரிய

முறையில் விளைந்த கத்திரிக்காய் விதைகளிலும், மரபணுமாற்றம் நிகழ்ந்துவிடும்.'

'அதெப்படி?'

'மகரந்தச் சேர்க்கை மூலம்தான், கத்திரிப் பூ, கத்திரிக்காயாக மாற முடியும். மரபணு மாற்றப்பட்ட கத்திரி வயலில் இருந்து மகரந்த மணிகள், காற்று மூலம் அல்லது தேனீக்கள் மூலம் பாரம்பரிய வயலுக்குப் பரம்பி, மகரந்தச் சேர்க்கை நடைபெறும். இதனால் பாரம்பரிய வயலிலும் மரபணு மாற்றப்பட்ட கத்திரிக்காய்கள் தான் உற்பத்தியாகும். ஒரு முறை இப்படி மரபணுக்கள் மாறிவிட்டால், அந்த மாற்றத்தை நீக்க முடியாது.'

'ஒட்டுமொத்த விவசாயிகளும் பன்னாட்டுக் கம்பனிகளின் மரபணு மாற்றப்பட்ட விதைகளை வாங்க மறுத்தால்?'

'இப்படியான ஒரு எதிர்ப்பு நிலை இந்தியாவில் ஏற்பட்டது. விதை நிறுவனங்கள் அசரவில்லை. பதிலாக, விவசாயிகளுக்கே அவர்கள் 'செக்' வைத்து ஆட்டத்தைத் துவங்கினார்கள்.'

'எப்படி?'

'ஒரு கிராமத்தில் ஒருசில விவசாயிகளுக்கு மூளைச்சலவை செய்து, மரபணு மாற்றப்பட்ட விதைகளை இலவசமாகக் கொடுத்து, விவசாயம் செய்வதற்கான செலவையும் தருவதாக, சில வருடங்களுக்கு ஒப்பந்தம் போடுவார்கள். அவர்களும் ஆங்காங்கே மரபணு மாற்றப்பட்ட விதைகளை விதைத்துப் பயிர் செய்வார்கள். இவை விளைந்து பாரம்பரியப் பயிர்களிலும் பார்க்க அதிக விளைச்சலைக் கொடுக்கும். இதேவேளை இவர்களின் மரபணு மாற்றப்பட்ட பயிர்களிலுள்ள மகரந்தமணிகள், அடுத்த வயலுக்குப் பரவிப் பாரம்பரிய பயிர்களின் மரபணுவை மாற்றிவிடும். மொத்தத்தில் சில வருடங்களுக்குப் பின்னர், கிராமத்திலுள்ள எல்லாப் பயிர்களும் கரு முளைகளற்ற, மலட்டு விதைகளையே உற்பத்தி செய்யும். இந்த நிலையில், எல்லா விவசாயிகளும் விதைகளுக்காக விதை நிறுவனங்களையே தங்கி இருக்க வேண்டும். அப்போது அவர்கள் சொன்னதுதான் விலை.'

'Terminator தொழில்நுட்பத்தைப் பயன்படுத்தி உருவான மரபணு மாற்றப்பட்ட பயிர்கள் வளர்ந்து, மலட்டு விதைகளை உற்பத்தி செய்தால், விதை வியாபாரிகள் எப்படி முளைக்கக்கூடிய விதைகளை உற்பத்தி செய்து விற்கிறார்கள்?'

இளைஞனின் இந்தச் சந்தேகமும் கேள்வியும் நியாயமானதே.

'இதுதான் அவர்களது திறமை. இந்தச் சூக்குமம் வெளியே தெரிந்தால் அவர்களது வியாபாரம் படுத்துவிடும். இதை அவர்கள் படு இரகசியமாக வைத்திருப்பார்கள்.

'சரி!'

'பலவருட ஆராய்ச்சியின் பின்னர் விருத்தி செய்யப்பட்ட தாவரங்கள் அவர்களிடம் இருக்கும். அவற்றை மூடிய வயலில் விதைத்துக் கட்டுப்பாடான முறையில் மகரந்தச் சேர்க்கை நடத்துவார்கள். அந்தப் பயிர்கள் 'முளைக்கக்கூடிய' மலட்டு விதைகளைக் கொடுக்கும். அந்த விதைகளையே அவர்கள் விற்பார்கள்.'

'ஆனால் அதில் விளைந்த விதையை, அடுத்த போகம் விவசாயிகள் விதைத்தால் அவை முளைக்காது, அப்படித்தானே? கிட்டத்தட்ட F1, F2 கலப்பின விதைகளைப்போல என்று சொல்லுங்களேன்.'

'இதில் ஒரு சிறிய திருத்தம். F1, F2 கலப்பின விதைகள் மலட்டு விதைகளல்ல. இந்த விதைகள் அடுத்த போகமும் முளைக்கும். ஆனால் இவை F3, F4 என மேலும் கலப்படைவதால் முதல்போக விளைச்சலைக் கொடுக்காது. இதனால் இதை விதைத்தவர்களும், விதைகளுக்காக விதை நிறுவனங்களையே நம்பியிருக்க வேண்டும்.'

நேரம் நான்கு மணியாகிவிட்டது. பல விடயங்களைப் பேசிய பின்னர், வசதியான ஒரு நாள் லெபனான் நடன நிகழ்ச்சிக்குப் போக அழைப்பு விடுத்து அவர்கள் விடைபெற்றார்கள்.

உண்மைதான். லெபனானியர்களின் நடனம் மிக அழகானது. அவர்களின் 'பெலி டான்ஸ்சை (Belly Dance) காணக் கோடிக் கண்கள் வேண்டும். அவர்களின் இசையும் பக்க வாத்தியங்களும் மனதைக் கிறங்கவைக்கும். ஆனால், இன்றிரவு லெபனான் மலைகளில் வளரும் தாவரங்கள் பற்றிய விபரங்களைத் தரவேற்றி நாளை அறிக்கை சமர்ப்பிக்க வேண்டும். அத்துடன் மனைவியும் தொலைபேசியில் தொடர்புகொள்வாள்.

கொழுப்புச் சாப்பாட்டைக் கையாலும் தொடுவதில்லை என்று சத்தியம் செய்யாத குறையாக அவளுக்குக் கதை சொல்ல வேண்டும்.

இத்தகைய அலைக்கழிவுகளிலிருந்து தன்னை விடுவித்துக் கொள்ள, மாலைநேரத் தூக்கத்துக்கு ஆயத்தமானார் வீரசிங்கம்.

2015

6

ஒட்டுக்கன்றுகள்

1

எங்கள் ஊரில் அப்போது முடிவெட்டும் நிலையங்கள் இல்லை. இதனால் ஐயாவுக்கு முகச்சவரம் செய்ய, நாவிதர் சின்னப்பொடி வீட்டுக்கு வருவார். நாவிதர் வந்தவுடன் 'பரியாரி வந்திட்டார்!' என ஐயாவுக்குத் தகவல் சொல்வார், அம்மா.

நாவிதர்களை ஏன் 'பரியாரி' என்கிறார்கள்? என்ற கேள்வி, நெடுங்காலமாக என் மனதைக் குடைந்தது. காரணம் வேறு 'பரியாரி' மார்களும் அப்போது ஊரிலிருந்ததே. அவர்கள் மருந்துக் குளிசைகள் கொடுக்கும் தமிழ் வைத்தியர்கள்.

அலோபதி, ஹோமியோபதி, யுனானி, சித்த வைத்தியம், ஆயுர்வேதம் என வைத்தியத்தில் பல வகைகள் உண்டு. ஆனால் இந்த ஊர்ப் பரியாரிமார்கள், மேலே சொன்ன எந்தவகை மருத்துவத்திலும் அடங்காத 'பரம்பரை' வைத்தியர்கள். பத்தொன்பதாம் நூற்றாண்டின் அறுபதுகளுக்கு முன்பு, இலங்கையில் நடந்த இந்த விஷயம் சற்று விசித்திரமானது. தகப்பன் பரியாரியாக இருந்தால், மகனுக்கு வைத்திய அறிவு இருக்கோ இல்லையோ, தகப்பனிடம் வைத்தியம் படித்ததாகச் சொல்லி, மகனும் பரியாரியாகப் பதிவு செய்துகொள்ளலாம். இதற்கு ஊரிலுள்ள பெரியவர்கள் சிலர் சிபாரிசு செய்ய வேண்டும். எழுபதாம் ஆண்டுகளுக்குப் பின்பு, இந்தப் பதிவு முறை நீக்கப்பட்டது சற்று ஆறுதலான விஷயம்.

கொழும்பில் அப்போது 'கிளறிக்ல்' உத்தியோகம் பார்த்த நம்மவர்கள், யாழ்ப்பாணத்துக்கு லீவில்

வந்தால், தங்களின் லீவை நீடிக்க, ஊர்ப் பரியாரிமார்களிடம்தான் ‘மெடிக்கல் சேட்டிபிக்கற்’ வாங்குவார்கள். வாதம், பித்தம், அஜீரணக் கோளாறு என ஏதோ ஒன்றை அவர்களின் ‘லெட்டர் பாட்டில்’ எழுதிக் கொடுப்பார்கள். மறுபேச்சின்றி இவை ‘கந்தோர்’களில் ஏற்றுக்கொள்ளப்படும்.

இதேவேளை, சொந்தமாக மருந்துகளையும் எண்ணெய் வகைகளையும் தயாரிக்கும் பயிற்றப்பட்ட சிறந்த சித்த வைத்தியர்களும் சில ஊர்களில் இருந்தார்கள். இவர்களிடம்தான், பதிவுசெய்த பரியாரிமார்களில் பலர், காய்ச்சலுக்கு, தலையிடிக்கு, வயித்துப்போக்குக்கு எனக் குளிசைகளையும், நோவுக்கு, சுளுக்குக்கு என எண்ணெய்களையும் வாங்கி வைத்தியம் செய்வார்கள். வெட்டிப் புருடா விட்டு, கிராமத்து மக்களைப் பயமுறுத்தி வைத்திருப்பது, பரம்பரைப் பரியாரிமார்களின் தொழில் மூலதனம். இவர்களுள் சிலர் செய்வினை சூனியத்தையும் கையில் எடுத்துக்கொண்டதால், இவர்களின் பிழைப்பு பிரச்சனையின்றி ஓடியது.

நாகமுத்துப் பரியாரியும் இப்படிப்பட்ட ஒரு தமாஷாவகைப் பரியாரியே. அவரிடம் மருந்துக்குப் போனால் நாடி பிடித்துப் பார்த்துக் கண்களைச் சுருக்கி யோசித்து, நோய் அறிவது போலப் பாவனை செய்வார். தன் வைத்தியம் பற்றி நீண்ட நேரம் ‘பீலா’ விடுவார். பின்னர் சில மருந்துக் குளிசைகளைச் சரையில் மடித்து, முலைப் பால் அல்லது வெற்றிலைச் சாறில் உரைத்துக் குடிக்குமாறு கொடுப்பார். முலைப்பால் வாங்கச் சிரட்டையும் கையுமாக அப்போது சின்னக்கடை வரை அலைந்து திரிந்தவர்களும் உண்டு. சின்னக்கடைக்குப் போன தம்பித்துரை அண்ணை, முலைப்பால் வாங்கும் சாட்டில் மீன்காறியிடம் சேட்டைவிட்டு, திருக்கை வாலால் அடிவாங்கிய சங்கதி இப்போதும் சாயம் போகாமல் நினைவில் இருக்கிறது. ஊரில் யாராவது தன்னை மதிக்காமல், அயல் கிராமங்களிலுள்ள வைத்தியர்களிடம் சென்றால் பரியாரிக்குக் கெட்ட கோபம் வரும். சென்றவர்களின் படலைக்கு முன்னால் எலுமிச்சம் பழங்களை வெட்டி, குங்குமம் தடவி நள்ளிரவில் எறிந்துவிடுவது, அவரின் ஆரம்பகட்ட வெருட்டல் ‘ரெக்னிக்’. இதற்கும் மசியா விட்டால் அடுத்த ‘ஸ்டெப்’ எலுமிச்சம் பழங்களுடன் குங்குமம் பூசி வெட்டிய, நீத்துப்பூசணிக் காய்! பெரும்பாலானவர்கள் இதோடு மடங்கிவிடுவார்கள்.

ஊரிலே, தங்க பிரேம் போட்ட மூக்குக் கண்ணாடியுடன், பின் கொய்யகம் வைத்த சேலை உடுத்து, மிடுக்காக வலம் வந்தால், அது அன்னம்மா. நாகமுத்துப் பரியாரிக்கு அடுத்த வீட்டில் அவர் குடியிருந்தார். சுத்திவளைத்துப் பார்த்தால் சொந்தக்காரியும்

கூட. புருஷன் சிங்கப்பூர் 'பென்சனியர்.' சிங்கப்பூர்க் காசில் கட்டின பெரிய நாற்சார் வீட்டில் வசதியான வாழ்க்கை. அவரைச் சிங்கப்பூர் வீட்டுக்காரி என்றால்தான் ஊரில் தெரியும். அன்னம்மா நாகமுத்துப் பரியாரியாரை எப்பனும் சட்டை செய்வதில்லை. காணிப் பிரச்சனையால் வந்த விரோதம். 'வெட்டிறன், குத்துறன், எறிமாடன் பேயை ஏவுறன்' என்று பரியாரி அவ்வப்போது எகிறி விழுவார். பரியாரியின் இந்தப் புருடா அன்னம்மாவுக்குத் தெரியுமாதலால் நாகமுத்துவை அவர் ஒரு பரியாரியாகவே ஏற்றுக்கொள்வதில்லை. எனவே அன்னம்மா மருந்துக்குச் செல்வது கள்ளியங்காட்டு முருகேசுப் பரியாரியிடம். தமிழ் மருந்து சரிவராவிடில் 'இங்கிலீஸ்' வைத்தியம்தான். எங்கள் ஊர் நாகமுத்துப் பரியாரியின் பிழைப்பே, கள்ளியங்காட்டு முருகேசு பரியாரியின் மருந்தை வைத்துத்தான். இது அன்னம்மாவுக்கும் தெரியுமென்பதால் வேலிச் சண்டை வரும்போதெல்லாம் இந்த விஷயத்தை ஊர் முழுக்கச் சொல்லித்திரிவார். அயல் வீட்டு அன்னம்மா, தன்னிடம் மருந்துக்கு வராததைக்கூடச் சகித்துக் கொண்ட நாகமுத்துவால், அவர் கள்ளியங்காட்டுக்கு மருந்துக்குச் செல்வதைத்தான் பொறுக்க முடியவில்லை. தருணம் வரட்டுமெனக் காத்திருந்தார்.

அன்னம்மா வீட்டில் எப்போதும் பேடு கூவித்தான் பொழுது விடியும். புருஷன் உரத்துப் பேசமாட்டார். கோவில் மாடுமாதிரி தலையாட்டுவதுடன் சரி. இவர்கள் ஒரு உயர்சாதி அல்சேஷன் நாயும் ஒஸ்ரின் காரும் வைத்திருந்தார்கள். இது ஊரில் அவர்களது அந்தஸ்த்தின் அடையாளமாக பார்க்கப் பட்டது. நாயைத் தினமும் குளிப்பாட்டி, காரைக் கழுவிப் பராமரிப்பது மட்டுமே புருஷனின் பொறுப்பு. மற்றதெல்லாம் அன்னம்மாவின் கட்டுப்பாட்டில். நாய்க்கான கூண்டு நாகமுத்துவின் காணியைப் பிரிக்கும் வேலிக்கும் எலுமிச்சை மரத்துக்கும் இடையில் இருந்தது. அந்த எலுமிச்சை ஒரு 'ஒட்டுக்கன்று' *(Grafted Lime)*. நிறையக் காய்க்கும், கொட்டை இல்லை, நல்ல புளி. இதனால் ஆடு வெட்டி, ஊரில் பங்கு போடும்போது, அன்னம்மா வீட்டு எலுமிச்சங்காய்க்கு நல்ல கிராக்கி ஏற்படும்.

அன்னம்மா வீட்டு உயர்சாதி நாய் சும்மா இருக்குமா? உரத்த சத்தத்தில் எந்த நேரமும் குரைத்தது. இரவு நேரங்களில் வேலிபாய்ந்து அட்டகாசம் பண்ணியது. பரியாரி வைத்தியம் பார்க்கும் தலைவாசலுக்குள் மலம் கழித்தது. மொத்தத்தில் ஊர்ச் சனங்களைக் கட்டியாண்ட பரியாரிக்கு அன்னம்மாவையும் அவரின் நாயையும் அடக்க முடியவில்லை. எலுமிச்சங்காய்களை வெட்டி குங்குமம் தடவி நாய் படுக்கும் கொட்டிலருகே போட்டுப்

பார்த்தார். நாயிலும் மாற்றமில்லை, அன்னம்மாவும் மசியவில்லை. கடைசி ஆயுதமாக அன்னம்மா ஊரில் இல்லாத வேளை, நாய்களுக்கு நலமடித்துக் குறிசுடும் சின்னக்கண்டுவைக் கொண்டு, நாய்க்கு நஞ்சு வைப்பித்தார். நாயின் கதை அதோடு முடிந்தது.

கிடாரி மாடு செத்துக் கிடப்பதுபோல, உடல் குளிர்ந்து, நுரைதள்ளி, எறும்புகள் மொய்த்துக் கிடந்த நாயைக் கண்ட அன்னம்மா ஆடிப்போனார். தாமதிக்க நேரமில்லை. சகல மரியாதைகளுடனும் புதுத் துணி விரித்து அன்னம்மாவின் அல்சேஷன் நாய், எலுமிச்சை மரத்தின் கீழ் புதைக்கப்பட்டது. பரியாரி ஏவிவிட்ட எறிமாடன் பேயின் வேலைதான் இதுவென, சின்னக்கண்டு கை கால் மூக்கு வைத்து ஊரில் கதை பரப்பி விட்டார். ஊரிலே சின்னக்கண்டுதான் அப்போதைய மிருக வைத்தியர். இதனால் அவர் சொன்னதை மறுப்பில்லாமல் ஊர்ச்சனம் ஏற்றுக்கொண்டது. இதற்காக சின்னக்கண்டு, பரியாரி நாகமுத்துவிடம் பெருந்தொகையான பணம் வாங்கியது கொசுறுச் செய்தி. அன்னம்மா சும்மா இருப்பாரா? மலையாள மாந்திரீகரைக் கூப்பிட்டு எறிமாடன் பேய்க்கு 'மறுத்தான்' போட்டார். காகம் இருக்கப் பனம் பழம் விழுந்த கதையாக, பாரிய இரத்த அழுத்தத்தால் பாதிக்கப்பட்டிருந்த பரியாரியும் கைகால் இழுத்துப் பாரிச வாதத்தில் படுக்கையில் விழுந்தார்.

இது நடந்து சில மாதங்களின் பின்பு மழைக்காலம் வந்தது! 'கிளைமாக்ஸ்' காட்சியாக, நாய் புதைத்த எலுமிச்சை மரம் பூத்துக் காய்த்தபோது ஒரு அதிசயம் நடந்தது. மரத்தின் சில கிளைகளில், எலுமிச்சங் காய்களுக்குப் பதிலாக பெரிது பெரிதாக 'கைச்சல்' நாரத்தங்காய் (*Lemon*) தொங்கியது. ஊர் வாயை மூடமுடியுமா? அதையும் இதையும் முடிச்சுப்போட்டு ஊரில் கதை பரவியது. அன்னம்மா மனசாரப் பயந்துபோனார். இதன் தொடர்ச்சியாக வெள்ளிக் கிழமைகளில், அன்னம்மா வீட்டு எலுமிச்சையின் கீழ் 'செய்வினை' எடுக்க 'கழிப்பு' நடந்தது.

எங்கள் ஊரில் 'முற்போக்கு இளைஞர்கள் சங்கம்' என்ற ஒரு அமைப்பு இருந்தது. இதைத் துவக்கிவைத்தவர் ஆறுமுகம் வாத்தியார். அவரை வாத்தியார் என்பதிலும் பார்க்க 'கம்யூனிஸ்ட்' ஆறுமுகம் என்றால்தான் ஊரில் தெரியும். அந்த அளவுக்கு அவர் பொதுவுடமைவாதி. வாத்தியார் தலைமையில் அடிக்கடி நாம் ஊர் வாசிகசாலையில் ஒன்றுகூடுவோம். நாம் என்பது நாவிதர் சின்னப்பொடியின் மகன் பத்மநாதன் என்கிற பற்பன், துரையன், பாலன், சொர்ணன், லிங்கன், நான் மற்றும் பலர். அங்கு அறிவியல் சம்பந்தமான பல விஷயங்களைப் பேசுவோம். பற்பன் அப்போது பேராதனைப் பல்கலைக்கழகத்தில் விவசாயம் படித்துக்கொண்டிருந்தான். அந்த வகையில் ஒரு நாள் அன்னம்மா

வீட்டு எலுமிச்சை பற்றிப் பேச்சு வந்தது. பற்பனிடம் இதுபற்றிக் கேட்டோம். இதற்காகவே காத்திருந்தவன்போல அவன் ஆரம்பித்தான்.

‘தண்டு ஒட்டல் *(Grafting)*, அல்லது அரும்பு ஒட்டல் *(Budding)* போன்ற கலவியற்ற *(Non-Sexual)* இனப்பெருக்கம் மூலம், பல விரும்பப்படும் இயல்புகள் கொண்ட தாவரங்கள் பெறப்படுகின்றன.’

‘எடுத்த எடுப்பிலை, விஞ்ஞானக் கலைச் சொற்களைப் பாவிக்காமல், கொஞ்சம் விளக்கமாகச் சொல்லப்பா’ என்றார் ஆறுமுகம் வாத்தியார்.

‘தாவரங்கள் இயற்கையிலே இனவிருத்தி செய்வது கலவி முறையிலான *(Sexual)* அயல் மகரந்தச் சேர்க்கை மூலமே. இதே வேளை, செயற்கையாகவும் தற்போது மரபணு மாற்றம் செய்யப்படுவது தனிக்கதை. இது ஆய்வுக் கூடங்களில் செய்யப்படுவது.’

ஓஹோ!

‘விவசாயத்தில் அதிக விளைச்சலைப் பெறுவதற்காக, இரு தாவரங்களின் தண்டுப் பகுதிகளை இணைத்து, ஒரு புதிய தாவரத்தை உருவாக்குவதே ‘ஒட்டுதல்’ *(Grafting)* எனப்படும். குறைவான விளைச்சலை உண்டாக்கும் தாவரத்தின் தண்டு வெட்டப்பட்டு, அதனுடன் அதிக விளைச்சலைத் தரும் தாவரத்திலிருந்து எடுக்கப்பட்ட கிளை (ஒட்டுத்தண்டு, *Scion*) அல்லது அரும்பு (ஒட்டரும்பு, *Bud*) ஒட்டப்படும். சிறந்த வேர்த் தொகுதியைக் கொண்ட தாவரமே ஒட்டுக்கட்டையாகப் *(Root stock)* பயன்படும். மேலே ஒட்டப்படும் தாவரம், ஒட்டுக் கட்டையை விட அதிக விளைச்சலைத் தரக்கூடிய தாவரமாக இருந்தால் மாத்திரமே, இம்முறை பயனுள்ளதாக அமையும்.’

‘அப்படியென்றால், ஒட்டுக் கட்டையும் ஒட்டுத்தண்டும் ஒரே இனம் அல்லது ஒரே சாதியைச் சேர்ந்திருத்தல் வேண்டுமா?’

‘ஆம்! செம்பாட்டான் ரக மாமரத்தில் கறுத்தக் கொழும்பான் மாங்கிளையை ஒட்டலாம். ஆனால் தோடையில் மாமரத்தை ஒட்ட முடியாது.’

‘ஓ. கே! உருளைக் கிழங்கில் தக்காளியை ஒட்டி, கீழே உருளைக் கிழங்கும் மேலே தக்காளியும் பெறலாமாமே?’ என விஞ்ஞானச் சஞ்சிகையில் நான் வாசித்த தகவலை, எனக்கும் விஷயம் தெரியுமென்று காட்ட, சமயம் பார்த்து அவிட்டுவிட்டேன்.

‘உண்மைதான். தக்காளியும் உருளைக்கிழங்கும் ஒரே குடும்பத் தாவரங்கள். இவற்றை ஒட்டலாம். ஆனால், இது

அதிக விளைச்சலைக் கொடுக்காது. கீழே உருளைக் கிழங்கையும் மேலே தக்காளியையும் ஒரே நேரத்தில் விளைவிக்கக்கூடிய 'சக்தி' அந்த ஒட்டிய தாவரத்துக்கு இருக்காது. ஆனால், ஒரே குடும்பத் தாவரமான நாரத்தையையும் தோடையையும் அல்லது நாரத்தையையும் எலுமிச்சையையும் ஒட்டி நல்ல விளைச்சலைப் பெறலாம். இதுதான் சிங்கப்பூர் வீட்டு, அன்னம்மாவின் எலுமிச்சைக்கு நடந்தது' என 'சஸ்பென்ஸ்' வைத்து நிறுத்தினான் பற்பன்.

பற்பன் சொன்னதைக் கேட்டு நாங்களெல்லாம் உஷாரா னோம். 'இதைக் கொஞ்சம் புரியும்படி விளக்கமாகச் சொல்லு' எனச் சுதி சேர்த்தார் ஆறுமுகம் வாத்தியார்.

'அன்னம்மா வீட்டு எலுமிச்சை, நாரத்தை மர ஒட்டுக்கட்டை யில் *(Root Stock)* ஒட்டப்பட்டிருக்க வேண்டும். இதில் முக்கியம் என்னவென்றால் எந்தவொரு ஒட்டுக் கன்றிலும், ஒட்டுச் சந்திப்புக்கு *(Graft-union)* கீழேயுள்ள ஒட்டுக்கட்டையிலிந்து கிளைகள் வராமல் பார்த்துக்கொள்ள வேண்டும்.'

வந்தால்?

'ஒட்டுக்கட்டையில் தோன்றிய கிளைகள், உரமாக வளர்ந்து ஒட்டுத் தண்டிலுள்ள கிளைகளை ஆக்கிரமிக்கும். அன்னம்மா வீட்டில் செத்த நாயை எலுமிச்சையின் அடியில் புதைத்தது மட்டுமல்லாமல் நாய் மேலுள்ள பாசத்தால் அது விரைவில் உக்கிவிட வேண்டுமென்று தினமும் அவர்கள் நீர் பாய்ச்சி யிருக்க வேண்டும். நாய் உக்கியதால் உண்டான பசளையாலும், தினமும் கிடைத்த நீரினாலும் ஒட்டுக் கட்டையிலுள்ள (நாரத்தை) அரும்புகள் உக்கிரமாக வளர்ந்து எலுமிச்சையின் (ஒட்டுத் தண்டு) கிளைகளை ஆக்கிரமித்திருக்க வேண்டும்.'

'எனக்கிப்ப விஷயம் விளங்குது. ஒட்டுக் கட்டையிலிருந்து வளர்ந்த கிளைகளிலைதான் நாரத்தங்காய் காச்சிருக்கு' என பற்பன் சொன்ன அறிவியல் விஷயத்துக்கு உரிமை கொண்டாடி னான் துரையன்.

ஆறுமுகம் வாத்தியார் பேச்சோடு நிற்பவரல்லர். அன்னம்மா விடம் விஷயத்தைச் சொல்லி எலுமிச்சை மரத்தைப் பார்க்க அனுமதியும் வாங்கிவிட்டார்.

2

அந்த நாளும் வந்தது.

மரக் கிளைகளை வெட்டும் கத்தரிக்கோல் *(Secateurs)*, மெழுகு *(Pruning wax)*, பிறஷ் சகிதம், தொழிலுக்கு ஆயத்தமாகவே

வந்திருந்தான் பற்பன். செய்தி அறிந்த ஊர்ச்சனம் விடுப்புப் பார்க்கக் கூடிவிட்டது. வாசிகசாலையில் பற்பன் சொன்னது உண்மைதான். ஒட்டுச் சந்திப்புக்குக் கீழேயுள்ள நாரத்தை யிலிருந்து பாரிய கிளைகள் வளர்ந்து, அதிலே கரடுமுரடான தோலுடன் நிறைய நாரத்தங்காய்கள் பல்லிளித்தன.

'ஒட்டுக் கட்டையிலிருந்து கிளைகள் வளர்ந்தமாதிரி, ஒட்டுச் சந்திப்புக்கு மேலேயுள்ள எலுமிச்சையும் வீரியமாக வளர்ந்து காய்த்திருக்கலாம் அல்லவா? ஏன் 'குறண்டி'ப்போய் இருக்கு?' என நியாயமான கேள்வி ஒன்றைக் கேட்டான் பாலன்.

'ஒட்டுக் கன்றுகளை உருவாக்கும்போது ஆணிவேருடன் கூடிய நல்ல வேர்த்தொகுதி கொண்ட தாவரங்களே ஒட்டுக் கட்டைகளாகப் பாவிக்கப்படும். அதன்மேல் ஒட்டப்படும் ஒட்டுத் தண்டு, நல்ல பழம் பூக்களைக் கொடுக்கக்கூடிய பயனுள்ள இயல்புகளைக் கொண்டதாக இருக்க வேண்டும். இத்தகைய ஒட்டுத் தண்டுகள் இயற்கையாவே ஒட்டுக் கட்டையிலும் பார்க்க வளர்ச்சி வேகம் குறைந்தனவாக இருக்கும்.'

'நல்லன எல்லாம் நலிந்தனவே, என்னைப்போல!' என 'ஹைக்கூ' கவிதை சொன்னான் சொர்ணன். அவனது வழமையான 'விழல்' கவிதையைச் சட்டை செய்யாத பற்பன், ஒட்டுக் கட்டையிலுள்ள கிளைகளையும் அரும்புகளையும் வெட்டி, அவை மேலும் வளராதிருக்க, தான் கொண்டுவந்த சாம்பல் நிற மெழுகைப் பூசி நிமிர்ந்தபோது, ஊர்ச்சனம் குசுகுசுத்தது. இதற்கான காரணத்தை வாத்தியார் அறிவார்.

'இது மெழுகுதான், பயப்படாதேங்கோ! ஒட்டுக் கட்டையிலை முளைக்கிற கிளைகளைக் கத்தியாலையும் நறுக்கிவிடலாம்' என்ற வாத்தியார், எப்பொழுதோ தான் 'கமத்தொழில் விளக்க'ச் சஞ்சிகையில் வாசித்த தகவலையும் எங்களுடன் பகிர்ந்து கொண்டார்.

'எப்படி ஒட்டுக் கட்டையிலிருந்து கிளைகளை வளர விடக்கூடாதோ அதேபோல ஒட்டுச் சந்திப்புக்கு மேலேயுள்ள ஒட்டுத் தண்டிலிருந்தும் வேர்களை வளரவிடக் கூடாதாம்.'

'உண்மைதான். ஒட்டுக் கன்றுகளை நடும்போது, ஒட்டுச்சந்திப்பு (*Graft Union*) மண் மட்டத்திலிருந்து ஒரு அடியாகினும் மேலே இருக்க வேண்டும். ஒட்டுச்சந்திப்பை மூடி மண் இருந்தால் ஒட்டுத்தண்டிலிருந்து (இங்கு எலுமிச்சை) வேர்கள் தோன்றி ஒட்டுக் கட்டையைப் பலவீனப்படுத்திவிடும்' என மேலும் விளக்கம் சொன்னான் பற்பன்.

எலுமிச்சை மரத்துக்கு 'சுபம்' போட்டுவிட்டு வெளியே வந்த பற்பனுக்கு, அன்னம்மா பதியமிட்டிருந்த ரோஜாத் தடிகள்

கண்ணில் பட்டன. பதியமிட்ட தடிகளிலிருந்து இலைகளுடன் பாரிய அரும்புகள் துளிர்த்து அவை வாடிச் சோர்ந்து கருகியிருந்தன.

'இதுவும் பக்கத்து வீட்டுப் பரியாரி ஏவிவிட்ட 'எறிமாடன்' விளையாட்டோ?' என பாலன் கமெண்ட் அடிக்க, அதைக் கண்டுகொள்ளாத பற்பன், ஒரு பதியனை வெளியே இழுத்து எங்களிடம் காண்பித்தான். பதியத் தண்டின் அடியில் வேர்கள் அரும்பவில்லை. விழிகளை விழித்து, அவன் சொல்வதைக் கேட்க நாம் ஆர்வமானோம்.

'பிரச்சனை இதுதான்! வேர்கள் வளர முன்பு, மேலே அரும்புகள் வளர்ந்தால் பதியத்தின் சத்து முழுவதையும் அரும்புகள் இழுத்துவிடும். இதனால் பதியன்கள் செத்துவிடும்.'

'புரியும்படி சற்று விளக்கமாய்ச் சொல்லு பற்பன்' எனக் கேட்டேன் நான்.

'தாவரங்களின் வெட்டுத் துண்டங்களை *(Cutting)* பதியனிடும்போது மேலே கிளைகள் வளர முன்பு, கீழே வேர்கள் வளர வேண்டும்.

அதற்கு?

துண்டங்களைப் பதிவைத்த மண்ணின் வெப்பநிலை, மேலேயுள்ள காற்றின் வெப்பநிலையிலும் அதிகமாக இருக்க வேண்டும். அப்போதுதான் முதலில் வேர்கள் தோன்றும். அதற்காகத்தான் விவசாயப் பண்ணைகளில் பதியன்களை இளம்சூடுள்ள மேசையில் *(Heated bench)* வைப்பது.'

'இதையே வேறுமாதிரி சொன்னால், காற்றின் வெப்பநிலை, மண்ணின் வெப்ப நிலையிலும் கூடுதலாக இருந்தால், வேர்கள் வரமுன்பு கிளைகள் வளர்ந்து பதியன்கள் செத்துவிடும், அப்படித்தானே?'

'ஆம், அதுதான் இங்கு நடந்திருக்கிறது' என்ற பற்பனை இடைமறித்து, 'வீடுகளில் *Heated Bench* இருக்காது, இதுக்கென்ன மாற்று வழி?' எனக் கேட்டேன்.

'வைக்கோல் சூட்டுக்குள் கையை வைத்தால், சூடாய் இருக்குமெல்லே? பதியன் வைத்த நிலத்தை வைக்கோலால் மூடி, ஒழுங்காக தண்ணியை ஊற்றிவிடு' என்றான் பற்பன்.

அட, இதற்குள்ளும் இவ்வளவு விஷயங்கள் இருக்கோ என நாங்கள் வியந்தோம்.

பற்பன், எங்கள் ஊர் நாவிதரின் மகன். அவனை நண்பனாகப் பெற்றதில் எங்கள் எல்லோருக்கும் பெருமை. ஆனால் ஊர்ச் சனங்களுக்கு?

ஒரே நேரத்தில் எப்படி அவர்களால் ஹிட்லராகவும் சார்லி சப்பிளினாகவும் மாற முடிகிறது? ஊரின் நன்மை கருதி விஷயத்தை விளங்கப்படுத்தினார் வாத்தியார்.

சில மாதங்களுக்குப் பின்னர், அன்னம்மா வீட்டு எலுமிச்சையில் மீண்டும் எலுமிச்சங்காய் காய்த்துக் குலுங்கியது.

'என்னதான் இருந்தாலும் பற்பன் படித்தவனெல்லோ' என்றார்கள் விஷயம் தெரிந்தவர்கள். 'பேராதனையிலை படிக்கேக்கை சிங்கள மாந்திரீகமும் பழகினதாம்' எனக் காதைக் கடித்தன சில 'ஊர்ப்பெரிசுகள்'.

மொத்தத்தில் ஊர்ச்சனங்கள் இதற்குப் பிறகு பற்பனுக்குப் பயம் கலந்த மரியாதை காட்டியது. அதுவரை சாதிப் பெயர் சொன்னவர்களும், பற்பனின் தகப்பனை, 'பரியாரி' என்றார்கள்.

ஊரிலே, நாவிதர்களை ஏன் பரியாரி என்கிறார்கள் என்ற கேள்வி நீண்டகாலமாக என் மனதைக் குடைந்துகொண்டிருந்தது. அதுபற்றி ஆறுமுகம் வாத்தியாரிடம் கேட்டேன்.

'ஆதிகால ஆங்கில மருத்துவத்தில், சிறுசிறு Surgery செய்தவர்கள் பாபர்களே (Barber). அவர்கள் தங்களிடமுள்ள கூரிய சவரக் கத்தியால் பருக்கள், சீழ் பிடித்த கட்டிகளைக் (Abscess) கீறிக் குணப்படுத்தினார்களாம். இதேபோல ஊரிலும் முள்ளுக் குத்திச் சீழ்பிடித்தால், அல்லது ஆணிக்கட்டி வளர்ந்தால், நாவிதர்களே சவரக் கத்தியால் கீறிக் குணப்படுத்தினார்கள். இதை 'கத்தி வைத்தல்' என்போம். எனவேதான் அவர்களைச் சாதிப்பெயர் சொல்லிக் கூப்பிடாமல், மரியாதையாக 'பரியாரி' என்கிறோம்' என விளக்கம் தந்தார் வாத்தியார்.

உண்மைதான்! பிரிவினைகளும் வன்மங்களும் நம்பிக்கை களும் கலந்து நகரும் ஊர் வாழ்க்கை சற்று விசித்திரமானது. மழைக் காலத்தில் யார்யாரோ நட்டுவளர்த்த ஒட்டுமரங்கள் இன்றும் இயல்புமாறிக் காய்க்கக்கூடும்.

நாங்கள் நினைப்பதுபோல மரங்கள் என்பது மரங்கள் மட்டுமேயல்ல!

2016

7

என்.பி.கே . . . !

அந்தச் சுற்று வட்டாரத்தில் உடையார் வளவைத் தெரியாதவர்கள் இல்லை. அந்த அளவுக்கு வன்னி நிலப்பரப்பில் பிரபல்யமான குடும்பம் அது. மாங்குளத்தில் அவர்களுக்கு ஏராளமான நெல் வயல்கள் சொந்தமாக இருந்தன. இதற்கான நதி மூலத்தை பொன்னையா வாத்தியார் ஒரு சந்தர்ப்பத்தில் சொன்னார். இலங்கையை ஆங்கிலேயர்கள் ஆண்ட காலத்தில் முடிக்குரிய காணிகளை முறைப்படி பதிவுசெய்ய, உடையார் என்னும் பதவியை உருவாக்கினார்களாம். இவர்கள் ஊரிலுள்ள அரச காணிகளை ஆவணப்படுத்தும் போது, பத்தோடு பதினொன்றாகச் சில காணிகளைத் தங்களுடைய பெயர்களிலும் பதிவுசெய்தார்களாம். இதனால் இவர்கள் பெருந்தொகையான காணி பூமிகளுக்குச் சொந்தக்காரர்களாகி நிலச் சுவாந்தார்களானார்கள்.

உடையாரின் பேரன் ஐயாத்துரை என்னுடன் யாழ்ப்பாணப் பாடசாலை ஒன்றில் ஒன்றாகப் படித்தவன். நல்ல நண்பன். உடையார் குடும்பத்தின் ஒரே ஆண்வாரிசு. இதனால் குடும்பச் சொத்தைப் பாதுகாக்கவென, பன்னிரண்டாம் வகுப்புடன் படிப்பை நிறுத்திவிட்டான். பின்னர் ஊர்ப் பாடசாலை ஒன்றில் மாணவ ஆசிரியராகிக் கால ஓட்டத்தில் பயிற்றப்பட்ட ஆசிரியராகிவிட்டான். ஐயாத்துரையின் வீட்டில் எந்த நேரமும் உலை கொதிக்கும், அடுப்பில் ஏதோ ஒருவகை இறைச்சி அவியும். வந்தவர்கள் அங்கு கை நனைக்காமல் போவதில்லை. அவ்வப்போது நானும் குடும்பத்துடன்

மண் அளக்கும் சொல்

அவனுடைய வீட்டுக்குப் போய் விடுமுறையைக் கழிப்பதுண்டு. அவை மிகவும் மகிழ்ச்சியான நாள்கள்.

ஈழப் போராட்டம் துவங்கி, வன்னியில் போர் உக்கிரமான காலமது!

ஐயாத்துரை உடமைகளை இழந்து இடம்பெயர்ந்த பின்னர், அவனுடன் இருந்த தொடர்பு அறுந்துவிட்டது. போர் முடிந்து வன்னி வழமைக்குத் திரும்பிய பின், திடீரென ஒருநாள் அம்மாவின் வீட்டு விலாசத்துக்கு ஐயாத்துரை கடிதம் எழுதியிருந்தான். 'விவசாயம் உட்பட அனைத்தையும், தான் ஆரம்பத்திலிருந்து துவங்கவேண்டி இருப்பதாகவும் அதற்குச் சில உதவிகள் தேவை,' எனவும் எழுதியிருந்தான்.

அடுத்த நத்தார் விடுமுறைக்கு, மாங்குளத்தில் வசித்த ஐயாத்துரை வீட்டுக்குப் போனேன். போரினால் சிதிலமடைந்த வீட்டின் ஒருபகுதியைத் திருத்தி அதில் குடியிருந்தான். உடைமைகள் அனைத்தையும் இழந்ததால் சற்று நொடித்துப் போயிருந்தான். பல்கலைக்கழகத்தில் விவசாயம் படிக்கும் ஐயாத்துரையின் மகன், மீண்டும் துவங்க இருக்கும் பயிர்ச் செய்கையைக் காலத்துக்கு ஏற்ற வகையில், நவீன முறையில் ஆரம்பிக்க வேண்டுமெனத் தகப்பனைக் கேட்டிருக்கிறான். இதற்காகவே ஐயாத்துரை என்னை அங்கு அழைத்திருந்தான்.

அன்று ஞாயிற்றுக்கிழமை.

தலைவாழை இலையில் சாப்பாடு. குத்தரிசிச் சோறுடன், பலவகையான மரக்கறிகள், ஊர்வன, பறப்பன, நடப்பன எல்லாம் பொரியலாகவும் பிரட்டலாகவும் குழம்பாகவும் இலைக்கு வந்தன. இடமின்மையால் சாப்பாட்டு அறையின் ஒரு மூலையிலே அமோனியா, யூரியா உரச்சாக்குகளை அடுக்கியிருந்தான். சாப்பாடு முடிந்தபின் நெற்பயிர்ச் செய்கையில் அவர்களது உரப் பாவனை பற்றிக் கேட்டேன்.

'இந்த வருஷம் இரண்டு தரம் உரம் போட்டன். பயிர் உரமாய், உயரமாய் வளர்ந்தாலும் பொத்தித் தள்ளி கதிர் இன்னும் வரேல்லை' என்றான் ஐயாத்துரை கவலையுடன்.

ஐயாத்துரையையும் மகனையும் அழைத்துக்கொண்டு வயல் பக்கம் போனேன். ஒரு கரையில் குளத்துநீர்ப் பாசனத்தின் கீழான நெல் வயல்களும் குளத்தின் மறுகரையில் மேட்டுப் பக்கமாக வானம் பார்த்த காணிகளும் இருந்தன. அப்போது மழைக் காலமாகையால் வயல்களில் நீர் நிரம்பி வழிந்தது. பயிர்கள் நீண்டுவளர்ந்து பாரம் தாங்காமல் சாய்ந்திருந்தன. பொத்தி மிகக் குறைவாகவே தள்ளியிருந்தது. இதற்கான காரணத்தை ஐயாத்துரை

வீட்டில் அடுக்கியிருந்த உரச் சாக்குகளுடன் தொடர்புபடுத்தி நான் விளங்கிக்கொண்டேன்.

'ஐயாத்துரை, நீ என்ன உரம் விதைச்சனீ?'

'விதை நெல்லு முளைச்சு, பயிர் ஒரு சாண் வளர்ந்தவுடன் அமோனியா உரம் விதைச்சன். பயிர் அந்தமாதிரி, பச்சையாய் கிசுகிசுவெண்டு நல்ல வளர்த்தி. அந்தச் சந்தோஷத்திலை போனமாதம் பொத்தி தள்ளட்டுமெண்டு யூரியா போட்டன். இப்ப, பொத்தியும் தள்ளாமல் கதிரும் வராமல் பயிர் நெடுத்துச் சரிஞ்சுபோய் கிடக்குது.'

'இங்கைதான் ஐயாத்துரை நீ பிழை விட்டிருக்கிறாய்.'

'என்ன பிழை?'

'அமோனியா, யூரியா ஆகிய இரண்டு உரங்களிலும் இருப்பது நைட்ரஜன் என்னும் இரசாயனப் பொருள். இந்த வேதிப்பொருள் அமோனியாவிலும் பார்க்க யூரியாவில் அதிகளவு உள்ளது. நைட்ரஜன், தாவரத்தின் தண்டும் இலைகளும் நன்கு வளர்ச்சி பெற மட்டும் உதவுவது. இதனால்தான் உன்னுடைய நெற்பயிர்கள் வளர்ந்திருக்கு, ஆனால் பொத்தி தள்ளிக் கதிர் வரேல்லை.'

'இதைக் கொஞ்சம் விளக்கமாகச் சொல்லுங்கோ அங்கிள்' என உரையாடலுள் புகுந்தான் விவசாயம் படிக்கும் ஐயாத்துரை யின் மகன்.

'உரம் என்பது விளைநிலத்தில் உள்ள ஊட்டச் சத்துகளைப் பெருக்குவதற்கு இ ப்படும் வேதிப் பொருளாகும். மண்ணில் குறைந்துவரும் இயற்கையான சத்துப் பொருட்களை ஈடு செய்ய செயற்கையான இரசாயன சத்துப்பொருளை மண்ணுக்கு ஊட்டுவதை உரம் போடுவது என்போம்.'

'அப்போ, மாட்டுச்சாணம் போடுவதும் பட்டி அடைப்பதும்?'

'இவை பசளைகள். பொதுவாக மாட்டுச் சாணம், ஆட்டுப் புழுக்கை, கோழி எச்சம், இலை, தழை, கடல் சாதாளை போன்ற இயற்கையான பொருட்களை நிலத்திற்கு இடுவதைப் பசளை போடுதல் என்பார்கள்.'

'அன்றாடம் கூட்டிப்பெருக்கும் குப்பைகூளங்களைக் குழியிலிட்டு நீரைப் பாய்ச்சி கம்போஸ்ட் என அழைக்கப்படும் பசளைகளைத் தயாரித்தும் விவசாயிகள் மண்ணை வளமாக்குவார்கள்.'

'இது நாங்கள் காலங்காலமாய் பாட்டன் பூட்டன் காலத்திலையிருந்து செய்யிறதுதானே. அதை விட்டிட்டு உர

விஷயத்துக்கு வா.' என அமோனியா, யூரியா விஷயத்தை ஞாபகமூட்டினான் ஐயாத்துரை.

'தண்டும் இலைகளும் நன்கு வளர்ச்சிபெற, நைட்ரஜன் கொண்டுள்ள அமோனியா, யூரியா உரங்கள் பெருந்துணை புரிகின்றன. கீரைகளுக்கும், இலை மரக்கறி வகைகளுக்கும் இவற்றைக் குறிப்பிட்ட அளவு எந்த நேரத்திலும் போடலாம். ஆனால் பூத்துக் காய்த்துப் பழங்களைத் தரும் தாவரங்களுக்கும் நெல்லு வகைகளுக்கும் பயிர் வளரும் ஆரம்ப நிலையில் மட்டும் நைட்ரஜனைக் கொண்டுள்ள அமோனியா, யூரியா ஆகிய உரங்கள் போட வேண்டும்.'

'எனக்கு இப்ப விளங்குது அங்கிள். கதிர் வாற நேரத்திலை அப்பா யூரியா விதைச்சதாலை, அதிலை இருக்கிற நைட்ரஜன், தண்டும் இலையும் உரமாய் வளர உதவிசெய்திருக்கு. அதனாலை பொத்தி தள்ளிக் கதிர் வாறது குறைஞ்சிருக்கு', என்ற மகனை இடைமறித்த ஐயாத்துரை, 'காரணகாரியங்களை விட்டிட்டு, கதிர் வாறதுக்கு என்ன போடவேணுமெண்டு சொல்லு. இங்கை கடையிலை உரம் எண்ட பெயரிலை அமோனியாவும் யூரியாவும்தான் விக்கிறாங்கள். நாங்களும் விவரம் தெரியாமல் இதுகளை வாங்கி வயலுக்கை கொட்டுறது. இதனாலை எல்லா வயல்களும் சவர் பத்தினது மட்டுமில்லை நிலத்தடி நீர், குளத்துத்தண்ணி எண்டு எல்லா இடமும் இரசாயனக் கலவைதான்' என ஆதங்கப்பட்டான் ஐயாத்துரை. பின்னர் வயல் வரப்பில் வரிசையாக நின்ற வடலிப் பனைகளின் மறைப்பில் சிறுநீர் கழிக்கவென மெதுவாக ஒதுங்கினான்.

இந்தச் சந்தர்ப்பத்தைத் தவறவிடாத ஐயாத்துரையின் மகன், 'நாங்கள் ஆடு கடிச்சமாதிரி அங்கொண்டும் இங்கொண்டுமாய் கதைக்கிறம் அங்கிள், தாவரங்களுக்குத் தேவையான இரசாயன மூலகங்கள் பற்றிக் கொஞ்சம் விளக்கமாய்ச் சொல்லுங்கோ' என்றபடி, தனது ஐபாட்டை எடுத்துக் குறிப்பெடுக்கத் தயாரானான்.

'தாவர வளர்ச்சிக்கு 16 மூலகங்கள் தேவை. இதில் அவசியம் தேவையான மூலகங்கள், கார்பன் *(C)*, ஐதரசன் *(H)*, ஒட்சிசன் *(O)* ஆகியன. இவற்றைத் தாவரங்கள் காற்றிலிருந்தும் நீரிலிருந்தும் இயற்கையாகவே பெற்றுக்கொள்ளும்.

'ஓ . . .!'

'இதேவேளை, நைட்ரஜன் *(N)*, பொட்டாசியம் *(K)*, பொஸ்பரஸ் *(P)*, மக்னீசியம் *(Mg)*, கல்சியம் *(Ca)*, கந்தகம் *(S)* ஆகிய ஆறு மூலகங்களும் ஒப்பீட்டளவில் அதிகளவு தேவையான மூலகங்கள்.'

'ஓ.கே.'

‘இரும்பு (Fe), செப்பு (Cu), போரான் (B), மாலிப்டினம் (Mo), துத்தநாகம் (Zink – Zn), மாங்கனீசு (Mn), குளோறீன் (Cl) ஆகிய ஏழு மூலகங்களும் ஒப்பீட்டளவில் குறைந்தளவு தேவையான மூலகங்கள்.’

‘இவை எல்லாம் உள்ளடக்கிய முழுமையான இரசாயன உரக் கலவை சந்தையில் இருக்கிறதா அங்கிள் ?’

‘இல்லை. காற்றிலிருந்தும் நீரிலிருந்தும் பெறப்படும் கார்பன், ஐதரசன், ஒட்சிசன் ஆகிய மூலகங்களைத் தவிர்ந்த 13 மூலகங்களுள் நைட்ரஜன், பொட்டாசியம், பொஸ்பரஸ் ஆகிய மூன்று மூலகங்களே தாவர வளர்ச்சிக்கு மிக முக்கியமானவை. இவைதான் தனித்தோ அல்லது கூட்டாகவோ கடைகளில் கிடைக்கின்றன.

‘ஓஹோ, மிகுதி 10 மூலகங்களும் ?’

இவை ஒப்பீட்டளவில் குறைந்தளவு தேவைப்படுவதால் இவற்றைத் தாவரங்கள் மண்ணில் உள்ள இயற்கைப் பசளைகளிலிருந்து பெற்றுக்கொள்ளும்.

பனைக்குப் பின்னால் நின்று எங்களது உரையாடலை அரையும் குறையுமாகக் கேட்ட ஐயாத்துரை, ‘உங்கடை அறிவியல் உரையாடல் இனிக் காணும். உர பாவனை பற்றிப் பாமர விவசாயிக்கும் விளங்கக்கூடியதாய்க் கொஞ்சம் இலகுவாய்ச் சொல்லு. அப்பதான் நான் கமம் செய்ய முடியும்’ என்றான்.

‘தாவரத்தின் தண்டும் இலைகளும் நன்கு வளர்ச்சிபெற நைட்ரஜன் பெருந்துணை புரிகிறது என நான் ஆரம்பத்திலேயே சொல்லியிருக்கிறன். இதனால் தாவர வளர்ச்சியின் ஆரம்பத்தில் நைட்ரஜன் கொண்டுள்ள அமோனியா, யூரியா உரங்கள் போட வேண்டும்.’

‘சரி . . .’

‘பூக்கள் பூத்துக் குலுங்கவும் காய்கள் நன்கு திரட்சியடையவும் விதைகள் முதிர்ச்சி பெறவும் பொஸ்பேட்டுகள் (P) அவசியம் தேவை. அதேபோன்று வேரும் வித்தும் விருத்தி பெற, பொட்டாஸ் அல்லது பொட்டாசியம் (K) என்னும் சாம்பல் சத்து தேவையாகும்.’

‘கடையிலை இவையெல்லாம் இருக்கெண்டு சொல்லுறியோ ?’

‘உரம் விற்கும் பெரிய கடைகளில் இவற்றைத் தனித்தனியே வாங்கலாம். ஆனால் நைட்ரஜன், பொட்டாசியம், பொஸ்பரஸ் ஆகிய மூன்றும், தேவைக்கேற்ற வீதத்தில் கலந்த, உரக்கலவை இப்பொழுது சந்தையில் உண்டு. இதை “என்.பி.கே.” (NPK) உரக்

கலவை என்பார்கள். இதையே நெல் வயல்களில் பொத்தி தள்ளிக் கதிர் வர முன்பும், தாவரங்கள் பூக்கும் பருவத்திலும் போட வேண்டும்.'

'இப்ப விளங்குது நாங்கள் விடுகிற பிழை. அமோனியாவும் யூரியாவும் கடையிலை லேசாய் கிடைக்குதெண்ட உடனை அதையே அள்ளிக்கொட்டினால் என்னண்டு நெல்லு விளையும்? இதைச் சொல்லித்தாறதுக்கும் ஆமான ஆக்கள் இங்கை இல்லை,' எனச் சொல்லி ஆதங்கப்பட்டான் நண்பன் ஐயாத்துரை.

எங்கள் உரையாடலைக் கேட்டவண்ணம் களை பிடுங்கிக் கொண்டிருந்த மூத்த விவசாயி ஒருவர் தலையில் கட்டியிருந்த துவாயை அவிழ்த்து முகத்தைத் துடைத்தபடி தனக்கிருக்கும் பிரச்சனை ஒன்றைச் சொன்னார்.

நெற்பயிர்களுக்குள் வளர்ந்திருந்த களைகளைக் கொல்ல, களைநாசினி தெளித்தவராம். கிடைச்சியும் அதையொத்த தாவரங்களும் மாத்திரம் வாடிச் செத்தனவாம். கோரைப்புல்லும் மற்றைய புல்லு வகைகளும் சாகாமல் அப்படியே நிற்கின்றனவாம். இதற்கான காரணம் என்னவென அறிய விரும்பினார் அந்த விவசாயி.

'களை கொல்லியில் இரண்டு வகை. ஒன்று அகன்ற இலைத் (இரு வித்திலை) தாவரங்களை மாத்திரம் கொல்வன. ஆங்கிலத்தில் இதை *Selective herbicide* என்பார்கள்.'

'மற்றது?'

ஒடுங்கிய இலைத் (ஒரு வித்திலை) தாவரங்களான புல்லு வகைகளையும், அகன்ற இலைத் தாவரங்களான பூண்டு வகைகளையும் ஒருமித்து அழிப்பன. ஆங்கிலத்தில் இதை *Complete Herbicide* அல்லது *Round up* என்பார்கள்.

எனது விளக்கம் அந்த முதிய விவசாயிக்குப் புரியவில்லை என்பது அவர் முகத்தில் தெரிந்தது. எனவே விஷயத்தை இலகுவாகச் சொல்ல முயன்றேன்.

'பெரியவரே, வயலுக்குள் களைகளாகக் கிடைச்சி, குப்பைமேனி, மூக்கறைச்சி போன்ற அகன்ற இலைத் தாவரங்களும் கோரை முதலான ஒடுங்கிய இலை கொண்ட புல்லு வகைகளும் நெல்லுடன் சேர்ந்து வளரும். நீங்கள் தெளிக்கும் மருந்து கிடைச்சி, குப்பைமேனி, மூக்கறைச்சி போன்ற அகன்ற இலைத் தாவரங்களை மாத்திரம் கொல்லுகின்ற களைக்கொல்லி.'

'புல்லைக் கொல்ல?'

'புல்லைக் கொல்ல, அதற்குரிய மருந்தடித்தால் புல்லோடு நெல்லும் சாகும்.'

‘எனக்கு விளங்குது அங்கிள். புல்லும் நெல்லும், ஒடுங்கிய இலை கொண்ட ஒரு வித்திலைத் தாவரங்கள்,’ என மீண்டும் அறிவியலுக்குள் நுழைந்த ஐயாத்துரையின் மகன், நியாயமான கேள்வி ஒன்றைக் கேட்டான்.

‘அகன்ற இலைத் (இரு வித்திலை) தாவரங்களை மாத்திரம் கொல்லும் *Selective Herbicide* எனப்படும் தெரிந்து கொல்லும் களைநாசினியை, நெல் வயலுக்குத் தெளிப்பதால் முழுமையான பயன் கிடைக்கப்போவதில்லை. பின் எதற்காக இதைத் தயாரித்துச் சந்தைக்கு விடுகிறார்கள்?’

‘பல நாடுகளில், வளவிலும், பூங்காவிலும், மைதானங்களிலும் அழகுக்காக அமைக்கப்பட்ட புற்தரைகள் உண்டு. இவற்றுள் வளரும் பெரும்பாலான குளோவர் முதலிய களைகள் அகன்ற இலைத் தாவரங்களே. இவற்றைக் கொல்ல *Selective Herbicide* என்னும் தெரிந்து கொல்லும் களைநாசினி தேவை.’

என்னுடைய விளக்கங்கள் பெரியவருக்குப் புரியவில்லை. இதனால் எரிச்சலடைந்த அவர், ‘புல்லை கையாலைதான் புடுங்கவேணும் எண்ணுறியள்! புல்லுப் புடுங்கேக்கை அதோடை சேர்த்துப் பூண்டுகளையும் என்னாலை இழுக்கேலாதோ? அதுக்கேன் மருந்தடிப்பான்? என்ன விண்ணாண விஞ்ஞானமோ,’ எனப் புறுபுறுத்தபடி மீண்டும் புல்லுப் புடுங்க வயலுக்குள் இறங்கினார்.

நாங்கள், ஐயாத்துரையின் வயல் நிலங்களில் செய்யப்பட வேண்டிய மாற்றங்கள், திருத்தங்கள், விதைக்க வேண்டிய நெல் இனங்கள் எனப் பலதும் பத்தும் பேசினோம். இதைக் கேட்டுக்கொண்டு நின்ற பெரியவர் ‘மண் வேறு மனிதர்கள் வேறு அல்ல’ என்றார் பூடகமாக. நீண்ட நாட்களுக்குப் பின் அன்று நான் வயலுக்குப் போய்வந்தது உடலுக்கு இதமாகவும் மனதுக்கு ஆறுதலாகவும் இருந்தது.

வீட்டுக்கு வந்தபோது ஐயாத்துரையின் மனைவி நெற்றி நிறைய வீபூதி பூசி, குங்குமப் பொட்டு வைத்து ஆட்டுப்பால் கலந்த தேநீர், பொரி அரிசிமா உருண்டை சகிதம் எங்களுக்காகக் காத்திருந்தார்.

உண்மைதான், மரம் செடிகொடிகளை மனிதர்கள் நேசிக்க ஆரம்பித்துவிட்டால் இழப்புக்கள், அழிவுகள், துன்பங்கள் எல்லாம் சர்வசாதாரணம் என்ற உண்மையை, அன்று நான் அவர்களிடமிருந்து கற்றுக்கொண்டேன்.

2017

8

தம்பித்துரை அண்ணையும் பேரனும் ஆறு ஐமிச்சங்களும்!

அரக்கப்பரக்க எனது வீட்டுக்குத் தனது பேரனுடன் வந்தார் தம்பித்துரை அண்ணை. அவர் எனது வீட்டிலிருந்து பத்துநிமிட நடைதூரத்திலுள்ள மகளின் வீட்டில் வசிக்கிறார். ஊரில் மட்டுமல்ல சிட்னியிலும் அவரை தமிழரசு தம்பித்துரை என்றால்தான் தெரியும். அந்த அளவுக்கு இருபதாம் நூற்றாண்டின் அறுபது எழுபதுகளில் தமிழரசுக் கட்சிக்காகவே உயிரைக் கொடுத்து உழைத்தவர். இதனால் இன்றும் அரசியல், உலக நடப்புக்கள் அனைத்தையும் ஆதியோடந்தமாக அறிந்துவைத்திருப்பார். தம்பித்துரை அண்ணை இலங்கையில் அரச விவசாயப் பண்ணை ஒன்றைத் தனி ஆளாக நின்று திறம்பட நிர்வகித்தவர். அவரின் அரசியல் நிலைப்பாடு காரணமாகச் சிங்கள மேலதிகாரியுடன் முரண்பட்டு அரசாங்க வேலையைத்தூக்கி எறிந்தபின், ஊரில் பல விவசாயப் புரட்சிகள் செய்தவர். சுற்றிவளைத்துப் பார்த்தால் அவர் எனக்கு உறவும்கூட. அந்தப் பந்தமும் பாசமும் சிட்னியிலும் தொடர்வதினால் தனது அறிவெல்லைக்கு அப்பாற்பட்ட ஐமிச்சங்களைத் தெளிவுபடுத்துவதற்கு அவர் என்னிடம் வருவார். அந்த வகையில்,இன்றும் தம்பித்துரை அண்ணைக்குப் பல ஐமிச்சங்கள். உள்ளதைச் சொன்னால் பயம் கலந்த ஐமிச்சம். அதுவும் அவர் அன்றாடம் இரண்டு வேளை சாப்பிடும் சோறு பற்றிய ஐமிச்சம்.

ஐமிச்சம் 1: பிளாஸ்டிக் அரிசி சாத்தியமா?

‘சீனாவிலை, பிளாஸ்டிக் அரிசி செய்யிற படத்தைப் போட்டுக்காட்டு ராசா’ எனப் பேரனிடம் சொன்னார் தம்பித்துரை அண்ணை. சீன மொழியில் விளக்கம் சொல்லும் ஒரு யூ–டியூப் வீடியோ, பேரனின் ஐ–பாட்டில் ஓடியது. முதலாவது காட்சியில், மெல்லிய பிளாஸ்டிக் தகடுகள் இயந்திரம் ஒன்றுக்குள் போடப்படுகிறது. அடுத்து நூல்கள் போன்ற அமைப்பு ஒரு இயந்திரத்திலிருந்து இன்னொரு இயந்திரத்துக்குப் போவது காண்பிக்கப்படுகிறது. மூன்றாவது காட்சியில் இயந்திரத்திலிருந்து அரிசி வெளியேறுகிறது. ஆனால் இந்த மூன்று காட்சிகளுக்குமான தொடர்புகள் எதுவும் அங்கு காட்டப்படவில்லை. இதேபோன்று ‘பிளாஸ்டிக் அரிசி’ பற்றிய பல யூ–டியூப் வீடியோக்களும் தகவல்களும் அண்மைக் காலமாக (2017) ஊடகங்களிலும் வலைத்தளங்களிலும் வெளிவந்ததை நானும் பார்த்திருக்கிறேன். பிளாஸ்டிக்கில் அரிசி செய்வது சாத்தியமா? பிளாஸ்டிக் அரிசி, உண்மையான அரிசிபோலக் கொதி தண்ணீரில் வேகுமா என்ற பல கேள்விகள் எமக்குள் எழுந்தாலும் பிளாஸ்டிக் என்றவுடன் எமக்குள் ஒருவித பயம் ஏற்படவே செய்கிறது. எனவே இதன் நம்பகத் தன்மை பற்றி அறியவே தம்பித்துரை அண்ணை என்னிடம் வந்திருந்தார்.

‘பிளாஸ்டிக் அரிசி, சந்தைக்கு வந்திருப்பதாகச் சொல்வது முற்றிலும் புரளிக் கதை. 2011ஆம் ஆண்டு வியட்நாமிய இணையப் பத்திரிகை ஒன்றுதான் முதன்முதலில் பிளாஸ்டிக் அரிசி சந்தைக்கு வந்திருப்பதாகவும், அது சீனாவில் உற்பத்தி செய்யப்படுவதாகவும் செய்தி வெளியிட்டது. அதன் பின்னர், பிளாஸ்டிக் அரிசி குறித்து வெளிவந்த செய்திகள் அனைத்துமே வியட்நாமிய இணையப் பத்திரிகை வெளியிட்ட செய்தியைச் சார்ந்தே இருந்தன’ எனச் சுருக்கமாக விளக்கம் சொன்னேன்.

‘படிக்கிற பெடியளுக்கு சொல்லுற மாதிரி எனக்கும் சொல்லாமல் கொஞ்சம் விளக்கமாகச் சொல்லு தம்பி’ எனக் கேட்டார் தம்பித்துரை அண்ணை.

‘சீனாவில் வுச்சாங் என்னும் இடத்தில் விளையும் அரிசி மிகப் பிரபல்யமானது. இது நல்ல சுவையும் மணமும் கொண்டது. இந்த அரிசி அவியும்போது வெளிவரும் வாசனை பசியைத் தூண்டும் என்றும் சொல்லப்படுகிறது. வுச்சாங் அரிசி விலையானதால் வியாபாரிகள் கலப்படம் செய்வதாகவும் இதனுடன் பிளாஸ்டிக்கால் செய்யப்பட்ட போலி அரிசியைக்

கலப்பதாகவும் வியட்நாமிய இணையப் பத்திரிகை மேலும் தெரிவித்தது.'

'ஓஹோ!'

'இந்தக் கலப்பட அரிசியானது உருளைக் கிழங்கு, மரவள்ளிக் கிழங்கு போன்ற மாச்சத்துள்ள கிழங்குகளை அரைத்து, அரிசி போன்று செய்யப்படுவதாகவும் இரசாயனங்களைப் பூசி அவை விற்கப்படுவதாகவும் சொல்லப்பட்டது. சீனாவின் புகழ்பெற்ற 'வுச்சாங்'ரக அரிசியைப் போன்று தோற்றமளிக்கக் கலப்பட ரக அரிசிகளில் வாசனைத் திரவங்கள் தெளிக்கப்படுவதாகவும் பின்னர் செய்திகள் வெளிவந்தன. ஆனால் எந்தச் செய்தியிலும் நேரடியாக பிளாஸ்டிக் கலக்கப்பட்டதாகத் தகவல்கள் இல்லை.'

'நல்ல அரசியல்தான்!'

'பிளாஸ்டிக்கை அரைத்து அரிசிகளின் அச்சுகளாக மாற்றுவதன் மூலம் எந்தவொரு வணிகலாபமும் பெற்றுவிட முடியாது. கலப்படம் செய்யப்படுவது இலாப நோக்கத்திற்காக மட்டும்தான். ஒரு கிலோ அரிசியைவிட ஒரு கிலோ பிளாஸ்டிக்கின் விலை அதிகம் என்பதால் வியாபாரி இதில் எந்தவித இலாபத்தையும் பெற முடியாது. அதுமட்டுமல்ல அரிசியில் பிளாஸ்டிக்கைக் கலந்தால் உலை கொதிக்கும்போது அல்லது அரிசி அவியும்போது பிளாஸ்டிக் உருகிவிடுமல்லவா?'

'அதுதானே!'

'நாம் உண்ணும் பலவிதமான உணவுகளில் கலப்படம் இருக்கிறது என்பதை மறுப்பதற்கில்லை. சில துரித உணவுகளைப் பாதுகாப்பாக வைத்திருப்பதற்கும், குறித்த வடிவம் பெறுவதற்கும், கெட்டுப்போகாமல் இருப்பதற்கும் நெகிழ்வுத் தன்மையுள்ள சில வேதிப் பொருட்கள் கலக்கப்படுகின்றன என்பது உண்மையே. ஆனால், ஒட்டுமொத்தமாக பிளாஸ்டிக்கைக் கொண்டு வாளி, கோப்பை, கதிரை, மேசை செய்வதுபோல, அரிசி தயாரிப்பது சாத்தியமில்லை.'

'ஐரோப்பிய நாடுகளில் திடீர் நூடுல்ஸ் போன்று திடீர் அரிசிப் பைகள் விற்கப்படுகின்றன. அந்த அரிசிப் பையைக் கொதி தண்ணீரில் போட்டால் சில நிமிடங்களுக்குள் பைக்குள் இருக்கும் அரிசி அவிந்து சோறாகிவிடும். இது எந்தவகை அரிசி அப்பா?' என எமது சம்பாஷணைக்குள் நுழைந்தான் ஐரோப்பிய நாடொன்றில் பட்டப் பின்படிப்பு படித்த எனது மகன்.

இது இயற்கையான அரிசி இல்லை. சரியாகச் சொன்னால் இது நூடுள்ஸ் அரிசி. சவ்வரிசியைப் போன்றது. நெல்லை அரிசியாக்கும்போது பெருமளவு குருணை வரும். இதை விற்க முடியாது. இதை அரைத்துப் பசையுள்ள சில மா வகைகளைச் சேர்த்து நூடுல்ஸ் போன்று அரிசி தயாரிக்கிறார்கள். இதிலும் பிளாஸ்டிக் சேர்ப்பதில்லை. இந்த அரிசியின் விலை இயற்கை அரிசியிலும் பல மடங்கு அதிகம். இது அவசர உலகத்தில் வாழும் சிலருக்கு அவ்வப்போது உதவலாம். ஆனால் அன்றாடம் அரிசி உணவு சாப்பிடுபவர்களுக்குத் தோதுப்படாது.'

'சமூக வலைதளங்கள், இணையங்களிலெல்லாம் பிளாஸ்டிக் அரிசியினால் சமைக்கப்பட்ட சோறு எனக் காட்டி, அதனை உருண்டையாக்கி, நிலத்தில் அடித்துக் காண்பிக்கிறார்களே?'

'அரிசியில் இயற்கையாகவே அமைலோஸ் (இனிப்புத்தன்மை), அமைலோஸ்-பெக்ரின் (பசைத்தன்மை) என்ற இரண்டு வேதிப் பொருள்கள் உண்டு. இவற்றின் அளவுக்கேற்றபடியே அரிசியின் தன்மை மாறுபடும். குச்சிகளால் சாப்பிடும் சீனர்களுக்குப் பசைத் தன்மையுள்ள சோறு வேண்டும். இந்தியர்களுக்கு உதிர்ந்த சோறு வேண்டும். இதனால் ஜப்பான், சீனா போன்ற நாடுகளில் ஸ்டிக்கி ரைஸ் எனப்படும் இயல்பிலேயே ஒட்டும் தன்மையுடைய அரிசி வகைகள் பயிரிடப்படுகின்றன. இந்தவகை அரிசியில் அமைலோஸ்-பெக்ரின் கூடுதலாக இருப்பதால், அதன் கஞ்சியில் நெகிழ்வுத் தன்மையும் பசைத் தன்மையும் அதிகம் இருக்கும். இதனால்தான் நம்மவர்கள் இதை போஸ்டர் ஒட்டப் பாவிக்கிறார்கள். இந்த வகை ஸ்டிக்கி ரைஸ்ஸைச் சூடாக இருக்கும் போதே இறுக்கமாக அமத்தி உருண்டையாகப் பிடித்தால் அவை உடையாத, உரமான, உருண்டையாக மாறும். பசைத் தன்மையுள்ள அரிசி மாவில் செய்யப்பட்ட பிடி கொழுக்கட்டையை நிலத்தில் எறிந்து பாருங்கள் அது உடையாதல்லவா? அது மாதிரித்தான் இதுவும்.'

'அது சரிதான்.'

'இதேவேளை நான் இன்னுமொன்றையும் சொல்ல வேண்டும். இந்த மாதிரியான செய்திகளை வலைதளங்களில் பதிவேற்றுகையில், ஆதாரமும் உண்மைத் தன்மையும் தெரிந்தால் மட்டுமே பகிர வேண்டும். இதுகுறித்த வீடியோக்கள் பெரும்பாலும் புரியாத மொழிகளிலேயே முதலில் வெளிவந்தன. இன்று வரையும் நிரூபிக்கப்படாத இந்தச் செய்திகள் அனைவரையும் அச்சுறுத்தும் வதந்திகளாகவே பல மொழிகளில் பரவிவருகின்றன. அறிவு பூர்வமாக நிரூபிக்கப்படாத வரையில் இதுபோன்ற

செய்திகளை மக்கள் நம்பாமல் இருக்க வேண்டும்' என விஷயத்தை விலாவாரியாக விளக்கினேன் நான்.

எமது உரையாடலைக் கேட்டுக்கொண்டு சமையலுக்குத் தக்காளியை நறுக்கிய என்னுடைய மனைவி, 'தம்பித்துரை அண்ணை, உங்களுக்கு சலரோகம், இரண்டு நேரமும் சோறு சாப்பிடுகிற பழக்கத்தை இனி விடுங்கோ' என்றாள் அவர்மீதுள்ள அக்கறையில்.

'நான், சலரோகக் குளிசை எடுக்கிறனான் பிள்ளை, எனக்கு ஒரு பிரச்சனையும் வராது' என்றவர், சோத்துக் கதையைத் திசை திருப்புவதற்காகச் சாமர்த்தியமாகத் தக்காளி விஷயத்துக்குத் தாவினார்.

ஐமிச்சம் 2: தக்காளி ஏன் சுவைக்கிறது?

தம்பித்துரை அண்ணையின் அடுத்த வீட்டில் கிறீக் நாட்டவன் வசிக்கிறான். அவன் தன்னுடைய பின்வளவில் பசுமைக் கூடம் அமைத்துத் தக்காளி பயிரிடுகிறான். வருஷம் முழுக்க நல்ல விளைச்சல். கடைகளுக்கும் விநியோகம் செய்கிறான். ஆனால் தம்பித்துரை அண்ணை பின்வளவில் நட்ட தக்காளி ஒரு தரம் பூத்துக் காய்த்ததுடன் தன் கடமையை முடித்துக்கொண்டது. இது பற்றி கிறீக்காரனுடன் பேசுவதற்கு தம்பித்துரை அண்ணைக்குப் பாஷைப் பிரச்சனை. எனவே இதன் சூக்குமம் பற்றி என்னிடம் கேட்டார்.

'அண்ணை, தக்காளியில் இரண்டு வகைகள் உண்டு:

1) '*Determinate*' தக்காளி

2) '*Indeterminate*' தக்காளி

'பெரும்பாலும் '*Determinate*' தக்காளி இனங்களையே நாம் ஊரில் பயிரிடுகிறோம். நீங்கள் பின்வளவில் நட்டதும் அதுதான். இவை குறிப்பிட்டளவு வளர்ந்தவுடன் வளர்ச்சியை நிறுத்திப் பூத்துக் காய்த்து, ஒரு வருடத்தில் செத்துவிடும். இவை அனேகமாக ஒரு விளைச்சலையே கொடுக்கும்'.

'ஆனால், அதிக விளைச்சலை, நீண்ட காலம் கொடுக்க நாம் பயிரிடவேண்டியது '*Indeterminate*' தக்காளி வகையே. கிறீக்காரன் நட்டது இந்த இனமே. இவை மூன்று வருடங்கள் வரை தொடர்ச்சியாக ஒவ்வொரு கணுக்களிலும் பூக்கள் கொத்தாகத் தோன்றிக் காய்த்துப் பாரிய விளைச்சலைக் கொடுக்கும். பசுமைக்கூடத்தில் பயிர் செய்தால் ஆறு வருடங்கள்வரை அதிக விளைச்சலைத் தொடர்ந்து பெறலாம். பசுமைக் கூடத்தில் சொட்டுநீர்ப் பாசனத்தின் கீழ்ப் பயிர்

செய்வதன் மூலம் தண்ணீரைச் சேமிக்கவும் முடியும். இந்த வகைத் தக்காளிகளைக் கலட்டிப்பாங்கான நிலத்திலும் பெட்டிகளில் அல்லது சாக்குகளில் மண்ணை நிரப்பி, சொட்டுநீர்ப் பாசனத்தின் கீழ்ப் பயிர் செய்யலாம்.'

'இந்த விபரம் எங்கடை நாட்டிலை ஏன் தெரியாமல் போச்சுது? இந்த விதைகளை எங்கை வாங்கலாம்?' எனக் கேள்விகளை அடுக்கினார் தம்பித்துரை அண்ணை.

'விதை வியாபார ஸ்தாபனங்களைத் தொடர்புகொண்டு '*Indeterminate*' தக்காளி விதைகள் எனக் கேட்டுவாங்கலாம்' என்ற என்னை இடைமறித்து, 'கிறீக்காரன்ரை தக்காளி சுவையாய் இருப்பதற்கு அவன் நட்ட இனம்தான் காரணமோ?' எனக் கேட்டார்.

'மாம்பழம், அப்பிள் போன்று தக்காளியிலும் இனத்துக்கு இனம் சுவை சற்று மாறுபடுபது இயல்பானது. அது மரபணுசார்ந்த விஷயம். ஆனால் பொதுவாகவே தக்காளி சுவைப்பதற்கு இன்னுமொரு காரணமும் உண்டு.'

'அதென்ன?'

'அஜினமோட்டோ' (*Ajinomoto – Essence of Taste*).

'அட, சீனாக்காரன் சாப்பாட்டிலை கலக்கிற உப்போ?'

'ஆம், அதுதான். இதை மொனோ சோடியம் குளூட்டாமேட் *MSG (Mono sodium glutamate)* எனச் சொல்வார்கள். இது தக்காளியில் 'இயற்கையாக' இருப்பதாலேயே தக்காளி சுவைக்கிறது. இதனாலேயே உலகமெங்கும் உணவுத் தயாரிப்பில் தக்காளி முதலிடம் வகிக்கிறது. 'அஜினமோட்டோ' இல்லாத சைனீஸ் உணவு வகைகளே இல்லை. இதைச் சேர்க்காவிட்டால், சைனீஸ் சாப்பாடு 'சப்'பென்று இருக்கும்.'

'இதுபற்றிக் கொஞ்சம் விளக்கமாகச் சொல்லு தம்பி' என, ஆர்வமானார் தம்பித்துரை அண்ணை.

'பண்டைய காலச் சீனர்களும், ஜப்பானியர்களும் தங்களின் உணவில் ஒருவிதக் கடற்பாசியைச் சேர்த்தார்கள். அந்தக் கடல்பாசி புதுவிதச் சுவைக் கொடுப்பதை உணர்ந்தார்கள். இந்தக் கடல் பாசியில் அப்படி என்ன இருக்கின்றது என்று 1908ஆம் ஆண்டு, ஆராய்ச்சியில் இறங்கினார் ஒரு ஜப்பானிய பேராசிரியர். கூடுதல் சுவைக்குக் காரணம் மொனோ சோடியம் குளூட்டாமேட் என்ற வேதிப் பொருள்தான் என்பதை அறிந்தார். பின்பு அதில் அதிக ஆராய்ச்சிகள் செய்து, மொனோ சோடியம் குளூட்டாமேட்டை எப்படி கடல் பாசியில் இருந்து

பிரித்து எடுப்பது என்ற இரகசியத்தைக் கண்டுபிடித்தார். உடனே ஒரு பணக்கார ஜப்பானிய நிறுவனம், பேராசிரியரை நண்பனாக்கி, அந்த இரகசியத்தைப் பெற்றுக்கொண்டது. பின்பு அதை வர்த்தகரீதியாகத் தயாரித்து விற்பனை செய்தது. இந்த நிறுவனம்தான் அஜி-நோ-மோட்டோ (Aji-no-moto).'

'உஷாரான நிறுவனம்தான் !'

'மொனோ சோடியம் குளுட்டாமேட் என்ற வேதிப் பொருளை அஜி-நோ-மோட்டோ என்ற ஜப்பானிய நிறுவனம், செயற்கை முறையில் தயாரித்ததால், அதன் கம்பெனிப் பெயரான அஜினமோட்டோவே (Aji-no-moto) இந்த வேதிப் பொருளின் பெயராகிப் பிரபலமாகிவிட்டது.'

'நிஜமாகவா?'

'உதாரணமாக, Photo copy என்றால் சிலருக்குப் புரியாது. இதையே 'ஜெராக்ஸ்' என்று சொல்லுங்கள். புரிந்துவிடும். ஜெராக்ஸ் என்பது ஒரு நிறுவனத்தின் பெயர்.'

'லாஜிக்கான விஷயம்தான்,' என்று யப்பான்காரனுக்குப் பாராட்டு வழங்கிய தம்பித்துரை அண்ணை, சிட்னி பிளெமிங்டன் மாக்கற்றுக்கு மீன் வாங்கப்போன என்னுடன் இணைந்துகொண்டார்.

ஐமிச்சம் 3:

மீன் சந்தை, மரக்கறிச் சந்தையின் அந்தலையில் இருப்பதால் முதலில் மரக்கறிச் சந்தைக்குள் நுழைந்தோம். அங்கு பெருமளவு மாம்பழங்களை விற்பனைக்காகக் குவித்திருந்தார்கள்.

வேகமான வாழ்க்கை முறையால், தற்போது பழங்களைப் பழுக்கவைக்க வியாபாரிகள் இரசாயன முறையைக் கையாளுகின்றார்கள். இப்பழங்களை உண்பதால் வாயில் புண், வயிற்றுப் போக்கு, ஒவ்வாமை போன்ற வியாதிகள் ஏற்பட்டு நாளடைவில் குடல் புற்றுநோய் வர வாய்ப்புண்டு. இதற்குக் காரணம் காய்களைப் பழுக்கவைக்க வணிகர்களால் பயன் படுத்தப்படும் 'கல்சியம் கார்பைடு' என்னும் இரசாயனம். இது புற்றுநோயை உண்டாக்கக்கூடியது என தம்பித்துரை அண்ணை எங்கோ வாசித்திருக்கிறார். இதனால் இதுபற்றி வலு அக்கறையுடன் என்னிடம் கேட்டார். இவருடைய மூத்த பிரசைகள் சங்க சகா, சமீபத்தில் குடல் புற்றுநோயால் இறந்தது இதற்கான மேலதிகக் காரணம்.

இயற்கையில் காய் பிஞ்சுகளை, முற்றச் செய்வதும் பழுக்கச் செய்வதும் எதிலீன் என்னும் வாயு நிலை ஹோர்மோனே.

இது எல்லாக் காய்களிலிருந்தும் இயற்கையாக வெளியேறும். இருந்தாலும் இது அப்பிள், எலுமிச்சையிலிருந்தும் தோடங்காய்களி லிருந்தும் பெருமளவில் வெளியேறுவது விஞ்ஞான ரீதியாக நிரூபிக்கப்பட்டுள்ளது.'

'ஓ . . .!'

'இதை நமது அன்றாட நடைமுறை வாழ்க்கையுடன் இணைத்துப் பார்த்து விளங்கிக்கொள்ளலாம். பெட்டிக்குள் வைக்கோல் போட்டு அடைத்துவைத்த மாங்காய்களும், நிலத்தில் தாட்டுப் புகையடித்த வாழைக் குலைகளும் விரைவில் பழுப்பதை நீங்கள் அவதானித்திருப்பீர்கள். புகையினாலும் வைக்கோலினாலும் வெப்பம் அதிகரிக்கக் காய்களிலிருந்து இயற்கையாக வெளியேறும் எதிலீன் வாயு, காய்களைப் பழுக்கச் செய்யும். வெளிநாடுகளில் வாழும் நம்மவர்கள் பலர் அழகுக்காகத் தோடை, பேரை, அப்பிள் பழங்களைத் தட்டங்களில் அடுக்கி, அதன்மேல் வாழைப்பழச் சீப்பை வைத்துவிடுவார்கள். இதனால் வாழைப் பழங்கள் மேலும் கனிந்துவிடும்.

'இதேபோல, ஒரு பையில் எலுமிச்சங் காய்களையும் பிஞ்சு வெண்டிக்காயையம் போட்டுக் கட்டிவைத்தால் பிஞ்சு வெண்டிக்காய் முற்றிவிடும். இவை அனைத்துக்கும் காரணம், காய்களில் இருந்து இயற்கையாக வெளியேறும் எதிலீன் வாயுவே' எனச் சொல்லி நிறுத்தினேன்.

'வசதியுள்ள நாடுகளில் வாழும் மக்கள் பெருமளவு பழங்கள் சாப்பிடுவார்கள். இவர்களது உணவில் வாழைப்பழம் முக்கியமானது. இதனால் தினம்தோறும் பல்லாயிரம் மெகாதொன் வாழைப்பழங்கள் சந்தைக்கு வர வேண்டும். இவற்றை ஒரே சீராகப் பழுக்கச்செய்ய என்ன தொழில்நுட்பத்தைப் பயன்படுத்து கிறார்கள்' எனச் சம்பாஷணையைத் தொடர்ந்தார்.

'மூடிய கூடாரங்களுள் காய்களை அடுக்கி, சந்தைப் படுத்தலுக்கு முதல்நாள் எதிலீன் வாயு செலுத்தப்படும். காய்களிலிருந்து இயற்கையாக வெளியேறும் எதிலீன் வாயு பெரும்தொகையான காய்களை விரைவில் பழுக்கச் செய்யப் போதுமானதல்ல. இதனால் தேவைப்படும் பெருமளவு எதிலீன் வாயுவை எத்ரெலுடன் சுண்ணாம்பைக் கலப்பதன் மூலம் பெறப்படுகிறது. இத் தொழில்நுட்பத்தின் வேறொரு வடிவமே, கிராமங்களில் வாழைக் குலைக்குச் சுண்ணாம்பு தெளித்து, வாழைச் சருகுகளால் மூடிக்கட்டிப் பழுக்கவைக்கும் முறை. செயற்கையாகத் தயாரிக்கப்பட்ட எதிலீன் வாயுவும், காய்களி லிருந்து இயற்கையாக வெளியேறும் எதிலீன் வாயு போன்று சௌக்கியத்துக்கு ஒருபோதும் கேடுவிளைவிப்பதில்லை.

‘நான் கேட்ட கேள்விக்கு நீ இன்னும் பதில் சொல்லேல்லை. பழங்களைப் பழுக்கவைக்க வணிகர்களால் ‘கல்சியம் கார்பைடு’ எதற்காகப் பயன்படுத்தப்படுகிறது?’

‘எதிலீன் வாயு தயாரிப்பதற்கு ஓரளவு தொழில்நுட்பம் தேவை. இதற்குப் பணம் செலவு செய்ய சிறு வணிகர்கள் விரும்புவதில்லை. இதனால் இலங்கை, இந்தியா போன்ற வளர்முக நாடுகளில் இப்பொழுது காய்களைக் கனியவைக்க ‘கல்சியம் கார்பைடு’ என்னும் இரசாயனப் பொருளைப் பாவிக்கிறார்கள். இது இரும்பு ஒட்டப் பாவிப்பதால் இரும்புப் பட்டறைகளில் இதை மலிவாகப் பெற்றுக்கொள்ளலாம். இதில் ஆர்செனிக், பொஸ்பரஸ் போன்ற நச்சு இரசாயனங்கள் கலந்திருக்க வாய்ப்புண்டு.’

‘ஆண்டவா!’

‘மாமரங்களை வணிகர்கள் மரத்துடன் தீர்த்து, வாங்குவதை அறிந்திருப்பீர்கள். இதன்மூலம் அவர்கள் விரைவாகப் பணம் சம்பாதிக்க முனையும்போது, நமக்கான பிரச்சனையும் ஆரம்பிக்கிறது. மொத்த வியாபாரிகள் பிஞ்சு, அரைமுத்தல், முத்தல் என மாங்காய்களைப் பறித்து மூடிய அறைக்குள் குவித்துவிடுவார்கள். பின்னர் கல்சியம் கார்பைடு கற்களைப் பொட்டளியாகக் கட்டி மாங்காய் குவியலுக்குள் ஆங்காங்கே தாட்டு, மாங்காய்க் குவியலுக்குத் தண்ணீர் தெளித்துவிடுவார்கள். மாற்றாக கல்சியம் கார்பைட்டை மாவாக்கித் தண்ணீரில் கலந்தும் தெளிப்பார்கள். கல்சியம் கார்பைடு நீருடன் சேரும்போது, அசற்றலீன் என்னும் வாயு வெளியேறிக் காய்களைக் கனிபோன்று தோற்றம் தரும் வகையில் நிறம் மாற்றும்.’

‘ஓஹோ!’

‘கல்சியம் கார்பைடும் அதிலிருந்து வெளியெறும் அசற்றலீனும் மனித செளக்கியத்துக்குப் பெரிதும் தீங்கானவை. இப் பழங்களைச் சாப்பிட்டால் அடிக்கடி வயிற்றுப் போக்கு, வயிறு மந்தம், சருமப் பிரச்சனைகள், அல்சர் போன்ற பாதிப்புகள் உண்டாகும். கல்சியம் கார்பைடு கலந்த உணவுகளைத் தொடர்ந்து சாப்பிட்டால் புற்றுநோய் உண்டாகும்.’

‘பழங்கள் இயற்கையாகப் பழுத்தவையா அல்லது செயற்கையாகப் பழுக்க வைக்கப்பட்டவையா என்று எப்படிக் கண்டறிவது?’

‘செயற்கையாகப் பழுத்த பழங்கள் பளபளப்பாக மெல்லிய மஞ்சள் நிறத்தில் இருக்கும். காம்புப் பகுதியைக் கீறிமணந்தால் புளிப்புத் தன்மைக்கான மணம் வீசும்.

'இயற்கையாகப் பழுத்த பழம் கொஞ்சம் மெதுமையாக இருக்கும். ஆனால், செயற்கையாகப் பழுக்கவைக்கப்பட்ட பழங்கள் திடமாகவும் கனமாகவும் இருக்கும்.

'கல்சியம் கார்பைடு மூலமாகப் பழுக்கும் பழங்கள் முறை யான வடிவத்தில் பழுக்காமல் திட்டுதிட்டாக, பழுத்த தோற்றத்தில் நிறம் மாறி இருக்கும். வெட்டிப்பார்த்தால் உள்ளே மினுமினுப்பாக இருக்கும்.

'பழத்தில் குறிப்பிட்ட ஓரிடத்தில் மட்டும் தீப்பட்டதுபோல கறுப்பாக இருந்தால், அது கண்டிப்பாக கார்பைடு கல்லால் பழுக்க வைக்கப்பட்டது. முக்கியமாகப் பழங்களை உண்டபின் வாயில் அரிப்பெடுத்தால் அந்தப் பழங்களைத் தொடர்ந்து உண்ணக் கூடாது.'

இப்படிப் பேசியவாறு மீன் மாக்கற்றுக்கு வந்துசேர்ந்தோம்.

ஜமிச்சம் 4:

'வால்த்துண்டா, நடுத்துண்டா?'

'வால்த்துண்டு' என்றார் மகள்.

'நடுத்துண்டு வாங்கு பிள்ளை, அதுதான் நல்லது' என்றார் அம்மா.

சிட்னியில் உள்ள மீன் சந்தையில் நாங்கள் கேட்ட உரையாடல் இது!

ஸ்பனிஸ் மக்கரல் *(Spanish Mackerel)* குழமபு வைக்கப் பொரிக்கச் சோக்கான மீன். இதை இந்தியாவில் வஞ்சிரம் என்பார்கள். இலங்கையில் *Seer fish* என்பார்கள். இதைத் துண்டுதுண்டாக வெட்டி பிளமிங்டன் மீன் சந்தையில் அன்று விற்பனைக்கு வைத்திருந்தார்கள்.

வால் துண்டா, நடுத்துண்டா? யார் சொன்னது சரி? தாயா, மகளா?

மீன் கடையில், தாய்க்கும் மகளுக்கும் நடந்த சம்பாஷணை யில் நானும் நுழைந்தேன். ஏனென்றால் இதில் அறிவியல் விஷயமொன்றும் அடங்கியிருக்கிறது.

'ஏன் வால்த்துண்டு வேண்டாம்' எனக் கேட்டேன்.

'வால்த் துண்டு குழம்பில் அவிந்து, எண்ணெய்யில் பொரிந்து 'வலியன்' பத்திவிடும்,' என்றார் அம்மா.

அவர் சொன்னது உண்மைதான்!

மீன் நீந்தும்போது தொடர்ச்சியாக வாலை ஆட்டும். இதனால் வால்த் தசை இறுக்கமடைவதுடன் வாலில் அதிகளவு கிமோகுளோபின் கலந்த கறுப்புத் திண்மம் படிந்திருக்கும். இது வாலுக்குத் தேவையான மேலதிக ஒக்சிசனைப் பெற்றுக் கொடுப்பதில் பங்கேற்கும். ஆனால் நடுப்பகுதித் தசைக்கு அதிக வேலை இல்லை. இதனால், இது மென்மையாகவும் ருசியாகவும் இருக்கும். இதுதான் அந்த அம்மா நடுத்துண்டை விரும்பியதற்கான காரணம்.

நடுத்துண்டில், குடல் இருந்த பகுதி ஓட்டையாக இருக்குமே? எனக் கேட்டதற்கு, மீனை 'ஊடுவிட்டு' வெட்ட வேணும் எனப் புதுத் தகவல் ஒன்றைச் சொன்ன அம்மா, மகள் அவசரப்படுத்த, எனக்கு விளக்கம் சொல்லாமலே மரக்கறிக் கடைக்குச் சென்றுவிட்டார்.

'அதென்ன ஊடுவிட்டு வெட்டிறது?' தம்பித்துரை அண்ணையிடம் இதுபற்றிக் கேட்டேன்.

'அதுதான் யாழ்ப்பாணப் பொருளாதாரத்தின் சூக்குமம். யாழ்ப்பாணத்திலை பெருமளவு கிடைக்கும் திரளி, விளை, பாரை மீன்களை வாங்கினால் அதிலை மூண்டில் ஒண்டு தலை. மிச்சத்திலை நாலைஞ்சு பிள்ளையள் உள்ள வீட்டிலை, சரிசமமாய் துண்டுகள் வெட்டிற ரெக்னிக்தான் ஊடுவிட்டு வெட்டிறது.'

'அதைக் கொஞ்சம் விளக்கமாய் சொல்லுங்கோ அண்ணை.'

'மீனை வெட்டும்போது, குறுக்கே வெட்டின மீன் துண்டு களை நடுவிலை வெட்டி இரண்டு துண்டாக்கினால்த்தான் கனக்கத் துண்டுகள் பொலியும். இவற்றை நடுவிலை வெட்டி இரண்டு துண்டாக்கும்போது நடு (ஊடு) முள்ளுக்கு அப்பால், தசை இருந்த பக்கமாக (குடல் இருந்த பக்கம் அல்ல) வெட்டி இரண்டாக்க வேணுமடா தம்பி. அப்பதான் குடல்பக்கத்துண்டும் 'ஒறுவாய்' இல்லாத, முழுத்துண்டாக வரும்,' என மேலும் விளக்கம் தந்த தம்பித்துரை அண்ணை, இன்னுமொரு கொசுறுச் செய்தியையும் சொன்னார். 'பரவைக்கடலில் (ஆழமில்லாத கடல்) அலைகள் குறைவு. இங்குள்ள மீன்கள் வாலை அதிகம் ஆட்டி நீந்தத் தேவையில்லை. இதனால் இங்கு பிடிக்கப்படும் மீன்களின் தசை மென்மையானவை. யாழ்ப்பாணத்தார் பரவைக் கடல் மீனை விரும்புவதற்கும் இதுவே காரணம்' என்றவர் மருமகனுக்கு நண்டுக்கறி விருப்பமெனப் பெண் நண்டுகளாகப் பொறுக்கி எடுத்து வாங்கினார்.

பெண் நண்டில்தான் அதிக சதையும் சினையும் இருக்கு மென்ற மேலதிகத் தகவலையும் சொன்னார். எனக்கோ இது புதுத் தகவல்.

'எப்படி அண்ணை, நண்டிலை ஆண், பெண் பாக்கிறது?' எனக் கேட்டேன்.

நண்டை வயிற்றுப் பக்கமாகத் திருப்பினார். வயிற்றுப்பக்க ஓட்டின் அடிப்பகுதியில (கீழ்ப் பகுதியில்) முக்கோண அமைப்பில் ஒரு ஓடு (Flap) இருந்தது. அந்த முக்கோண அமைப்பு, அகலமாக இருந்தால் பெண் நண்டு; கூராக, நீண்டு இருந்தால் அது ஆண் நண்டு என விளக்கினார் தம்பித்துரை அண்ணை.

இப்படி அன்றாட வாழ்வில் நாம் அறிந்துகொள்ள வேண்டிய எத்தனை விஷயங்கள் இருக்கின்றன என வியந்தபடி நானும் சில பெண் நண்டுகளைத் தெரிந்தெடுத்து வாங்கினேன்.

ஐமிச்சம் 5: பறவைகள் சிறுநீர் கழிக்குமா?

தம்பித்துரை அண்ணையும் நானும் மீன்கடையில் மினைக்கெட தம்பித்துரை அண்ணையின் பேரன் கோழிக்கடை அருகே தனது ஐ-பாட்டை நோண்டிக்கொண்டிருந்தான். கோழிக் கடைக்காரர் கோழிக் கூண்டுகளுக்கு வெளியே விழுந்திருந்த கோழி எச்சங்களைச் சுத்தப்படுத்திக் கொண்டிருந்தார். எச்சங்களை அப்படியே விட்டால் ஆஸ்திரேலியாவில் பாரிய அபராதம் விதிக்கப்படுமென்பது வியாபாரிகளுக்குத் தெரியும். இதனால் மீன்கடை, கோழிக்கடை, இறைச்சிக்கடை, மரக்கறிக்கடை எனச் சந்தையில் எல்லாக் கடைகளையும் வியாபாரிகள் சுத்தமாக வைத்திருப்பார்கள்.

மீன் கடையிலிருந்து நாங்கள் வெளியே வந்தோம். தம்பித்துரை அண்ணையின் பேரன் என்ன நினைத்தானோ? திடீரென ஐ-பாட் நோண்டுவதை நிறுத்தி 'அங்கிள், எனக்குமொரு ஐமிச்சம்' என்றான்.

'உனக்குமா? கேள்' என்றேன்.

'கோழி சிறுநீர் கழிக்குமா?'

அவனது கேள்வியைக் கேட்ட எனக்கு முதலில் சிரிப்பு வந்தாலும் அவன் புத்திசாலி மாணாக்கர்களுக்காக நடத்தப்படும் சிட்னிப் பாடசாலை ஒன்றில் பத்தாம்வகுப்பு படிப்பதால், அறிவியல் தகவல்கள் கலந்து சற்று விபரமாகப் பதில் சொல்லத் துவங்கினேன்.

'கோழி மட்டுமல்ல எல்லாப் பறவைகளும் சிறுநீர் கழிக்கும். பறவைகளுக்கும் சிறுநீரகம் உண்டு. சிறுநீரில் உள்ள நீர் பறவை களில் மீண்டும் உடலுக்குள் உறிஞ்சப்படுவதால், சிறுநீர்க் கழிவு திண்மமாகவே வெளியேறும்.

'நிஜமாகவா?' என விழிகளை விரித்து விபரம் அறிவதில் மேலும் ஆர்வமானான் பேரன்.

'பறவைகளில் மலவாசல் என்று நாம் கருதுவது, 'புணர்ச்சிக் கழிவுப் பொதுவாய்' (Cloaca) எனப்படுவதையே. இதனூடாகத்தான் புணர்ச்சியும் கழிவும் முட்டையும் வெளியேறும். சிறுநீர்க் குழாயும், பெருங்குடலும் புணர்ச்சிக் கழிவுப் பொதுவாய்க்குள்ளேயே முடிவடையும். இதனால்தான், கோழி இட்ட முட்டையில் கோழி எச்சம் பிரண்டிருப்பதை வைத்து, முட்டை உணவுக் குழாயூடாக (குடல்) வந்து மலவாசலூடாக வெளியேறுவதாக நாம் தவறாக எண்ணுவதுண்டு.'

'ஓ . . .!'

'புணர்ச்சிக் கழிவுப் பொதுவாயின் உட்பகுதியில் மிகச்சிறிய ஆண், பெண் பால் உறுப்புக்கள் இருக்கும். கோழியில் ஆண்குறி, புணர்ச்சிக் கழிவுப் பொதுவாய்க்குள், சாதாரண நிலையில் சுருண்டிருக்கும். இதனால்தான் சேவல், பேட்டுக்கோழியை மிதிக்கும்போது வாலைப் பதித்து, பேட்டின் செண்டைப்பூவைக் கொத்தி இழுப்பது. இது பேட்டுக் கோழிக்குச் சேவலால் விடப்படும் Signal. ஆனால் வாத்துக்கள் அப்படியல்ல. வாத்தின் ஆண்குறி புணர்ச்சிக் கழிவுப் பொதுவாய்க்கு வெளியே சற்று நீண்டு துலக்கமாக இருக்கும்.'

எனது விளக்கத்தை கவனமாகக் கேட்டுக்கொண்டிருந்த தம்பித்துரை அண்ணர், 'சுருக்கமாகச் சொன்னால் முட்டை, சிறுநீர், மலம் ஆகியன வெளியேறலும் புணர்ச்சியும், பறவைகளில் நாம் 'மலவாசல்' என்று கருதும், 'புணர்ச்சிக் கழிவுப் பொதுவாய்' ஊடாகவே நடைபெறும்' எனச் சொல்லி, கோழி விஷயத்துக்குச் சுபம் போட்டார்.

கார் நிற்பாட்டிய இடத்துக்குப் போகும் வழியில் பிஜி நாட்டுப் பெண் ஒருவர், மண் ஈரம் காயாத நல்ல மரவள்ளிக் கிழங்கு களை விற்றுக்கொண்டிருந்தார். ஆசையை அடக்கமுடியாமல் தாராளமாகவே தம்பித்துரை அண்ணையும் நானும் வாங்கினோம். வீடு திரும்பும் வழியில் தம்பித்துரை அண்ணை என்னைக் கேட்பாரென நான் எதிர்பார்த்திருந்த கேள்வியைக் கேட்டார்.

ஐமிச்சம் 6:

'மரவள்ளிக் கிழங்கும் இஞ்சியும் நஞ்சா? அல்லது கட்டுக் கதையா?'

காருக்குள் இருந்த பேரனுக்காக இந்தக் கேள்விக்குச் சற்று விபரமாகவே பதில் சொன்னேன். 'மரவள்ளிக் கிழங்கின் தோலில் *Cyanogenic Glycosides* என்ற பதார்த்தம் உண்டு. நாட்பட்ட கிழங்கின் தோலிலிருந்து இந்தப் பதார்த்தம் அதிக அளவு கிழங்கினுள் செல்வதால்தான் கிழங்கில் கடும்நீல நிறம் ஏற்படுகின்றது. இது இஞ்சியிலுள்ள நொதியத்துடன் தாக்கமடைந்து சயனைட்டை உருவாக்குவதால் உடலுக்குக் கேடு விளையும் என்றும் ஆராய்ச்சித் தகவல்கள் சொல்கின்றன.'

'அப்படியா?' எனச் சற்று உஷாரானான் பேரன்.

'நீலநிறம் ஏற்பட்ட கிழங்குகளைத் தவிர்த்தல். ஆவி வெளியேறும் வகையில் திறந்துவைத்து அவித்தல், அவிக்கும்போது மஞ்சள் சேர்த்துக்கொள்ளல் போன்ற நடவடிக்கைகள் நச்சுத் தன்மையை தவிர்க்கும் வழிமுறைகள். நாட்பட்ட மரவள்ளிக் கிழங்கின் தோலிலிருந்து வரும் வாசம் *Potassium Cyanide*இன் மணத்தை நினைவுபடுத்துவதாகவே உள்ளது. ஆனால் புதிதாகப் பிடுங்கி எடுக்கப்பட்ட கிழங்கில் இந்த ஆபத்து ஏற்படும் வாய்ப்பு மிகக் குறைவென்றே நினைக்கின்றேன் ' என விளக்கினேன்.

'உண்மைதானடா தம்பி, ஊரிலை நான் வளர்த்த ஆட்டுக்கிடாய், வாடின மரவள்ளி இலை சாப்பிட்டுத்தான் செத்தது' என, எப்போதோ அவர் வளர்த்த ஆட்டுக்கிடாயை நினைத்து ஆதங்கப்பட்டார் தம்பித்துரை அண்ணை.

இதேவேளை ஐபாட்டை நோண்டிக்கொண்டிருந்த பேரன், 'உங்களுக்கு இந்த விஷயம் தெரியுமா அங்கிள்?' என இணையத்தில் தான் அறிந்த தகவல் ஒன்றைக் காட்டினான்.

மரவள்ளிக் கிழங்கிலிருக்கும் *Cyanogenic Glycosides* என்னும் வேதிப் பொருள் காரணமாக மரவள்ளிக் கிழங்கு பயிரிடுவதும் உண்பதும் ஜப்பான் நாட்டில் தடைசெய்யப்பட்டுள்ளதாக இணையச் செய்தி தெரிவித்தது.

இப்படியாகப் பல ஐமிச்சங்களுக்கு விடை தெரிந்த திருப்தியில், 'பின்னேரம் தேங்காய்பால் விட்டு அவித்த மரவெள்ளிக் கிழங்கு கொண்டுவாறன், சாப்பிட்டுப் பார்' எனச் சொல்லி தம்பித்துரை அண்ணர் விடைபெற்றார்.

2017

9

கறுத்தக் கொழும்பான்

1

உடையார் மாமா மகா விண்ணன். அவரைச் சந்திப்பது எப்போதும் எனக்கு மகிழ்ச்சி தரும். அவரைப்போன்று 'அச்சொட்டாக' விவசாயம் சம்பந்தப்பட்ட சங்கதிகளைப் பேச நான் வேறு ஆளைக் கண்டதில்லை.

மாமா ஊரில் வாழ்ந்த காலத்தில் வயல், தோட்டம், துரவு என வசதியாக வாழ்ந்தவர். 'அரைவாசி ஊரே அவருக்குச் சொந்தமாக இருந்தது' என்று விண்ணாணம் பேசுபவர்கள் சொல்வார்கள். எப்படி இது சாத்தியமானதென ஒரு தடவை பாட்டியைக் கேட்டேன். இங்கிலீசுக்காரர் இலங்கையை ஆண்ட காலத்தில் தமது ஆட்சி அதிகாரத்தை இலகுவாக்க, மணியக்காரன், உடையார், விதானையார் என்ற பதவிகளை உருவாக்கியதாகவும், பதவிக்கு வந்தவர்கள் தமது ஆட்சி அதிகாரங்களைப் பாவித்து ஊரில் உள்ள 'அடுகாணி-படுகாணிகளை' தம் வசமாக்கிய தாகவும் பாட்டி சொன்னார். உடையார் மாமா வீடு கட்டியிருக்கும் 'நாவலடி வளவு' எங்கள் பாட்டனாருக்குச் சொந்தமானதென்று அம்மா சொல்லி வருத்தப்பட்டார்.

அவர் எங்களுக்கு நெருங்கிய சொந்தமென்று சொல்ல முடியாது. ஆனாலும் மரியாதையின் நிமித்தமாக 'மாமா' என்று அழைத்துப் பழகி விட்டேன். ஊரில் 'பிரழி குழப்படி' இல்லாத

ஆசி. கந்தராஜா

பெடியன் என்று என்மீது எப்போதும் அன்பு பாராட்டியவர். எது எப்படி இருந்தாலும், மாமாவின் விவசாய அறிவும் அக்கறையும் என்னை வியப்பில் ஆழ்த்தும். இந்த வியப்பு காலப்போக்கில் ஆரோக்கியமான உறவாக வளர்ந்திருந்தது.

உடையார் மாமா என்னைப் போலவே மாம்பழப் பிரியரும். ஊரில் உள்ள அவர் வளவில் பலவகை மாமரங்களை நட்டுப் பராமரித்தவர். சும்மா சொல்லக்கூடாது; அந்த மாமரங்கள் காய்த்துக் குலுங்குவது ஒரு கண்கொள்ளாக் காட்சிதான். அவர் வீட்டுக் கறுத்தக்கொழும்பான் மாம்பழம் ஊரில் மட்டுமல்ல அயல் அண்டைக் கிராமங்களிலும் பெயர் எடுத்திருந்தது.

சிட்னி வாழ்க்கையில் அவர் இழந்தவற்றில் கறுத்தக் கொழும்பான் மாம்பழச்சுவை முக்கியமானதென்பதை அறிந்துகொண்டேன்.

'இதென்னடா தம்பி இங்கத்தைய மாம்பழம், மணமும் இல்லை ருசியும் இல்லை. பால்மணம்தான் மணக்குது' என்பார். 'பால்' என்பது மாங்காய் பறிக்கும்போது ஒரு வெள்ளைநிறத் திரவம் வழியுதே, அதுதான்! ஒருவகை *Latex.* பழத்தில் அது அதிகமிருந்தால் மாம்பழம் சுவைக்காது என்பதை யாழ்ப்பாணத்தான், வெள்ளைக்காரன் அறியமுன்னரே தெரிந்திருந்தான்.

உடையார் மாமா ஊரிலும் விவசாயத்தில் பல புதுமைகளை முன்னின்று செய்தவர். பட்டை துலா கொண்டு தோட்டத்துக்கு நீர் இறைத்த காலங்களிலே, அவர் தோட்டத்தில் 'வாட்டர் பம்ப்' நீர் இறைக்கும்.

வெள்ளைக்காரன்ரை மரக்கறிகளென்று சொல்லப்பட்ட கோவா, கரட், பீற்றூட், முள்ளங்கி வகைகளை அறுபதுகளிலேயே தனது கமத்தில் விளைவித்து உள்ளூர் விவசாய இலகாவை மூக்கிலே விரல் வைக்க வைத்தவர். தோலகட்டி வைன் *(wine)* தயாரிப்புக்கு அவர் தோட்டத்திலிருந்து பெருமளவு திராட்சைப் பழங்கள் சென்றதை இன்றும் தனது சாதனைகளுள் ஒன்றாக நினைவுபடுத்திக்கொள்வார். இது நியாயமான பெருமை என்பதை மறுப்பதற்கும் இல்லை.

ஆடினகால் ஓயாது என்பார்கள்!

சிட்னிக்குப் புலம்பெயர்ந்த பின்பும் அவர் சும்மா இருக்க வில்லை. அவர் வசித்த மகளின் வீட்டின் பின்வளவையே சோலையாக்கி இருந்தார். மட்டுவில் முட்டிக் கத்திரிக்காய் தொடக்கம் யாழ்ப்பாண மொந்தன் கறிவாழை வரை பின்வளவில்

கோடைகாலத்தில் காய்த்துக் குலுங்கும். அவர் உண்டாக்கியிருந்த 'உலாந்தா' முருங்கையும் 'கியாதி' பெற்றதே. இந்த விவசாய முயற்சிகளின் பரிணாமமாக, கறுத்தக் கொழும்பான் மாம்பழம் சிட்னியில் தனது பின்வளவில் காய்க்க வேண்டுமென்ற ஆசை அவருக்குச் சடைத்து வளர்ந்தது. அது அவருள் ஒரு ஆவேசமாக வளர்ந்திருந்தது என்றுகூடச் சொல்லலாம்.

'தம்பி, கறுத்தக் கொழும்பான் மாமரத்தை சிட்னிக்கு கொண்டுவர ஒழுங்கு செய்யமாட்டியோ?' என்று இயல்பைப் புறந்தள்ளி நச்சரிக்கத் துவங்கினார்.

ஆஸ்திரேலிய Quarantine மிகவும் கடுமையானது. வெளிநாடுகளிலிருந்து இலகுவாகத் தாவரங்கள், விலங்குகள், பறவைகளை ஆஸ்திரேலியாவுக்குக் கொண்டுவர அனுமதிக்க மாட்டார்கள்.

வெளிநாடுகளிலுள்ள வைரஸ் கிருமிகள் ஆஸ்திரேலிய தாவரங்கள் விலங்குகளைப் பாதிக்காத வண்ணம் எடுக்கப்படும் பாதுகாப்பு நடவடிக்கையே இது. விவசாயப் பல்கலைக் கழகத்தில் நான் பணிபுரிவதால், ஏதோ ஒருவகையில் கறுத்தக் கொழும்பான் மாம்பழத்தை இங்கு இறக்குமதி செய்வதற்கு ஏதாவது ஓட்டையைக் கண்டுபிடித்துச் செயல்படுவேன் என்கிற ஆசையை அவர் சுயாதீனமாக வளர்த்துக்கொண்டார்.

யாழ்ப்பாணத்தின் பெருமையைப் பறைசாற்றிய கறுத்தக் கொழும்பானும், தேன்பலாவும், கப்பல் வாழையும், தேன் கதலியும் 'சிங்கள அறுவான்களால்' முற்றாக அழிந்துவிடப்போகிறது என்று அவர் சில வேளைகளிலே அவரையும் மீறிப் புலம்புவதுண்டு. யாழ்ப்பாணத்துக் கப்பல் வாழைப்பழத்தில் ஒருவகை வைரஸ் நோய் தொற்றிவிட்டதாகவும், ஒருபக்கம் நீட்டுக்குப் பழம் மரத்துப்போய் 'தெறுக்கணித்து' இருப்பதாகவும் மாமா சொல்லி வருத்தப்பட்டார். யாழ்ப்பாணத்துக்கு 'கியாதி'யைக் கொண்டுவந்த பல தாவர இனங்களின் பரம்பரை அலகுகள் கலப்படைந்து வருவதாகவும் யாரோ ஒருவரின் பின்வளவில் இன்றும் இருக்கக்கூடிய கலப்பற்ற இனங்களைக் கண்டு பிடித்துப் பாதுகாக்க வேணுமடா என்று எனக்கு அடிக்கடி அறிவுரை கூறும் மாமா, அதன் தொழில்நுட்ப ஆராய்ச்சிக்காகத் தனது பெறுமதியான கச்சேரியடிக் காணியை விற்றுக் காசு தருவதாகவும் ஒரு சந்தர்ப்பத்தில் சொன்னார். உடையார் மாமா விறுக்கரல்லர். சொன்னதைச் செய்யும் நிதானம் உள்ளவர்.

காலாதிகாலமாக நாட்டுக்கும் இனத்துக்கும் உரித்தான தாவரங்களின் பரம்பரை மூலங்களைப் பாதுகாக்க 'Genetic

Resource Centre' என்ற நிலையத்தைப் பல்வேறு நாடுகளிலும் நிறுவியிருக்கின்றார்கள். இங்கு, அசல் தாவரங்களின் '*Germplasm*' எனப்படும் கலப்பற்ற தாவர அலகுகள் விதைகளாகவோ, இளையமாகவோ (*Tissue*), கலங்களாகவோ (*Cells*), பாதுகாக்கப்படும். ஆண்டாண்டுக் காலமாக இவற்றின் இயல்பு மாற்றமடையாது பாதுகாக்க இப்படிப் பல தொழில்நுட்பங்களை விஞ்ஞான வளர்ச்சி கற்பித்துத் தந்துள்ளது.

இந்துக் கோவில்களின் கோபுரங்களின் உச்சியில் பதின்மூன்று கலசங்கள் உண்டு. அந்தக் கலசங்களில் பல்வேறு வகைத் தானியங்களைச் சேமிக்கும் பழக்கத்தை நம் முன்னோர்கள் கடைப்பிடித்தார்கள். பன்னிரண்டு வருடங்களுக்கு ஒருமுறை நடைபெறும் கும்பாபிஷேகத்தின்போது கலசங்களில் உள்ள தானியங்கள் மாற்றப்படும். கலசங்கள் செய்யப்பட்ட உலோகக்கலவை, பன்னிரண்டு வருடங்களும் தானியங்களின் முளைக்கும் திறனைப் பாதுகாக்கும் என்று நம்பப்பட்டது. ஆனாலும் பெரும்பாலான விதைகளின் முளைக்கும்திறன் ஆகக்கூடுதலாக மூன்று வருடங்களாகக் கணிக்கப்பட்டுள்ளது. மாங்கொட்டையின் முளைக்கும் திறன் மூன்று மாதங்கள் மட்டுமே. வெள்ளப்பெருக்கு, சுனாமி, போர் அல்லது நோய்வந்து தாவரங்கள் அழிந்தாலும் சேமித்துப் பாதுகாக்கப்பட்ட *Germplasm* புதிய தாவரங்களை உருவாக்கப் பயன்படுத்தப்படும்.

இலங்கையிலும் கண்டியிலுள்ள 'கன்னொறுவ' என்னும் இடத்தில் '*Plant genetic resources centre*' என்ற பெயருடன் ஒரு நிலையமுண்டு. இது 1988ஆம் ஆண்டு ஜப்பான் அரச உதவியுடன் நிறுவப்பட்டது. அங்கு யாழ்ப்பிரதேசத்தில் காணப்படும் மருந்துக்கு உபயோகிக்கப்படும் அரிய இனங்களான பிரண்டை, கார்த்திகைப்பூ, காத்தோட்டி, ஆடாதோடை, மஞ்சநுணா போன்ற தாவரங்களினதும், கறுத்தக் கொழும்பான், கொடிகாமத்துத் தேன்பலா போன்ற பழமரங்களின் '*Germplasm*' பாதுகாக்கப்படவில்லை என்பதை மாமா எப்படியோ அறிந்திருந்தார்.

'சிங்களவங்கள் இப்படித்தான். மரங்களிலும் சிங்களம்–தமிழ் பார்க்கிறான்கள்' என்ற எரிச்சலுடன் புறுபுறுப்பார்.

நான் பல்கலைக்கழகத்தில் பணியாற்றுபவன் என்பதும், இத்துறை சார்ந்த ஒரு தொழில்நுட்ப வல்லாளன் என்று கணிக்கப்படுவதும் அவர் அறிந்தவை. என் நிபுணத்துவத்தில் அவர் வைத்துள்ள நம்பிக்கையின் காரணமாகத்தான் அவர் தமது கச்சேரியடிக் காணியை விற்று *Gemplasm Conservation* ஆராய்ச்சிக்குப் பண உதவி செய்ய முன்வந்தார் என்பதை

அறிவேன். அவர் என் ஆற்றலை இந்தளவுக்கு மதித்தமை குறித்துப் பெருமையும் அடைந்தேன். அது மட்டுமல்லாமல் உடையார் மாமாவின் ஆசை வெறும் மண்பற்றுக்கு அப்பாற்பட்டதாகவும், நியாயமானதாகவும் எனக்குத் தோன்றியது. எனவே இது பற்றிய தகவல் சேகரிப்பில் இறங்கினேன்.

யாழ்ப்பாணத்தில் கறுத்தக் கொழும்பான், வெள்ளைக் கொழும்பான், செம்பாட்டான், கிளிமூக்கு, விலாட்டு, அம்பலவி ஆகிய மாமரங்கள் உண்டு. இவற்றுள் கறுத்தக் கொழும்பானும், செம்பாட்டானுமே பெருமளவில் சந்தைக்கு வரும். யாழ்ப்பாண மாமரங்களின் காய்க்கும் திறன் பிறநாட்டு மரங்களுடன் ஒப்பிடும்போது மிகவும் குறைவானது. அதற்கான காரணிகள் பல. பராமரிப்பின்மை அவற்றுள் முக்கியமானது. இதுபற்றி மாமா என்னுடன் பலதடவை பேசியுள்ளார். மாமர பராமரிப்பு பற்றிய விபரக்கொத்தொன்றை அச்சடித்து யாழ்ப்பாணத்தில் விநியோகிக்க வேண்டுமென்ற எண்ணத்தையும் மாமா மனதில் கொண்டிருப்பதை நான் அறிவேன். அவுஸ்திரேலியாவில் பருவகாலம் முழுவதும் காய்க்கும் மாமரங்கள் *Kensington Pride, R2E2, Calypso, Honey gold* ஆகியவை. இவற்றுள் *Kensington Pride* முதன்முதலில் குவீன்ஸ்லாந்து மாநிலத்தின் *Bowen* என்னுமிடத்தில் பயிரிடப்பட்டதால் இதை *Bowen* மாம்பழம் எனவும் அழைப்பார்கள். இது நியூசவுத் வேல்ஸ் மாநிலம் உட்பட உபஉலர்வலயங்களிலும் உலர்வலயப் பிரதேசங்களிலும் காய்க்கக் கூடியது. இந்த மாம்பழமும் *R2E2* எனப்படும் கலப்பின *(Hybrid)* மாம்பழமும் பெருமளவில் பருவகாலத்தில் சந்தைக்கு வரும்.

அவுஸ்திரேலியாவில் பயிரிடப்படும் மாமரங்களுள் எழுபது விழுக்காடு *Kensington Pride* எனப்படும் *Bowen* மாம்பழமே. ஊரிலுள்ள செம்பாட்டான் மாம்பழத்தை இது ஒத்தது என்பது எனது கணிப்பு. ஆனால் உடையார் மாமா இதை ஒத்துக்கொண்டது கிடையாது. இது பால் மாங்காய் என்று யாழ்ப்பாணத்துக் கமக்காரருக்குரிய கெப்பருடன் கூறுவார்.

பருவகாலத்தின் பின்பகுதியில் *Palmer, Keitt, Kent, Pearl, Brooks* ஆகிய மாம்பழ இனங்களும் சிறிதளவு அவுஸ்திரேலியச் சந்தைக்கு வருவதுண்டு.

சமீபகாலங்களில் *Tommy Atkins* எனப்படும் மாமரம் *Florida – USA* இல் இருந்து இறக்குமதி செய்யப்பட்டது. இந்தத் தகவலை உடையார் மாமா எப்படி அறிந்திருந்தார் என்பது எனக்கு ஆச்சரியமாக இருந்தது. அவருடைய அக்கறையின் தீவிரத்தை இது மெய்ப்பிக்கவும் செய்தது.

'Tommy Atkins மாமரத்தை விட்டவங்கள் ஏன் கறுத்தக் கொழும்பான் மாமரத்தை விட ஏலாது?' என்று நான்தான் அதற்கு அனுமதியளித்தவன் என்பதுபோல என்னுடன் சண்டைக்கு வந்தார். இதேபோன்ற கவலை என்னுடன் பணிபுரிந்த முனைவர் சுந்தரத்துக்கும் இருந்தது. அவர் இந்தியாவின் சேலம் மாவட்டத்தி லிருந்து அவுஸ்திரேலியாவுக்குப் புலம்பெயர்ந்தவர். இந்திய இனங்களான மல்கோவா, அல்போன்சா ஆகியவைதான் உலகிலேயே சுவையுடைய மாம்பழங்கள் என்று அவர் தனது மண்பற்றுடன் கூறத் தவறுவதில்லை. இதன் காரணமாக அந்த மாமரங்களை ஏன் இங்கு பயிரிடக்கூடாது என்று பல விஞ்ஞான ஆராய்ச்சிக் கூடங்களில் வாதிட்டவர். அவருக்கும் உடையார் மாமாவின் வயதுதான் இருக்கும். பல்கலைக்கழகத்தில் பணிபுரிவதற்கு வயதெல்லை ஒரு தடையல்ல என்பதால் டாக்டர் சுந்தரம் இன்னமும் பணியில் உழைக்கிறார். மல்கோவா மாம்பழம்பற்றி டாக்டர் சுந்தரம் எனக்குச் சொல்லும் போதெல்லாம், சுவைகளிலேகூட மண்பற்றும், மரபுசார்ந்த நெறிகளும் புகுந்துவிடுதலை இனங்கண்டு என்னுள் சிரிப்பதுண்டு.

ஆஸ்திரேலியா உட்படப் பல அபிவிருத்தியடைந்த நாடு களில், புதிதாக இனவிருத்தி செய்யப்பட்ட தாவரத்தையோ அல்லது வெளிநாடுகளிலிருந்து அறிமுகப்படுத்தப்பட வேண்டிய தாவரத்தையோ வணிகரீதியாகப் பயிரிடுவதற்கு முன்பு அவற்றின் இயல்புகள்பற்றி ஆராய்வார்கள். சுவை, மணம், பழத்தின் நிறம், Shelf Life எனப்படும் அறுவடைக்குப்பின் வைத்திருக்கக்கூடிய காலம், பெட்டிகளில் பொதி செய்வதற்கு ஏற்ற இயல்பு என்பவற்றைக் கவனத்தில் எடுத்து ஆய்வு செய்வார்கள். இவை எல்லாமே சந்தைப்படுத்தலுக்கு மிக முக்கிய இயல்புகளாக அடையாளப்படுத்தப்பட்டுள்ளன. பழத்தின் சுவை மட்டும் முக்கியமானதல்ல. கண்ணுக்கு அழகாக இருக்கிறதா எனவும் பார்ப்பார்கள். தோடம்பழத்தில் இலகுவாகத் தோல் உரிக்கும் இயல்பு வரவேற்கப்படும். இவை விவசாயத்துடன் சம்பந்தப்படாத பொருளாதாரத்துடன் அதிக உறவு வைத்துள்ள சந்தைப்படுத்தல் என்னும் துறையுடன் தொடர்புடையது.

உடையார் மாமாவின் அமோக ஆதரவைப் பெற்றுள்ள கறுத்தக் கொழும்பான் மாம்பழத்தின் சுவையை வேறு எந்த மாம்பழத்தின் சுவையாலும் வெல்ல முடியாது என்பது உண்மை. ஆனாலும் அவுஸ்திரேலிய அதிகாரிகளின் நிலைப்பாட்டையும் நாம் நடுநிலை தவறாது அறிதல் வேண்டும். கறுத்தக் கொழும்பான் மாம்பழத்தின் தோலின் நிறம் பச்சை கலந்த மஞ்சள் நிறம். 'கறுத்த' என்பது, அதன் கடும் பச்சை நிறத்தால் உருவான பெயரே.

அதன் வடிவமும் நீள் வட்டம். அதாவது உருண்டு திரண்ட 'Polish' தோற்றம் அதற்குக் கிடையாது. இது வாங்குபவர்களின் கண்ணுக்கும் பொதி செய்வதற்கும் ஏற்றவையல்ல என்பது அவுஸ்திரேலியச் சந்தைப்படுத்தும் நிபுணர்களின் அபிப்பிராயம். அத்துடன் கனிந்த பழங்களை அதிக நாள்கள் வைத்திருக்க முடியாதென்றும், பழச்சதையின் திடத்தன்மை நீண்டகாலச் சேமிப்புக்கு உகந்ததல்லவென்றும், உடையார் மாமா உச்சிமேற் கொண்டு கூத்தாடும் கறுத்தக் கொழும்பானுக்குப் பாதகமான குணங்களாகப் பட்டியலிட்டார்கள்.

இந்தவகையில் கறுத்தக் கொழும்பானை அவுஸ்திரேலியாவில் அறிமுகப்படுத்த நான் எடுத்த முயற்சி தோல்வியடைந்ததில், என்னைவிட உடையார் மாமா மிகுந்த கவலைப்பட்டார். அமெரிக்கா அல்லது தென் ஆபிரிக்காவில் இந்த மாமரம் நின்றிருந்தால், திறமான பழம் எனச்சொல்லி மரத்தை இங்கு இறக்கியிருப்பாங்கள் என்று டாக்டர் சுந்தரமும் மாமாவுடன் சேர்ந்து, இது வெள்ளைக்காரன் பாராட்டும் நிறத்துவேசம் சார்ந்தது எனச் சாதித்தார்கள்.

2

ஒருநாள் கடுகதி அறிவித்தல் தந்து உடையார் மாமா தமது கூட்டாளி ஒருவரை எனக்கு அறிமுகம் செய்துவைக்க அழைத்து வந்தார். அவர் ஒரு 'பறங்கி' இனத்தவர் என்றும், இலங்கையிலே புகையிரத ஓட்டுநராகப் பணியாற்றியவர் என்றும், ஆஸ்திரேலியாவில் 'வெள்ளையர்கள் மட்டும்' என்ற கொள்கை கடைப்பிடிக்கப்பட்ட காலத்தில் இங்கு புலம்பெயர்ந்ததாகவும் சொன்னார்.

அந்தப் பறங்கி நண்பர் சற்றே சிவப்பு நிறமுள்ள யாழ்ப்பாணத்து மனுஷர் போன்று தோன்றினார். அவரின் மூதாதையர் டச்சுக்காரர் என்று அவர் சொன்னார். அவர் தன் தந்தையைப் பின்பற்றி இலங்கைப் புகையிரத சேவையில் என்ஜின் டிரைவராக வேலை பார்த்தவராம். ரயிலில் யாழ்ப்பாணம், திருகோணமலை ஆகிய இடங்களுக்குச் சென்று வந்தவராம். கொழும்பில் பிறந்து வளர்ந்த அவர் காலப்போக்கில் திருகோணமலையில் காணிவாங்கிக் குடும்பமாகக் குடியேறி விட்டதாகவும் சொன்னார். அவருடைய அந்த புலப்பெயர்வுக்கு கலப்புத் திருமணம் காரணமாக இருந்திருக்கலாம். ஆனால் அந்த வர்த்தமானம் இந்தப் படைப்புக் கட்டுரைக்கு முக்கியமில்லாததால் நான் நோண்டிக் கேட்கவில்லை. ஆனால் அவர் யாழ்ப்பாணத் தமிழிலே பேசி என்னை மகிழ்வித்தார் என்பது கொசுறுச் செய்தி.

வழமையான உபசரிப்பின் பின் உடையார் மாமா என்னை அவசரமாகச் சந்திக்க வந்த கதையை மெல்லத் துவங்கினார். பறங்கி நண்பரின் மகனது பிறிஸ்பேன் வீட்டில் ஒரு கறுத்தக் கொழும்பான் மாமரம் வளர்கிறதாம். இந்த வருடம் அந்த மரத்தில் மூன்று காய்கள் காய்த்திருப்பதைச் சமீபத்தில் பிறிஸ்பேன் போன நேரத்தில் பார்த்த பரவசத்திலேதான் என்னைச் சந்திக்க உடையார் மாமா வந்திருந்தார். சென்றவருடம் ஒரு பழம் காய்த்ததாகவும் அது அசல் கறுத்தக் கொழும்பான் சுவையை அச்சொட்டாக ஒத்திருப்பதாகவும் உடையார் மாமா மேலும் விபரங்களை அடுக்குவதன் மூலம் என்னால் சாதிக்க முடியாததைத் தனது பறங்கி நண்பர் சாதித்துவிட்டதை என் மனம் நோகாத பக்குவத்தில் சுட்டிக்காட்டினார்.

இந்த மரம் எப்படி ஆஸ்திரேலியாவுக்கு வந்ததென ஆவலை அடக்க முடியாமலும், என் தோல்வியை ஏற்றுக் கொள்ள முடியாமலும் கேட்டேன். கூடவந்த பறங்கி நண்பர் என் கேள்விக்குப் பதில் சொல்வதைச் சாதுர்யமாகத் தவிர்த்துக் கொண்டார்.

ஆஸ்திரேலியாவுக்கு இலகுவில் தாவரங்களையோ விதைகளையோ இறக்குமதி செய்துவிட முடியாது. தனிப்பட்ட முறையில் ஒருவர் தான் விரும்பிய தாவரத்தை இறக்குமதி செய்வதாயின், அவற்றை Quarantine Houseஇல் இரண்டு மூன்று வருடங்கள் வைத்து அந்தத் தாவரத்துக்கு ஏதாவது வைரஸ் நோய் இருக்கிறதா அல்லது இத்தாவரம் அவுஸ்திரேலியாவுக்குள் வளர்ந்தால் நாட்டின் சுற்றுச்சூழல் பாதிக்கப்படுமா என்பவற்றை ஆராய்ந்த பின்பே அனுமதிப்பார்கள். அதற்குப் பெரும் பணம் செலவாகும். ஈற்றில் அனுமதி கிடைக்குமோ என்பதற்கும் உத்தரவாதம் கிடையாது.

உடையார் மாமாவின் பறங்கி நண்பர் இந்த நடைமுறையை பின்பற்றியிருக்க வாய்ப்பில்லை. வெள்ளையர்கள் மட்டும் புலம் பெயர அனுமதிக்கப்பட்ட காலத்தில், இலங்கையில் 'சிங்களம் மட்டும்' மசோதா நிறைவேற்றப்பட்டு, ஆங்கிலம் பேசும் இனமாக அறியப்பட்ட பறங்கியர்கள் குடியேற அனுமதிக்கப்பட்ட அந்தக் காலத்திலே, அவுஸ்திரேலியாவுக்குப் புலம்பெயர்ந்தவர் அவர். அந்தக் காலத்தில் அவுஸ்திரேலிய Quarantine நடைமுறை களில் இப்போதையக் கெடுபிடிகள் இல்லாமல் இருந்திருக்க லாம். இதிலுள்ள ஓட்டை ஒறுவாய்களைப் பாவித்து இவர் மாங்கொட்டையினைக் கடத்திவந்து நாட்டியிருத்தலே சாத்தியம் என்பதைப் புரிந்துகொண்டேன்.

எது எப்படியோ கறுத்தக் கொழும்பான் மாமரம் அவுஸ்திரேலியாவில் வளர்வதை, உடையார் மாமாவின்

அழுங்குப்பிடியான அக்கறை காரணமாக, பிறிஸ்பேனுக்குப் போன நேரத்தில் நேரில் பார்த்து உறுதிசெய்துகொண்டேன். சில மாதங்களின் பின் அந்த மரத்தில் காய்த்த மூன்று பழங்களில் ஒன்றை எனக்குக் கொண்டுவந்திருந்தார். சும்மா சொல்லக் கூடாது அசல் கறுத்தக் கொழும்பான் மாம்பழம்தான். சந்தேகமே இல்லை.

அவுஸ்திரேலிய மண்ணிலே யாழ்ப்பாணச் சுவை, திருகோணமலையில் வாழ்ந்த பறங்கியின் மூலம் வெற்றிக் கொடி நாட்டிவிட்டது!

உடையார் மாமாவின் ஆசை அடங்கவில்லை. வருடத்தில் ஒரு மரம் மூன்று காய்களல்ல, முந்நூறு மாங்காய்கள் காய்க்க வேண்டும். இவ்வாறு கறுத்தக் கொழும்பானின் சுவையை அவுஸ்திரேலியாவில் சர்வ வியாபகமாக்குவதன் மூலம், கறுத்தக் கொழும்பான் விடயத்தில் இங்குள்ள அரசின் கொள்கைக்கு இறுதி ஆப்பு அடிக்க வேண்டுமென்று உள்மனதில் கருவிக்கொண்டார்.

மாமரங்கள் உலர் வலயத்துக்கே உரித்தான பயிர். அவை குளிர்ப் பிரதேசத்தில் நல்ல விளைவைக் கொடுக்கமாட்டா. இதனால் சிட்னியில் வசிக்கும் உடையார் மாமா பிறிஸ்பேனில் வளரும் கறுத்தக் கொழும்பானை சிட்னி சுவாத்தியத்துக்கு ஏற்ற வகையில் இனவிருத்தி செய்ய உதவ வேண்டும் என்ற கோரிக்கையுடன் என்னை நச்சரிக்கத் துவங்கினார்.

விஞ்ஞானரீதியாகப் பழமரங்களை மூன்று வகையாகப் பிரிக்கலாம். அவை குறைகுளிர் வகை (*Low Chill*), நிறைகுளிர் வகை (*High Chill*), குளிர் தேவையற்ற வகை (*No Chill*). தாவர உடற்கூறு இயல்பின்படி பீச், பிளம்ஸ், அப்பிள் போன்ற தாவரங்கள் பூப்பதற்கும் காய்ப்பதற்கும் குறிக்கப்பட்டளவு மணித்தியாலங்கள் குளிர் தேவை. ஆனால், மாமரம் பூப்பதற்குக் குறிக்கப்பட்டளவு வெப்பம் தேவை.

ஐரோப்பாவின் குளிர் சுவாத்தியத்தில் வளர்ந்த அப்பிளையோ பீச்சையோ சிட்னி சுவாத்தியத்தில் வளர்த்தால் அவை நல்ல விளைவைக் கொடுக்காது. இதேபோல, நுவரேலியாவில் வளரும் பிளம்ஸ் மரத்தை யாழ்ப்பாணத்தில் வளர்த்தால் அந்த மரம் பூக்காது. இதேபோன்றுதான் யாழ்ப்பாண மாமர இனங்கள் இலங்கையின் மத்தியமலைப் பிரதேசங்களில் நன்கு காய்ப்ப தில்லை. இவையே பழமரங்கள் காய்ப்பதிலுள்ள சூட்சுமங்கள்!

சிட்னி உப-உலர்வலயப் பிரதேசத்தில் உள்ளது. இதன் சுவாத்தியம் இலங்கையின் மலையகச் சுவாத்தியத்தை ஒத்தது. சிட்னி நகரம் அமைந்துள்ள நியூசவுத் வேல்ஸ் மாநிலத்தில் நல்ல விளைவைக்கொடுக்கும் அப்பிள்,பீச்,பிளம்ஸ் போன்ற தாவரங்கள்

குறைகுளிர் *(Low chill)* இனங்களாக இருக்க வேண்டும். ஆனால் வெள்ளையர்கள் ஐரோப்பாவில் இருந்து அவுஸ்திரேலியாவுக்குக் குடிபெயர்ந்த காலங்களில், ஐரோப்பாவில் இருந்து நிறைகுளிர் *(High chill)* இனத் தாவரங்களையே சிட்னிக்கு கொண்டுவந்தார்கள். சிட்னிக் குளிரின் அளவும் காலமும் இத்தாவர இனங்களுக்கு போதாமையால் இவை பூப்பதற்கும் காய்ப்பதற்கும் சிரமப் பட்டன. இதனால் சிட்னி நகரம் அமைந்துள்ள நியுசவுத் வேல்ஸ் மாநிலச் சுவாத்தியத்துக்கு ஏற்றவகையில் வெள்ளையர்களால் கொண்டுவந்து நடப்பட்ட தாவர இனங்களை இனவிருத்தி செய்யவேண்டிய கட்டாயத்துக்கு விவசாய விஞ்ஞானிகள் ஆளாக்கப்பட்டிருந்தார்கள். இந்த ஆராய்ச்சியின் நீட்சியில் எனக்கும் தொடர்புண்டு.

இந்த ஆராய்ச்சியில் நான் ஈடுபடுவதும், இது விடயமாக சிட்னி சுவாத்தியத்தை அச்சொட்டாக ஒத்த தென்சீனாவுக்கும் தென் ஆபிரிக்காவுக்கும் சென்றுவருவதும் உடையார் மாமாவுக்குத் தெரியும்.

பிறிதொரு நாள் அவசரகதியில் தன் மகள் குடும்பத்துடன் வீட்டிற்கு வந்த உடையார், தென் ஆபிரிக்க டேர்பன் நகரில் கறுத்தக் கொழும்பான் மாமரத்தை ஒத்த ஒருமரம் நன்கு காய்ப்பதாகவும், அதன் ஒரு இளையத்தை *(Tissue)* அல்லது கொப்பை சிட்னிக்குக் கொண்டுவந்து பறங்கி நண்பன் வீட்டில் உள்ள மரத்துடன் கலப்பதன் மூலம் அல்லது ஒட்டுவதன் மூலம் நியூசவுத் வேல்ஸ் மாநிலச் சுவாத்தியத்துக்கு இனவிருத்தி செய்யலாம் என்ற ஆலோசனையை முன்மொழிந்தார். அத்தோடு நிற்காது, அடுத்தமுறை ஆராயசசி வேலை நிமித்தம் நான் தென் ஆபிரிக்காவுக்குச் செல்லும்போது தானும் தனது சொந்தச் செலவில் என்னுடன் வருவதாகச் சொன்னார். உடையார் மாமா விடாக்கண்டன் வம்சத்தைச் சேர்ந்தவர் என்று ஏலவே சொல்லியிருந்தேன். அவர் தமது வாழ்க்கைப் பயனையும் கறுத்தக்கொழும்பானின் வெற்றியையும் முடிச்சுப்போட்டுள்ளதை நான் அறிவேன். கூட்டிக்கழித்துப் பார்த்தபோது அவருடைய கறுத்தக் கொழும்பான் பற்று மண்பற்றின் இன்னொரு நிலை என்பதைப் புரிந்துகொண்டேன். அதனை மதித்ததனால் அவருடைய கோரிக்கைக்குச் சம்மதித்தேன்.

3

அந்த நாளும் வந்தது!

உடையார் மாமாவும் நானும் தென் ஆபிரிக்காவின் டேர்பன் நகருக்குப் பறந்தோம். தென் ஆபிரிக்காவின் தலைநகரான

யோகான்ஸ்பேர்க்கில் இறங்கி உள்ளூர்ப் பறப்பின் மூலம் டேர்பனை அடைந்தோம். தென் ஆபிரிக்காவில், டேர்பனிலும் அதன் அயலிலும் இந்தியர்கள் செறிவாக வாழ்ந்துவருகின்றார்கள்.

டேர்பன் ஒரு துறைமுக நகரம். தென் ஆபிரிக்காவின் வெள்ளையர்களின் அரசு துறைமுக வேலைகளுக்காக இந்தியர்களைக் கூலிகளாக கொண்டுவந்திருந்தார்கள். அவர்களுள் தென் இந்தியர்களே அதிகம். பெரும்பான்மையானவர்கள் அன்றைய மதராஸ் மாகாணத்தில் வாழ்ந்த தமிழர்கள். இவர்கள் தவிர குஜராத் மாநிலத்திலிருந்து வந்தவர்களும் தென் ஆபிரிக்காவில் வசிக்கிறார்கள். இவர்கள் கிழக்கு ஆபிரிக்க நாடுகள் பலவற்றிலும் வணிகர்களாகக் குடியேறியவர்கள். அவர்கள் தமது வணிக முயற்சிகளைத் தென் ஆபிரிக்காவின் டேர்பன் நகரம்வரை விரிவுபடுத்தியுள்ளார்கள். இவர்களது வணிக நிறுவனங்களில் முன்னால் நிற்கும் விற்பனையாளர்கள் ஆபிரிக்கக் கறுப்பர்கள். குஜராத்தி முதலாளிகள் பின்புலத்தில் இருந்துகொண்டு சூத்திரக்கயிறுகளை லாவகமாக இழுத்துக்கொண்டிருப்பார்கள். இந்தக் குஜராத்தியர்களுடைய தென் ஆபிரிக்கத் தொடர்புகளே மகாத்மா காந்தியைத் தென் ஆபிரிக்காவுக்கு கொண்டுவந்தது என்பது தனிக்கதை.

இருபதாம் நூற்றாண்டின், ஐம்பதாம், அறுபதாம் ஆண்டுகளில், தென் ஆபிரிக்காவில் இன ஒதுக்கல் கொள்கை கடுமையாக அமுலாக்கப்பட்டுக் கொண்டிருந்தது. அப்போது கறுப்பர்களுக்கும் இந்தியர்களுக்கும் உயர்கல்வி உட்பட பல்வேறு உரிமைகள் மறுக்கப்பட்டிருந்தன. இதன் காரணமாக இந்திய நலன் விரும்பிகளின் முயற்சியால் 1960ஆம் ஆண்டு *University College for Indians* என்னும் கல்வி நிறுவனம் தென் ஆபிரிக்காவின் *Salisbury* தீவில் நிறுவப்பட்டது. இன ஒதுக்கல் கொள்கைக்குப் பயந்த இந்திய மாணாக்கர்கள் இக்கல்வி நிறுவனத்தில் அப்போது குறைவாகவே சேர்ந்தார்கள். இருப்பினும் எண்பதாம் ஆண்டுகளின் ஆரம்பத்திலே தோன்றிய இன ஒதுக்கலுக்கு எதிரான எதிர்ப்பலை பெருமளவு இந்திய மாணாக்கர்களை இக்கல்வி நிறுவனத்தில் சேர்ந்து படிக்கத் தூண்டியது. இந்த எழுச்சியின் காரணமாக இந்தியர்களுக்கான பல்கலைக்கழகக் கல்லூரியாக இருந்த இந்த நிறுவனம் முழுமையான பல்கலைக்கழக அந்தஸ்தைப் பெற்று 1971ஆம் ஆண்டு *University of Durban – Westville* என்னும் பெயரைப் பெற்றது. 1984ஆம் ஆண்டு தொடக்கம் இப்பல்கலைக்கழகத்தில் இந்திய மாணாக்கர் மட்டுமல்லாது கறுப்பர்களும் வெள்ளையர்களும் சேர்ந்து படித்துப் பயன் பெறுகிறார்கள். பெரும்பான்மையாக இந்திய விரிவுரையாளர்களே பணிபுரிந்த இக்கல்வி நிறுவனத்தில் தற்போது

மாணாக்கர்களின் இன விகிதாசாரத்துக்கு ஏற்ப கறுப்பர்களும், ஒரு சில வெள்ளைக்காரர்களும் பணிபுரிகிறார்கள்.

University of Durban பூங்கனியியல் பிரிவு மாம்பழ ஆராய்ச்சி மாநாடொன்றைச் சர்வதேசரீதியாக ஒழுங்கு செய்திருந்தது. இம்மாநாட்டில் 'அவுஸ்திரேலியாவில் மாம்பழச் செய்கையின் சாதகபாதகங்கள்' என்னும் தலைப்பில் நான் பணிபுரியும் பல்கலைக்கழகத்தின் சார்பில் ஆராய்ச்சிக் கட்டுரையொன்றைச் சமர்ப்பிக்கும்படி அழைக்கப்பட்டிருந்தேன். இது உடையார் மாமாவுக்குத் தெரியவந்தபோதுதான் என்னுடன்கூடவே தென் ஆபிரிக்காவுக்கு வந்திருந்தார்.

உடையார் மாமாவுக்கு ஆங்கில அறிவு அப்படி இப்படித்தான் என்பது பரமரகசியமல்ல. விஞ்ஞானக் கலைச் சொற்கள் சுட்டுப் போட்டாலும் அவருக்கு விளங்கியிருக்கமாட்டாது. இருப்பினும் மாநாட்டின் இடைவேளையில் இந்தியாவிலிருந்து வந்திருந்த விவசாய விஞ்ஞானிகளுடன் நன்கு பழகி பலவகையான தகவல்களைச் சேகரித்துக்கொண்டார். இரவில் நாம் தங்கி யிருந்த விடுதிக்கு வந்தவுடன், தான் சேகரித்த தகவல்களை 'ஒரு சின்னப்பிள்ளை தன் தாய்க்குக் கதை சொல்வதுபோல்' ஆர்வத்துடன் எனக்கு ஒப்பிப்பார்.

ஒரு நாள் ஒரு சின்னப்போத்தலில் 'Cultar' என்னும் இரசாயனத் திரவத்தைக் கொண்டுவந்து காட்டினார். மாநாட்டு மண்டப விறாந்தையில் விவசாய மருந்து நிறுவனங்கள் பல்வேறு விவசாய உபகரணங்களையும் மருந்துகளையும் காட்சிக்கு வைத்திருப்பதாகவும் அங்கு Cultar திரவத்தை அன்பளிப்பாகக் கொடுத்ததாகவும் சொல்லி, மாமரத்துக்கு இதைத் தெளிக்கலாம் எனச் சொன்னதாகவும் சொன்னார்.

மாமா கொண்டுவந்த திரவம் மாமரத்தின் வளர்ச்சியைக் குறைத்துக் குட்டையாக வைத்திருக்கும். இதன் பயன்பாட்டை எவ்வாறு உடையார் மாமாவுக்கு விளக்குவது எனக் குழம்பிப் போயிருந்தேன். மாமாவின் கைதடி வீட்டில் உள்ள ஒரு பரப்புக் காணியை மூன்று கறுத்தக் கொழும்பான் மாமரங்கள் ஆக்கிரமித்திருந்ததாக, ஒருதடவை கதையோடு கதையாகச் சொல்லியிருந்தார்.

மாமரத்திலே பூக்கள் எங்கே அதிகமாகத் தோன்றும் என அவரது விவசாய அறிவைச் சோதிப்பவனைப்போலக் கேட்டேன்.

இளம் கிளைகளின் நுனிக் குருத்தே பூக்களாக மாறுவதாக வும், பெரியமரங்களின் கிளைக்கூடலின் (Vegetative Crown) உட்பகுதியில் இளம் இலைக் குருத்துக்கள் இல்லாததால் மரத்தின்

கிளைக்கூடலின் வெளிப்பகுதியில் மாத்திரம் பூக்கள் தோன்றி மாங்காய் காய்ப்பதாகவும் சொன்னவர், உட்பகுதிக் கொப்புகளில் உள்ள கிளைகளில் மிக அரிதாகவே பிஞ்சுகள் வருவதாகவும் மேலதிகத் தகவலைச் சொல்லி என்னை அசத்தினார். ஒரு பரப்புக் காணியில் சின்னக் கிளைக்கூடல் கொண்ட எத்தனை மாமரங்கள் நடலாம் என மேற்கொண்டு கேட்டேன். ஆறு மரங்களாவது நடலாம் என்றார்.

மூன்று பெரிய மரங்களின் கிளைக் கூடலின் வெளிப்புறத்தில் காய்க்கும் மாங்காய்களைவிடச் சிறிய கிளைக்கூடல்கள் கொண்ட ஆறு மாமரங்களில் அதிக மாங்காய்கள் பெறலாமல்லவா?

'உண்மைதானடா தம்பி, அதுக்காகத்தான் தின்னவேலி பாமிலை (Farm) மாமரங்களைக் கவ்வாத்துப் பண்ணிறவங்கள்' என்று தமது அநுபவத்துக்குப் புதிய விளக்கம் கண்ட குதூகலத்தில் சொன்னார்.

கவ்வாத்துப் பண்ணுவது ஒரு முறை. இன்னுமொரு முறை நீங்கள் கொண்டுவந்த 'Cultar' என்ற மருந்தைத் தெளிப்பது அல்லது கரைத்து மரத்தின் அடிக்கு ஊற்றுவது. இந்த மருந்தை PB2 என்றும் கூறுவதுண்டு. இது இம்மருந்தின் இரசாயனப் பெயரான 'Paclobutrazol' இன் சுருக்கம் என விளக்கம் சொன்னேன்.

பள்ளிக்கூட மாணவன்போல் நான் சொல்லும் ஒவ்வொரு தகவலையும் கவனமாகக் குறிப்புப் புத்தகத்தில் பதிந்துகொண்ட உடையார் மாமா, தான் எதிலும் சுழியனே என்பதை மீண்டும் நிரூபித்தார்.

3

உடையார் மாமா டேர்பன் நகரில் இருந்தபோது சும்மா இருக்க வில்லை; அது அவர் சுபாவமும் அல்ல. தனக்குத் தெரிந்த 'கத்திப்பிடி' ஆங்கிலத்தை வைத்துக்கொண்டு சகல மட்டத்திலும் சிநேகிதர்களைப் பிடித்துக்கொண்டார்.

கலாநிதி (முனைவர்) மன்றீ (Dr. Mundree) என்னும் இளைஞன் ஒருவன் இவருடன் வாஞ்சையுடன் ஒட்டிக்கொண்டான். அங்கிள் என்று அழைத்து இவருக்குச் சகல உதவிகளையும் செய்தான். இதனால் உடையார் மாமா எனக்குத் தொல்லை தருவதைத் தவிர்த்து மன்றீயுடன் பல இடங்களுக்கும் போய்வரத் துவங்கினார். இந்த இளைஞனை நான் நன்கு அறிவேன். இவனின் தாவர ஆராய்சிகள் மிகவும் பிரசித்தமானவை. பல ஆராய்சிக் கட்டுரைகளைச் சர்வதேச விஞ்ஞானச் சஞ்சிகைகளில் பிரசுரித்துள்ளான். விவேகமான ஆராய்ச்சியாளன். டேர்பன்

பல்கலைக்கழகத்தில் மதிக்கப்படும் விரிவுரையாளனாகப் பணிபுரிகின்றான்.

ஒரு நாள் உடையார் மாமா அந்த இளைஞனை என் இருப்பிடம் கூட்டிவந்தார். அவனுடன் ஓர் இந்தியப் பெண்ணும் வந்திருந்தாள். செல்வி டாக்டர் ஐயர் என அவளை அறிமுகப் படுத்தித் தன்னுடைய ஆராய்ச்சிகளிலே அவள் பெரிதும் ஈடுபாட்டுடன் கூட்டுச் சேர்ந்திருப்பதாகவும் கூறினான்.

பரஸ்பரக் குசலம் விசாரிப்புக்கு மத்தியில் அவுஸ்திரேலியா வில் புலம்பெயர்ந்த சிறார்களுக்கு 'தொடர்பு கொள்வதற்கும் கருத்துப் பரிமாற்றத்துக்கும் ஏற்ற வகையில் எழுதப்பட்ட புத்தகத்தை கலாநிதி மன்றீக்கு அனுப்பிவைக்க முடியமா?' என உடையார் மாமா என்னைக் கேட்டார். 'டொக்டர் மன்றீக்கா?' என வியப்பு மேலிடக் கேட்டேன்.

அவன் வெள்ளைக்காரன் போல் தோற்றமளித்தான். அவன் பெயரும் தமிழ் பெயர்போல் தோன்றவில்லை. இவனுக்கு ஏன் தமிழின் மேல் ஆர்வம்? இப்படி என் தலையிலே கூத்தாடிய கேள்விகளே என் வியப்புக்குக் காரணம்.

என் தடுமாற்றத்தினைப் புரிந்துகொண்ட உடையார் மாமா, 'நீ என்ன யோசிக்கிறாய் என்று சொல்லட்டே? இவன் தமிழ் படிக்க ஆசைப்படுகிறான். இவன் ஒருபச்சைத்தமிழன். இவனுடைய முன்னோர்கள் தமிழ்நாட்டிலிருந்து வந்தவர்கள். இவனுடைய கொள்ளுத் தாத்தாவின் பெயர் நாராயண–மந்திரியாம். அவர் கூலியாக வந்த காலத்தில் நாராயண'மந்திரி' எனத் தன் பெயரைச் சொன்னது புரியாமல் பதிவேட்டில் வெள்ளையன் மந்திரியை மன்றீ *(Mundree)* எனப் பதிந்துவிட்டானாம். அதுவே இன்றும் நிலைத்துவிட்டது' என்று அவனது பூர்வீகத்தை எடுத்துச் சொன்னார். அவனும் அதை ஆமோதிப்பவன்போல் புன்னகைத்தான்.

எவ்வளவு தலைமுறைகள்! இந்த நாட்டின் வாழ்க்கை யின் தன்மையுடன் கரைந்துவிட்டன. யதார்த்தம் இவ்வாறு இருக்கும்போது ஏன் தமிழ் படிக்கும் ஆசை உனக்கு வந்தது என அவனைச் சீண்டும் குரலிலே கேட்டேன்.

'என்ன அப்படிக் கேட்கிறீங்கள்?' என விநோதமாக என்னைப்பார்த்தவன் 'தமிழ் என் இனத்தின் அடையாளமல்லவா?' என மிடுக்குடன் கேட்டான்.

ஆபிரிக்க நாடொன்றில் இப்படி ஒரு தமிழ் இளைஞன் இருப்பதையிட்டு உண்மையிலேயே நான் பெருமைப்பட்டேன்.

மகிழ்ச்சி தாங்காமல் அவனை ஆரத் தழுவி இரவு விருந்துக்கு அவர்களை அழைத்தேன்.

மன்றீ, டேர்பன் நகரிலுள்ள இந்திய உணவு விடுதிக்கு வழிகாட்டினான்.

உடையார் மாமா, நான், அந்த இளைஞன், அவனுடன் வந்திருந்த டாக்டர் ஐயர் என்ற பெண் அனைவரும் பிரியாணிக்கு ஓடர் கொடுத்துக் காத்திருந்தோம். அங்குள்ள ஒலிபெருக்கியில் இந்தித் திரையிசைப்பாடல்களும் இடையிடையே தமிழ், மலையாள, தெலுங்குப் பாடல்களும் ஒலித்துக்கொண்டிருந்தன. பாடல் இடம் பெற்ற படம், பாடியவர்கள் பற்றிய விபரங்களை ஒலிபரப்பாளர் ஆங்கிலத்தில் சொல்லிக்கொண்டிருந்தார். என் வியப்பினைப் புரிந்துகொண்ட மன்றீ ‘இது டேர்பன் நகரில் இயங்கும் தனிப்பட்ட இருபத்திநாலு மணி இந்திய வானொலி’ என்றான்.

அங்குள்ள பல இந்தியர்கள் தமிழர்களாக இருந்தாலும் அவர்களுக்குத் தமது தாய்மொழி தெரியாது. ஆனால் இந்தியத் திரைப்படங்களையும், திரை இசைப்பாடல்களையும் பெரிதும் விரும்பி ரசிக்கிறார்கள். இந்தியத் திரைப்படங்கள் மூலம்தான் இந்தியக் கலாச்சாரம் தென் ஆபிரிக்காவில் பெயரளவுக்கேனும் நிலைத்திருப்பதாக டாக்டர் ஐயர், மன்றீயின் கூற்றினை ஆதரித்துப் பேசினாள்.

அந்த வேளையிலேதான் ஓர் உண்மை உறைத்தது. இந்தியாவிலே தாம் இந்தியர்கள் என்று சொல்வதிலும் பார்க்க, கன்னடத்தான், மலையாளி, குஜராத்தி, வங்காளி, தெலுங்கன், பஞ்சாபி எனத் தம்மை அடையாளப்படுத்திக்கொள்ளுகிறார்கள். தமிழ்நாட்டிலேகூடத் தமிழர்களைப் பார்ப்பது அரிது. மறவர், பறையர், வன்னியர், கவுண்டர், தேவர், முதலியார், பார்ப்பனர், தலித் என்கிற ஜாதிகளாலே தான் மக்களைப் பார்க்கலாம்.

‘இந்திய இனம்’ என்பது உண்மையிலேயே வலிந்து புகுத்தப்பட்ட கருத்து என்கிற எண்ணம் எனது இந்தியப் பிராயாணங்களின்போது ஏற்படுவது தவிர்க்க முடியாததாகவும் அமைந்துவிடுகிறது.

ஆட்சி அதிகாரத்துக்கும், அடக்குமுறைக்கும் உள்ள வித்தியாசத்தை உணர முடிகிறதா?

அடக்குமுறையின் காரணமாக தென் ஆபிரிக்காவிலும் மொறீசியஸ், பிஜீ தீவுகளிலும் இந்தியர்கள் மொழி ரீதியாகவும், ஜாதி ரீதியாகவும் தங்களை அடையாளப்படுத்தாமல் ஒரே இந்திய இனமாகக் காட்சியளித்தது மகிழ்ச்சியைத் தந்தது.

இதன் தொடர்ச்சியாக, 'இந்திய மக்களுடைய நலன்களை முன்வைக்கும் இந்திய மொழிப் பத்திரிகைகள் ஏதாவது வெளிவருகின்றதா?' எனக் கேட்டேன்.

இந்தியர்களுக்காக நடத்தப்படும், இந்தியர்களின் புதினங்களைப் பெருமளவில் தாங்கி ஆங்கிலமொழிப் பத்திரிகை யொன்று வெளிவருவதாகவும் இதன் ஜீவிதம் விளம்பரங்களி லேயே தங்கியிருப்பதாகவும் ஐயர் பெண் கூறினாள்.

சின்னனும் பெரியதுமாய்ப் பெருவாரிச் சைவக் கோவில் களும் பிரார்த்தனைக் கூடங்களும் இருப்பதாகவும் இன்னமும் திருமணங்கள் இந்தியச் சம்பிரதாய முறைப்படியே நடப்பதாகவும் தான் அறிந்த விபரங்களை உடையார் மாமா அவிழ்த்து விட்டார். 'சிறுபான்மை இன வெள்ளையர்களின் ஆட்சிமாறி, பெரும்பான்மை கறுப்பர்களின் ஆட்சிவந்தபின், தென் ஆபிரிக்க இந்தியர்களின் வாழ்க்கைமுறை எப்படி இருக்கிறது?' என என் மனதில் கனகாலம் உறங்கியிருந்த கேள்வியைக் கேட்டேன்.

சிறிது நேரம் மௌனம் சாதித்த மன்றீ தன்னைச் சுதாகரித்துக்கொண்டு, 'முன்பு வெள்ளையர்களுக்குப் பயந்து அடிமைகளாகக் கறுப்பர்களும் இந்தியர்களும் வாழ்ந்தோம். இப்போது கறுப்பர்களுக்குப் பயந்து இந்தியர்களும் வெள்ளையர்களும் வாழ்கிறார்கள். மொத்தத்தில் இந்தியர்களின் வாழ்க்கையில் பெரிதளவு மாற்றமெதுவுமில்லை' என்றான்.

அவனுடைய பதிலில் ஒருவகை விரக்தி புரையோடிக் கிடந்தது.

புதிய சூழலில் வெள்ளையர்களும் இந்தியர்களும் குழுக் களாக அங்கு வாழ்கிறார்கள். இவர்களின் வீடுகளைச் சுற்றி உயர்ந்த மதில்கள் எழுப்பப்பட்டுப் பாரிய இரும்புக் கேற்றுக்களும் போடப்பட்டுள்ளன. வளவின் உள்ளே என்ன நடைபெறுகிறது என்பது வெளியே தெரியாது.

அவர்களின் மதிலும் கேற்றும் 'போயஸ்' கார்டனிலுள்ள ஜெயலலிதாவின் வீட்டையே ஞாபகப்படுத்தும். ஒவ்வொரு வீட்டிலும் ஒரு ஆபிரிக்கன் காவலுக்கு இருப்பான். மணி அடித்தால் கேற்றில் உள்ள சிறிய துவாரக் கதவைத் திறந்து விபரம் கேட்பான். காவலுக்கு இருக்கும் கறுப்பன் எவ்வளவு தூரம் விசுவாசமாக இருப்பான் என்பது அவரவர்களின் அதிர்ஷ்டத்தைப் பொறுத்தது.

இரவில் வீதிகளில் இந்தியர்கள் நடந்துபோவது மிகவும் அரிது. வெள்ளையர்கள் தங்கள் வாகனங்களில் துவக்கு வைத்திருப்பதை வழக்கமாகக் கொண்டிருக்கிறார்கள், எனத்

தான் சேகரித்த தகவல்களைச் சந்தர்ப்பத்தை நழுவவிடாமல் உடையார் மாமா சொல்லத் துவங்கினார்.

இந்த உரையாடல்களுக்கு மத்தியில் தனது கைக்கடிகாரத்தைப் பார்த்த ஐயர் பெண் தேவாலயத்துக்குத் தான் போகவேண்டுமென்று மன்றீக்கு மெல்லச் சொன்னாள்.

இது உடையார் மாமாவின் பாம்புக்காதுக்குக் கேட்டுவிட்டது.

'தேவாலயத்துக்கா? நீ ஐயர் பெம்பிளை, சேர்ச்சுக்கு போறியோ...?'

அவர் என்ன பேசுகிறார் என்று புரியாமல் விழித்தாள் ஐயர் பெண்.

நிலைமையைச் சமாளிக்க 'உனது பெயரின் அர்த்தம் தெரியுமா?' என அவளைக் கேட்டேன்.

இல்லை என்றவள் தனது மூதாதையர்கள் தென் இந்தியாவில் பண்டிதர் பரம்பரையைச் சேர்ந்தவர்கள் எனத் தான் அறிந்ததாகச் சொன்னாள்.

உடையார் மாமாவின் முகத்தில் கோவம் தெரிந்தது. அவர் தம்மை ஆசாரமான இந்து என்பதை வலியுறுத்தி வாழ்பவர். எந்த மதத்தவராக இருந்தாலும் ஆதாயத்துக்காக மதம் மாறுவது அவருக்குப் பிடிக்காது. 'ஐயர்' என்ற சொல்லின் அர்த்தத்தை விளக்கியவர் 'ஒன்றில் உன் பெயரை மாத்து, அல்லது உன் மதத்தை மாற்று' என்று கூறிய அவர் 'ஐயர்' பெம்பிளை சேர்ச்சுக்குப் போறாள் என்பது வேடிக்கையாக இருக்கிறது என்று தன்பாட்டில் புறுபுறுத்தார். பெயருக்கான விளக்கத்தைக் கேட்ட இளைஞனும் பெண்ணும் வாய்விட்டுச் சிரித்தார்கள். தான் பிறந்த நாள்முதல் கிறிஸ்தவராக இருப்பதாகவும் தனது பாட்டனார் கிறிஸ்தவ மதத்துக்கு மாறியிருக்கலாம் எனச் சொன்னவள், இற்றை வரையில் தனது பெயரில் இப்படி ஒரு வில்லங்கம் இருப்பது தெரியாது என்று சொல்லித் தனது ஆச்சரியத்தை மறைப்பதற்கு ஐயர் பெண் அழகாகச் சிரித்தாள்.

5

மாம்பழ மாநாடு முடிந்தது!

மாமரச் செய்கைபற்றிய பல்வேறு தகவல்களை மாமாவால் திரட்ட முடிந்தது என்பது உண்மையே. இருந்தாலும் கறுத்தக் கொழும்பான் மாமரத்தை அவுஸ்திரேலியாவுக்குக் கொண்டு வருவதற்கான வழிவகை எதுவும் அந்த மாநாட்டினால் தெரிய வரவில்லை.

ஆசி. கந்தராஜா

இலங்கை அகதிகள் வேறொரு நாட்டில் தற்காலிகமாகத் தங்கி, ஐரோப்பாவுக்கோ, அவுஸ்திரேலியாவுக்கோ நுழைவது போலத் தென் ஆபிரிக்காவுக்கு கறுத்தக் கொழும்பானை கொண்டுவந்து அங்கிருந்து அவுஸ்திரேலியாவுக்குக் கொண்டுவர முடியுமா என்று பல 'ரூட்'டுக்களிலும் உடையார் விசாரணைகளை நடத்திய போதிலும், எதுவும் சாத்தியமானதாகப் பொருந்தி வரவில்லை என்பது அவருக்கு ஏமாற்றம் தந்தது.

அங்கு வாழும் இந்தியர் ஒருவரின் வீட்டில் கறுத்தக் கொழும்பான் நிறையக் காய்க்கிறது என அவர் கேள்விப்பட்டதை உறுதிப்படுத்த முடியாத நிலையில், பிறிஸ்பனில் உள்ள அவரது பறங்கி நண்பரின் வீட்டில் வளரும் கிளையை அவுஸ்திரேலிய இன மாமரத்தில் ஒட்டி முயன்று பார்க்கலாம் என அவரை அமைதிப்படுத்தினேன்.

கறுத்தக் கொழும்பான் மாம்பழம் பற்றி உடையார் மாமாவுக்கு முந்தி இருந்த தீவிரம், தென் ஆபிரிக்காவுக்குப் போய்வந்தபிறகு இல்லை என்று எனக்குத் தோன்றியது. அதற்குப் பதிலாக அவரிடம் புதியதொரு தீவிரம் முளை கொண்டிருப்பதை அவதானிக்க முடிந்தது.

உடையார் மாமா தனது மூத்த பிரசைகள் சங்க சகாக்களுடன் அடிக்கடி, சிட்னியிலே தமிழ் கற்பிக்கும் முயற்சிகளிலே ஈடுபட்டுக்கொண்டிருக்கும் பாடசாலைகளுக்கு வார இறுதி நாட்களிலே சென்றுவருவதை அறிந்தேன். அங்கு அந்நிய மொழிச் சூழலில் வாழும் சிறார்களுக்குத் தமிழ் கற்பிக்கப் பாவிக்கப்படும் பாடநூல்களையும் பயிற்சி நூல்களையும் மட்டுமல்லாது பேச்சுத் தமிழுக்கான குறுந்தட்டுக்களையும் வாங்கிச் சென்றதாக அறிந்தேன். இதன் பின்னணியை என்னால் ஓரளவு ஊகித்துக்கொள்ள முடிந்தது.

அன்று உடையார் மாமா வீட்டிற்கு வந்திருந்தார். இந்தத் தடவை ஹோம்புஸ் தமிழ்ப் பாடசாலையில் தமிழ் கற்பிக்கும் நண்பர் ஒருவரையும் அழைத்து வந்திருந்தார். அந்தக் கூட்டணியைப் பார்த்ததுமே எனது ஊகம் சரியானதுதான் என்பதை உணர முடிந்தது.

நான் அவர்களை முகமன்கூறி உபசரித்தேன். உடையார் மாமாவைப் பார்த்து 'கறுத்தக் கொழும்பான் மாமரத்திலை சில கிளைகளை வெட்டுவதற்கு உங்கள் நண்பரைக் கேட்டுப் பாருங்கோவன். இப்ப சுவாத்தியமும் நல்லாய் இருக்கு, அவற்றை ஒட்டுவதற்கு என்னிடம் உள்ளூர் மரக்கன்றுகளும் இருக்கின்றன' என்ற செய்தியை மிக அக்கறையுடன் சொன்னேன்.

‘அந்தச் சிங்களவங்கள் கண்ணொறுவவிலுள்ள நிலையத்திலை கறுத்தக் கொழும்பானை விரட்டி அடிச்சாலும் பறவாய் இல்லை தம்பி. இதிலும் பார்க்கக் குடிமுழுகப்போற சங்கதி ஒண்டு இருக்குது. அதை நீ தென் ஆபிரிக்காவிலை பார்த்தனீதானே. இப்ப எங்கடை தமிழைப் பாதுகாத்து அடுத்த தலைமுறைக்கு கொண்டுபோறதுதான் கறுத்தக் கொழும்பானிலும் பார்க்க முக்கியம். டேர்பனுக்கு மாம்பழ மாநாட்டுக்கு வந்து நான் தெளிவு பெற்ற அறிவு இதுதான்’ என்று கூறி உடையார் மாமா மனம் விட்டுச் சிரித்தார்.

‘பிறகென்ன, புத்தர் போதிமர ஞானம் பெற்றதுபோல, நீங்கள் கறுத்தக் கொழும்பான் மாமர ஞானம் பெற்றுவிட்டீர்கள் என்று சொல்லுங்கோவன்’ என்றுகூறி அவருடைய சிரிப்பில் சங்கமமானேன்.

‘தம்பி, இது சிரிக்கிற விடயம் இல்லை. அந்த டேர்பன் பெடியன் மன்றீ, ஐயர் பெட்டை எல்லாரும் தமிழர்கள்தானே. இப்ப தமிழ் தெரியாமல் எங்களுடன் தமிழில் பேச முடியாமல், சே, அந்த மன்றீ தமிழிலை தான் பேச முடியாததுக்கு எவ்வளவு துக்கப்பட்டவன் எண்டது எனக்குத்தான் தெரியும்.’

‘எட தம்பி, தமிழ் பற்றிய தியானம் அடுத்த அடுத்த தலைமுறைக்குத் தமிழ் மொழிமூலம் எடுத்துச்செல்லப்பட வேண்டும். அது எங்களாலைதான் முடியும். தென் ஆபிரிக்காவிலை பார்த்தாய்தானே? அங்கை வாழும் தமிழர்கள் தமிழை மறந்து, ஓர் இந்திய இனத்தின் அங்கமாக நிர்ப்பந்தவசத்தால் மாறிக் கொண்டிருக்கிறார்கள். இந்த அவலங்களுக்கு மத்தியிலை தமிழை அடுத்த தலைமுறைகளுக்கும் எடுத்துச் செல்லவேண்டிய கடமை எங்களுடையதாகத்தான் இருக்கிறது’ என ஒலிபெருக்கிக் கருவி இல்லாத குறையாகத் தமிழ் பாதுகாக்கப்பட வேண்டும் என்கிற பிரச்சாரக் கூட்டத்திலே பேசுபவரைப்போல விளாசித் தள்ளினார் உடையார் மாமா.

‘தமிழ் அழிவதை தமிழ் நாடும் அங்குள்ள தமிழ்த் தலைவர்களும் பார்த்துக்கொண்டிருக்கமாட்டார்கள்’ என்று நான் வேண்டுமென்றே சொன்னேன். உடையாரை உசுப்பிவிட்டால் உணர்ச்சி வேகத்தில் பொங்குவார் என்பது எனக்குத் தெரியும்.

‘நீ கறுத்தக் கொழும்பான் ஞானம் என்று பகிடி பண்ணினாலும் பறவாய் இல்லை. தென் ஆபிரிக்காவிலையும், மொறீசியஸ் தீவிலையும், பிஜீத் தீவிலையும் தமிழ் அழிஞ்சதைத் தமிழ் காவலர்கள் எல்லாரும் பார்த்துக்கொண்டுதானே இருந்தவை.

'இல்லை தெரியாமல்தான் கேட்கிறன். நீ சொன்ன தமிழ்நாடு எங்கை இருக்கு? ஒரு மாநிலம் இருக்குது, அங்கை ஒரு பக்கத்தாலே ஆங்கிலமும் மறுபக்கத்தால இந்தியும் போட்டிபோட்டுக்கொண்டு வளருது. நீ தமிழ்நாட்டு 'டிவி' யில் பேசிற 'தமிங்கிலத்தை' கேட்கிறனிதானே?

'இப்பதான் எனக்கு உண்மை விளங்குது. தமிழ் இனம் ஒன்று இருப்பதைத் தமிழ் மொழிமூலம்தான் அடையாளப் படுத்தலாம். எனவே சிட்னி போன்ற இடங்களிலே நமது நாளைய தலைமுறைகளின் நாவிலே தமிழ் வாழ்ந்திட வேண்டும்' என்று ஒரு பிரார்த்தனை போன்று கூறி மௌனமானார்.

அந்த மௌனத்தின் உறுதி, என்னுள் ஒரு சிலிர்ப்பினை ஏற்படுத்தியது. 'கறுத்தக் கொழும்பானின் சுவையிலும் பார்க்கத் தமிழ் மொழியின் சுவை மேலானதும் பாதுகாக்கப்பட வேண்டிய ஒன்றும்' என்கிற உடையார் மாமாவின் ஞானத்தினால் நான் புதிது கற்றுக்கொண்ட உற்சாகம் பெறலானேன்.

2010

10

கற்பக விருட்சம்

அரபு நாடொன்றிற்கான எனது முதல் பயணம் அது!

தொழில் நிமித்தம், ஐக்கிய அரபு இராச்சியத்தைச் (United Arab state) சேர்ந்த புஃஜேராவுக்கு (Fujairah) என்னை அழைத்திருந்தார்கள். ஐக்கிய அரபு இராச்சியம் என்பது, அபுதாபி (Abu Dhabi), அஜ்மான் (Ajman), துபாய் (Dubai), புஃஜேரா (Fujairah), றஸ்–அல்–ஹய்மா (Ras al–Khaimah), சாஜா (Sharjah), உம்–அல்–குவேய்ன் (Umm al–Quwain) ஆகிய ஏழு இராச்சியங்கள் அடங்கிய கூட்டமைப்பாகும். இந்த இராச்சியங்கள், பல தலைமுறைகளாக மரபுவழி வந்த அரேபிய இளவரசர்களால் ஆளப்படுகின்றன. இளவரசர்கள் என்றால் எல்லோரும் இளவயதினர்கள் எனக் கற்பனை செய்தல் அபத்தம். அரச பரம்பரையில், மன்னரைத் தவிர்ந்த ஏனைய அனைத்து ஆண்களும் இளவரசர்கள் (Prince) என்றே குஞ்சம் சூட்டப்பட்டிருக்கிறார்கள்.

ஐக்கிய அரபு இராச்சியத்தின் தலைநகரம் அபுதாபி. இருப்பினும், வணிக நகரமாகவும், சுற்றுலா மையமாகவும் துபாய் வளம் பெற்றிருப்பதினால் அது பெரிய நகரமாகக் கருதப்படுகிறது. அரபு இராச்சியத்தின் சர்வதேச விமான நிலையம், துபாயிலும் அபுதாபியிலும் மட்டுமே உண்டு. இதனால் நான் துபாயில் இறங்கி, புஃஜேராவுக்கான நூற்று ஆறு கிலோமீற்றர் தூரத்தைப் பாலைவன நெடுஞ்சாலை வழியாக காரிலே பயணிக்க ஏற்பாடு செய்திருந்தார்கள்.

ஐக்கிய அரபு இராச்சியத்தில் ஆண்டுதோறும் கிடைக்கும் எண்ணெய் வருமானத்திலே 0.1 சதவீதம்

விவசாய முயற்சிகளுக்கும் தோட்டக்கலைக்கும் (*Horticulture*) செலவு செய்தல் வேண்டுமென்பது அரச உத்தரவு எனச் சொன்னார்கள். கணிதத்திலே *0.1* சதவீதம் என்பது அற்ப எண்ணைக் குறிக்கும் என்பதை நாமெல்லோரும் அறிவோம். ஆனால் எண்ணெய் வருவாயிலே கணக்கிடுபோது, பெரிய தொகையொன்று நம் கண் முன்னால் தோன்றி மிரட்டும். இதனால் இந்தச் சதவீதக் கணக்கு விவகாரத்திற்குள் நான் மூளையைக் கசக்குவதில்லை. எது எப்படி இருந்தபோதிலும், அவர்களிடம் விவசாய முயற்சி களுக்குச் செலவு செய்ய நிறையப் பணமிருப்பதை, அநுபவ வாயிலாகப் புரிந்துகொண்டேன்.

ஒப்பீட்டளவில், மற்றைய அங்கத்துவ இராச்சியங்களைவிட புஃஜராவில் மழை வீழ்ச்சி அதிகம். புஃஜேராவைச் சுற்றியுள்ள ஹாஜர் (*Hajar*) மலைத்தொடரும், அதனால் அங்கு சுழன்றடிக்கும் காற்றும் அதிக மழை வீழ்ச்சிக்குக் காரணமாக இருக்கலாம். புஃஜேராவின் நீர்வளம் காரணமாகவே அங்கு பல விவசாய முயற்சிகள் முன்னெடுக்கப்படுகின்றன. பாலைவனத்திலே விவசாய முன்னெடுப்புக்கள் என்றால் என்ன? பெரும்பாலும் பேரீச்சை மர வளர்ப்புத்தான்! அத்துடன் பெரும் பொருட் செலவில் கடல் நீரிலுள்ள உப்பை அகற்றி, நன்னீராக்கிப் பசுமைக் கூடத்தில் கெக்கரிக்காய், தக்காளி போன்ற மரக்கறி களைப் பயிரிடுகிறார்கள். நம்மூரில் 'ஆனையைக்கட்டித் தீனிபோட்டதுபோல' என்பார்களே, அதுபோலத்தான் இவர்களின் பயிர் வளர்ப்பு முயற்சிகள். ஆனால் பாலுக்காகவும் இறைச்சிக்காகவும் அரபு நாடுகளில் ஒட்டகங்கள் வளர்ப்பது, ஆதாயம் தரும் விலங்கு விவசாயமாகும் (*Animal Husbandry*). இந்த இடத்தில் நான் இன்னுமொன்றையும் சொல்ல வேண்டும். களஞ்சியப் பொறுப்பாளர்கள் (*Store Keepers*) என்ற பெயரில் அரபு நாடுகளில் வேலை பெற்று வந்தவர்களுள் பலர், அங்கு ஏமாற்றப்பட்டு ஒட்டகங்களைக் கணக்கெடுப்பதிலும் ஒட்டகங்கள் மேய்ப்பதிலும் ஈடுபடுவதுண்டு. அராபிய ஏஜென்சியைப் பொறுத்தவரை ஒட்டகப் பண்ணையில் மேய்ச்சல் முடிந்துவரும் ஒட்டகங்களைக் கணக்கெடுப்பதும் பராமரிப்பதும் களஞ்சியப் பொறுப்பாளர் வேலைதான்!

யாழ்ப்பாணத்து மக்களாலே கற்பகதரு எனப் போற்றப்படும் பனை மரங்களைப் போலவே, பேரீச்ச மரங்களிலும் ஆண் மரம், பெண் மரம் என்ற வேறுபாடு உண்டு. ஆனால் தென்னை, கமுகு மரங்களில் அப்படியல்ல. இவற்றில் ஆண்பூவும் பெண்பூவும் ஒரே மரத்தில், ஒரே பாளையில் இருக்கும். இவற்றின் பாளைக் காம்பில், பெண்பூவொன்று அடிப்பக்கத்திலும், அதைத் தொடர்ந்து பல ஆண் பூக்கள் காம்பின் நுனிவரையும் இருக்கும்.

மகரந்தச் சேர்க்கையின் பின் ஆண்பூக்கள் உதிர்ந்துவிட, பெண்பூ கருக்கட்டிக் குரும்பட்டியாகும். ஆனால் பனை மரங்களைப் பொறுத்தவரையில், மகரந்த மணிகளை மாத்திரம் கொண்ட ஆண் பூக்கள் ஆண் பனைகளிலும், சூலகத்தைக் கொண்ட பெண் பூக்கள் பெண் பனைகளிலும் இருக்கும். பல பெண்பனைகள் கொண்ட பனங் கூடலிலே ஒரு சில ஆண்பனைகள் மட்டும் தனிக்காட்டு ராஜாக்களாக நின்று ராஜாங்கம் நடாத்தும்.

ஆண் பனையிலிருந்து இறக்கப்படும் உடன் கள்ளு, முடக்குவாதத்துக்கு நல்லதென அதையே நம்மூர்ப் பெரிய கமக்காரரான துரையர், தினமும் தன் பின்வளவு ஆண் பனையிலிருந்து இறக்குவித்துக் குடிப்பார். இருப்பினும், அவரைப் பொறுத்தவரை அது பொய்யாகி, அறுபது வயதில் பாரிசவாதத்தால் இறந்தது தனிக்கதை.

'தங்க மூளைக்காரன்' என்று இலங்கையில் கொண்டாடப் பட்டவர் சமசமாஜக் கட்சித் தலைவர் என். எம். பெரேரா. இவர் 1960ஆம் ஆண்டுகளில் நிதியமைச்சராக வந்துசெய்த நிதிச் சீர்திருத்தங்களில் ஒன்றாக எழுந்ததுதான் இலங்கையில் 'கள்ளுக் கோப்பரேஷன்.' அதற்கு முன்னர் இருந்த மரவரி முறையை அந்தக் காலத்தில் அமுலுக்குக் கொண்டுவருவதற்கு யாழ்ப்பாணத்தில் பெரிய கிளர்ச்சி ஒன்று நடத்தப்பட்டதாகச் சொல்லுகிறார்கள். கள்ளு மது மட்டுமல்ல, அது உணவுமாகும் என்பதை அரசு ஏற்றுக்கொண்டதால் மரவரி முறை யாழ்ப்பாணத்தில் வந்ததாக முதுபெரும் எழுத்தாளர் எஸ்.பொ தகவல் சொன்னார்.

மரவரி முறையின் கீழ் இலங்கையில் கள்ளிறக்குவதற்குப் பெண்பனைக்கும் தென்னைக்கும் ஆண்டு ஒன்றுக்கு 'லைசென்ஸ்' பெற அப்போது பத்து ரூபாய் வீதம் கட்ட வேண்டும். தென்னையிலும் பெண்பனையிலும் கள்ளுச் சீவுவதனால் தேங்காய், பனங்காய் ஆகியவற்றினால் கிடைக்கும் பயன்கள் இல்லாமற் போவதை ஈடுசெய்வதற்காக மரத்துக்குப் பத்து ரூபாய் வீதம் அப்போது பணம் வசூலிக்கப் பட்டதாம். ஆண் பனைகளிலே அத்தகைய பயன்கள் கிடைக்காத காரணத்தினால்தான் அதற்கான 'லைசென்ஸ்' பணமாக ரூபா இரண்டு வசூலிக்கப்பட்டதாகச் சொல்லப்பட்டது.

'லைசென்ஸ்' கட்டிச் சீவப்படும் மரங்களுக்கு வெள்ளை மையால் நம்பர் எழுதப்படும். நாலு மரங்களுக்குப் பணம் கட்டி, கொசுறாக மேலும் சில மரங்களிலேயும் கள்ளுச்சீவுதல் கிராமங்களிலே சகஜமாக நடைபெறும். அப்பொழுது 'கலால்' இலாகா விழித்துக்கொள்ளும். நம்பரில்லாத மரங்களிலுள்ள கள்ளு முட்டிகளை அடித்துடைத்து, பாளைகளையும் 'கலால்'

இலாகாவினர் வெட்டி எறிவது கிராமங்களில் அவ்வப்போது நடக்கும் சங்கதி. இவர்களின் தொல்லை தாங்காமல் கள்ளிறக்கும் சின்னவியின் மனைவி வள்ளி, ஒப்பாரி வைத்து ஊரைக் கூட்டுவாள். ஒருமுறை இவர்களின் ஆய்க்கினை அத்துமீறவே, வள்ளி தன் மாராப்பை அவிட்டு மார்பைக் காட்டிக் கத்தவே, பாளை வெட்ட வந்தவர்கள் தலை தெறிக்க ஓடியது அந்த நாளைய ஈஸ்மன் கலர் வசுக்கோப்பு.

பனை, தென்னை, கமுகு, பேரீச்சமரங்கள் ஒரு வித்திலைத் தாவரங்கள் *(Monocot)*. இவற்றின் விதைகளை முளைக்க வைத்தே நாற்றுக்களை உருவாக்க முடியும். மா, தோடை, எலுமிச்சை, கொய்யா போன்ற இருவித்தலைத் தாவரங்களைப் *(Dicot)* போன்று, ஒரு வித்திலைத் தாவரங்களை, பதிவைத்தோ ஒட்டியோ இனப்பெருக்கம் செய்ய முடியாது.

இன்னுமொன்றையும் இங்கு சொல்லியாக வேண்டும். பனை, பேரீச்சம் விதைக் கன்றுகளுள் ஆண் எது? பெண் எது என்று கண்டுபிடிப்பது கடினம். இவை காய்க்கும் போதுதான் இவற்றின் பாலின வேறுபாட்டை அறிய முடியும். பப்பாசி இனங்களிலும் அப்படித்தான். இன்னுமொரு சிக்கலும் விதைக் கன்றுகளில் உண்டு. இங்கு தாய் மரத்தின் இயல்புகள், எந்தவித மாற்றமுமின்றி அப்படியே விதைக் கன்றுகளுக்கும் கடத்தப்படும் என்பதற்கு எந்தவித உத்தரவாதமுமில்லை. இதில் தாய் மரத்தின் அல்லது தந்தை மரத்தின் இயல்புகளில், ஆட்சியுடைய இயல்பொன்றே வெளிப்படும்.

புஃஜேரா இராச்சியத்தின் விவசாய, பூங்கனியியல் அமைச்சரே என்னை அங்கு வருமாறு அழைத்திருந்தார். அரேபிய ராஜவம்சத்தில் பல இளவரசர்கள் இருப்பார்கள். முடிக்குரிய அரசர் வழியில், பரம்பரைபரம்பரையாக வரும் மூத்த ஆண்வாரிசுகள் மாத்திரமே 'ராஜ' இளவரசர்களாக *(Royal Prince)* கணிக்கப்படுவார்கள். என்னை அழைத்த இளவரசரும் இராஜ பரம்பரையைச் சேர்ந்தவர் எனச் சொன்னார்கள். அரேபிய நாடுகளில் ராஜ வம்சத்தைச் சேர்ந்தவர்களே இராச்சியத்தி லுள்ள செல்வங்களின் பெரும் பகுதியை அநுபவிப்பவர்கள். இவர்கள் மிகவும் புத்திசாலிகள். இல்லாவிடின் சாதாரண அராபியர்களை அடக்கி ஆண்டு, மன்னராட்சியை இன்றும் தங்கள் நாடுகளில் தக்கவைத்துக்கொள்ள முடியாது. இவர்களின் புத்திக்கூர்மையை எனது இந்தப் பயணத்தின்போதே அறிந்து கொண்டேன். அதுவரை அவர்களிடம் எண்ணெய்க் காசு மட்டும் இருப்பதாகவே மோட்டுத்தனமாக எண்ணியிருந்தேன்.

விவசாய அமைச்சர் தனது பெயரில், நவீன தொழில்நுட்பங் களுடன் பேரீச்சமரப் பெருந்தோட்டங்களை உருவாக்கியிருந்தார்.

இந்த மரங்களெல்லாம் விதைகள் முளைக்க வைக்கப்பட்டு வளர்க்கப்பட்டவை. ஏழு எட்டு வருடங்களின் பின், இவை குலை தள்ளவே, நட்ட மரங்களுள் ஐம்பது சதவீதப் பேரீச்ச மரங்கள் ஆண்மரங்கள் எனத் தெரிந்துகொண்டார். இத்தகைய பாலின வேறுபாடு முன்னர் ஏற்பட்டதில்லை என்றும் அரேபியப் பிரதேசங்களில் இந்த மாற்றம் தற்போது பரவலாக இருப்பதாகவும் தோட்டத்தைப் பராமரிப்பவர் சொன்னார். இந்தச் சிக்கல் நமது ஊர்ப் பனைமர வளர்ப்பில் வந்ததாகத் தெரியவில்லை. நூறு பனைகள் கொண்ட ஒரு பனங்கூடலில் இரண்டு அல்லது மூன்று ஆண் பனைகளையே எனது அநுபவத்தில் கண்டிருக்கிறேன். நம்மூர்ப் பனைக்கூடலிலும் ஐம்பது சதவீதப் பனைகள் ஆண்பனைகளாக இருப்பின் நிலைமை எப்படி இருக்கும்? ஆண் பனைகளிலோ, மகரந்த மணிகளைத் தவிர, ஓலை, கள்ளு, மரம் என வேறு பல பயன்களும் உண்டு. ஆனால் ஆண் பேரீச்ச மரங்கள் மகரந்தச் சேர்க்கைக்கு மட்டுமே பயன்படுகின்றன. அவற்றிலிருந்து பெருமளவில் வெளிவரும் மகரந்த மணிகளால் '*Hay fever*' எனப்படும் தும்மலும் ஒவ்வாமை நோயும் அதிகரித்திருப்பதாகச் சொன்னார்கள். இதனால், அவர்களின் தற்போதையப் பிரச்சனை ஆண் பேரீச்ச மரங்களின் இனப்பெருக்கத்தைக் குறைத்துப் பெண் பேரீச்ச மரங்களின் எண்ணிக்கையைக் கூட்டுவதே.

இந்தப் பிரச்சனை, கோழிப் பண்ணை வைத்திருப்பவர் களுக்கும் உண்டு!

நாட்டுப் புறங்களில் சேவல் கோழிகளையும், முட்டை யிட்டு ஓய்ந்த பெட்டைக் கோழிகளையும் அடித்துக் குழம்பு வைப்பார்கள். கறிக்கோழிகள் எனப்படும் புரொயிலர் கோழிகள் (*Broiler Chicken*) இனவிருத்தி செய்யப்பட்ட பின்பு எல்லாம் தலைகீழாக மாறிவிட்டன. புரொயிலர் கோழி இனங்கள் 42 நாள்களில் இரண்டு கிலோவரை வளரக்கூடியன. நாம் சாப்பிடும் புரொயிலர் கோழிகள் கிட்டத்தட்ட நாற்பத்தைந்து நாள்கள் உயிர் வாழ்ந்தவையே! அதற்குமேல் அவற்றை வளர்த்தால் பண்ணைக்காரனுக்கு நட்டம் வரும். 32 நாள்களிலேயே இரண்டு கிலோ இறைச்சியைக் கொடுக்கக்கூடிய கறிக்கோழியை இப்பொழுது இனவிருத்தி செய்துள்ளார்கள். இந்த இனத்துக்கு *Cobb* என்று பெயர்.

'நீ சொல்லுற கணக்குப்படி, பண்ணைகளில் வளர்க்கிற கறிக் கோழிகள், உயிருடன் இருந்த நாள்களைவிட உறைகுளிர்ப் பெட்டிகளில் அதிக காலம் இருப்பவை' என்று 'கொமன்ற்' அடித்தபடியே நண்பன் பாலன் தினமும் கென்ரக்கி சிக்கன் கடைக்குச் சென்றுவருவான். இது மனைவிக்குத் தெரியாது அவன்

வெளியில் சாப்பிடும் கள்ளத்தீன். இதனால்தான் அவன் உடல் கொழுத்துக் கறிக்கோழிகள் போல் இருப்பதாக நண்பர்கள் அடிக்கும் நக்கலை அவன் என்றுமே பொருட்படுத்தாது, 'அறிஞ்சவன் அறிவான் அரியாலைப் பினாட்டை' என்ற பழமொழியைச் சொல்லித் திரிந்தான்.

பண்ணைகளில் வளர்க்கப்படும் கோழிகள் அங்கிங்கு திரும்ப முடியாத சிறிய கூண்டுகளில் வளர்க்கப்படுவன. அவற்றைக் கூண்டுக்கு வெளியே விட்டால் அவற்றால் ஓட முடியாது. 32 நாள்களில் இரண்டு கிலோவரை வளரும் Cobb இனக் கறிக்கோழிகளின் கால்களால் அதன் உடல் பாரத்தைத் தாங்க முடியாது துவண்டு விழுவதைப் பார்த்திருக்கிறேன். கூண்டுக்குள் எப்போதும் இருந்தபடியே தீன் தின்னும் கோழியின் உடல் வளரும் வீதத்துக்கேற்றப இருதயம் வளர்வதில்லை என்றும், சிறிய இருதயத்தால் பெரிய உடலுக்கு இரத்தத்தைப் பாய்ச்ச முடிவதில்லை என்ற அவலத்தை, விலங்கு விவசாயப் பேராசிரியர் விளக்கினார்.

'கறிக்கோழிகள் சுவையற்று 'சளசள'வென்று இருப்பதற்கு இதுதான் மச்சான் காரணம்' எனச் சொன்ன பாலன், 'இது, யாழ்ப்பாண ஊர்க் கத்திரிக்காய்க்கும் மலை நாட்டுக் கத்திரிக்காய்க்கும் உள்ள வித்தியாசம் போலத்தான்' என உதாரணத்தையும் அவிட்டு விட்டான்.

முப்பத்து இரண்டு நாள்களில், Cobb இனக் கறிக்கோழிகளை வெட்டாது, தொடர்ந்து வளர்த்தால் அவை நோய்வாய்ப்பட்டு இறந்துவிடுமென, சிட்னியில் கோழிப் பண்ணை வைத்திருக்கும் நண்பர் ஒருவர் மேலதிகத் தகவல் சொன்னார்.

'பிள்ளைப்பெத்த வீட்டிலை, சூப்பு வைக்கப் பாவிக்கிற மூண்டுமாத விடலைக் குஞ்சுகள், கால் கிலோவும் தேறாது..., ஒரு மாதத்திலை இரண்டு கிலோ வளர, இவங்கள் என்ன தீன் போடுறவங்கள்?' என பாலனின் மனைவி என்னிடம் கேட்டார்.

ஆண் வாரிசு வேணும் என்ற முயற்சியில் தோற்றுப்போனதால் பாலனுக்கு வரிசையாக ஐந்து பெண் பிள்ளைகள். அவன் கோழி தின்னும் 'றேற்றுக்கு' மாரடைப்பு வந்துவிடும் என்ற அவதி பாலனின் மனைவிக்கு.

விவசாய இனவிருத்தியில், தொழில் முறையிலே செயற்படுபவன் என்பதை மறவாது, தொழில் தர்மம் கருதி பாலனின் மனைவி கேட்ட கேள்விக்குப் பதில் சொல்வதைச் சாதுர்யமாகத் தவிர்த்தேன். இருப்பினும் பிள்ளைகளுக்கு அதிக கறிக்கோழி கொடுப்பது நல்லதல்லதென்றும், குறிப்பாகப் பெண் பிள்ளைகள், பத்துக்கு குறைந்த வயதிலேயே பூப்படைவதற்கு

இதுவும் ஒரு காரணமென நம்பப்படுவதாகவும் சொன்னேன். இந்தச் சம்பவத்தின் பின்னர் பாலனின், கோழிச் சாப்பாட்டில் துண்டு விழுந்திருக்க வேணும். சில நாள்கள் என்னுடன் அவன் முறாய்ப்பிலிருந்தான்!

'உந்தக் கோழியளைத் திண்டு கண்டகண்ட வியாதியளை விலைக்கு வாங்காமல் எல்லாரும் சைவமாய் இருங்கோ' என்றார் என்னுடைய அம்மா. அவர் மச்சமாமிசம் தொடுவதில்லை. வயது தொண்ணூறுக்கு மேலாகியும் அம்மா எந்தவித மருந்துக் குளிசைகளும் எடுப்பதில்லை. இதற்குச் சைவச் சாப்பாடே காரணம் என்பது அம்மாவின் அசைக்க முடியாத நம்பிக்கை. அத்துடன் பசித்தால் மட்டும் சாப்பிடும் பழக்கத்தையும் அவர் கடைப்பிடித்ததும் மேலதிகக் காரணமாக இருக்கலாம்.

முட்டைக்காக வளர்க்கப்படும் கோழிகள், கறிக்கோழி இனங்களல்ல. கறிக்கோழி வளர்ப்பில் சேவலாக இருந்தாலென்ன பேடுகளாக இருந்தாலென்ன அவற்றின் சதைதான் முக்கியம். ஆனால் முட்டைக்காக வளர்க்கப்படும் கோழிக்குஞ்சுகள் எல்லாமே பேடுகளாக வளர வேண்டும். முட்டையிடும் கோழி இனங்களில் சதைவளர்ச்சி இருக்காது. இவற்றை இறைச்சிக்காக வளர்த்து விற்பனை செய்தால் பண்ணைக்காரன் வங்குறோத்தாகி விடுவான்.

ஒரு சந்தர்ப்பத்திலே 'கோழிகள் முட்டையிட சேவல் தேவையில்லை' என்ற உண்மையை நான் சொல்ல நேர்ந்தது.

'இதன்ன புதுக்கதை சொல்லிக் குழப்பிறாய். சேவல் மிதிக்காமல் எப்பிடி முட்டை வரும்?' எனக் கேட்டான் கோழிப் பிரியனான நண்பன் பாலன்.

'ஊரிலே குஞ்சு பொரிக்க முட்டைகளை அடை வைக்கிறோம். அப்போது, சில முட்டைகள் குஞ்சு பொரிக்காது கூழாகின்றனவே, ஏன் அது?'

'எனக்கெப்பிடித் தெரியும்? நீதான் சொல்ல வேணும்.'

'தாயின் பாலைக் குடித்து வளரும் பாலூட்டிகளைப் *(Mammals)* போன்று, கோழிகளிலும் கருக்கட்டாத முட்டைகள் சூலகத்திலிருந்து *(Ovary)* தொடர்ச்சியாக வெளிப்படும். இந்த முட்டைகள் சேவல் மிதிக்கும்போது வெளிவரும் விந்துகளுடன் சேர்ந்து, கருக்கட்டிய முட்டைகளாக வெளிப்படும். மற்றையவை கருக்கட்டாத முட்டைகளாக உருக்கொள்ளும். இங்கு கூழாகும் முட்டைகள் கருக்கட்டாத முட்டைகளே.'

'அப்ப நீ சொன்ன பாலூட்டிகளிலை என்ன நடக்கும்?'

'பாலூட்டிகளில் விந்துடன் இணைந்து கருக்கட்டாத முட்டைகள் அழிந்து, மாதவிடாய்க் காலத்தில் வெளிவரும். முட்டையிடும் கோழிகளை வெட்டும்போது உள்ளே இருக்கும் வட்டவடிவச் சின்னச்சின்ன மஞ்சள் நிற முட்டைகள் கருக்கட்டாத முட்டைகளே.'

'பண்ணைகளிலை சின்னட்டிக் கூடுகளில் வளரும் ஆயிரக்கணக்கான பேடுகளை, கிரமமாய் 'விசிற்'பண்ண சேவலால் முடியாது. அப்ப, பண்ணைகளிலிருந்து வரும் முட்டைகள் கருக்கட்டாத முட்டைகள் எண்டு சொல்லுறாய்.'

'அதுதான் உண்மை. முட்டைக்காக வளர்க்கப்படும் கோழிப் பண்ணைகளில் சேவலே கிடையாது. இதனால் பண்ணைகளிலிருந்து சந்தைக்கு வரும் முட்டைகளில் கருஉயிர் *(Embryo)* இருக்காது. ஆனால் மற்ற எல்லாச் சத்துக்களும் கருக்கட்டிய முட்டைகள் போன்று இருக்கும்.'

'நீ சொல்லுறதைப் பாத்தால், பசுவிலிருந்து வரும் பாலுக்கும், பண்ணைகளிலிருந்து வரும் கருக்கட்டாத, கருஉயிர் அற்ற முட்டைகளுக்கும் வித்தியாசமில்லை. இவை பாலைப்போலப் புரதம், கொழுப்புச் சத்துக்கள் அடங்கிய சைவ *(Vegetarian)* முட்டைகள் எண்டு சொன்னால் பிழையோ?'

'நீ சொல்லிறதிலை உண்மை இருக்கு . . . ஊரிலை சேவல் இல்லாமல் வளரும் பேடுகள் இடும் முட்டையும் சைவ முட்டைகளே' என விளக்கம் சொல்ல முனைந்த என்னை மறித்து, 'ஒரு நாள் கோழிக் குஞ்சுகளில் சேவலையும் பேடுகளையும் இனம் பிரிப்பது பற்றிச் சொன்னியே, அதைக் கொஞ்சம் சொல்லு' எனப் பிறிதொரு சங்கதியை அறிய அவசரப்பட்டான் பாலன். அவனுக்கு எதிலும் பொறுமையில்லை. வெள்ளாடு மேய்வதுபோல அதிலொரு கடி இதிலொரு கடி என அவசரப்பட்டுக்கொண்டே இருப்பான்.

'ஆடுகள், மாடுகள், மனிதர்கள் உள்ளடங்கிய பாலூட்டிகளில் ஆண்குறி, பெண்குறி ஆகியன வெகு துலக்கமாக இருக்கும். பிறந்தவுடன் இனம் பிரித்துவிடலாம். ஆனால் பறவை இனங்களில் அப்படியல்ல.'

பாலன் எப்பொழுதும் ஒரு சபை குழப்பி. நான் விளக்கம் சொல்ல முன்னரே வேறொரு கேள்வியைச் செருகினான். 'பேடுகளின் மல வாசலூடாகத்தானே முட்டைகள் வெளி வருகின்றன. சில முட்டைகளில் கோழிப்பீயும் பிரண்டிருக்கும். பிறகென்ன பறவைகளில் பாலினக் குறிகள்?'

'உன்னுடைய கேள்வியில் நியாம் இருக்கிறது. பறவைகளில் நீ சொல்லும் மலவாசலை விஞ்ஞானத்தில் 'புணர்ச்சிக்

கழிவுப் பொதுவாய்' (Cloaca) என்பார்கள். இதனூடாகத்தான் புணர்ச்சியும் கழிவு வெளியேற்றலும் இடம்பெறும். புணர்ச்சிக் கழிவுப் பொதுவாயின் உட்பகுதியில் மிகச்சிறிய ஆண், பெண் பால் உறுப்புக்கள் இருக்கும். இவற்றைக் குஞ்சுகளில் இனம் காண்பது கஷ்டம். ஆனால் வாத்துகளில் அப்படியல்ல. வாத்தில் ஆண்குறி புணர்ச்சிக் கழிவுப் பொதுவாய்க்கு வெளியே சற்று நீண்டு துலக்கமாக இருக்கும்.'

'இப்பதான் மச்சான் விளங்குது, சேவல் மிதிக்கேக்கை ஏன் வாலைப் பதிக்குதெண்டு' என்ற பாலனின் சிரிப்பு வெடியை, அவனுடைய மனைவியின் பார்வை அடக்கியது.

'இவற்றை விசர் கதையளை விட்டிட்டு, குஞ்சுகளிலேயே பேடுகளை இனம் கண்டுபிடிக்கிற ரெக்னிக்கைச் சொல்லுங்கோ அண்ணை' என விஷயத்துக்கு வந்தார் பாலனின் மனைவி. அவர்தான் பாலனின் முருங்கைக்காய் விவசாயம் உட்பட எல்லா தொழில் முயற்சிகளுக்கும் மிகப் பலமான அடித்தளம். அவர் சிட்னியில் கோழிப் பண்ணை துவங்குவதிலும் ஆர்வம் கொண்டிருப்பதான செய்தி கசிந்துகொண்டிருப்பதை நானறிவேன்.

'கருக்கட்டாத முட்டையிலும், விந்திலும் குறியீட்டு அடையாளத்தை (Marker) செலுத்திப் பொரிக்கும் குஞ்சுகளின் நிறத்திலிருந்து பால்வேறுபாட்டை அறிவது நவீன விஞ்ஞான முறை.

'இலகுவான முறை குஞ்சுகளின் சிறகிலிருந்து (Wing) இனங்காண்பது. பறவைகளில் 'கைபோன்று' காணப்படும் சிறகு, இறகுளாலும் (Primaries), மெல்லிறகுகளாலும் (Coverts) ஆனவை. இரு இறகுகளுக்கு இடையே ஒரு மெல்லிறகு இருக்கும். குஞ்சு களின் மெல்லிறகு, இறகுகளிலும் பார்க்கக் கட்டையாக இருந்தால் அது பேடு. மெல்லிறகு, இறகுகளிலும் பார்க்க நீளமாக அல்லது ஒரே அளவாக இருந்தால், அவை சேவலாக வளரும். இந்த முறைமூலம் முட்டைக்கான கோழிப் பண்ணைகளில் சேவல்களை இனங்கண்டு இரண்டு மூன்று நாள் குஞ்சுப் பருவத்திலேயே அவற்றை அழித்து விடுவார்கள்.'

'பிறகென்ன? மனிசிக்கு ரெக்னிக் சொல்லிக் குடுத்திட்டாய். அடுத்த வருஷத்திலிருந்து முருங்கைக் காயோடை முட்டையும் சப்ளைதான்' எனச் சொல்லிச் சிரித்தான் பாலன்.

இப்படியாக முட்டைக் கதைகள் பேசி என்னுடைய நேரங்கள் அனைத்தையும் வீணடிக்கிறேனோ என்ற பயம் வந்து விட்டது. பள்ளிக்கூடத்திலே, வகுப்பில் ஊர்ப் புதினங்கள் எல்லாவற்றையும் விலாவாரியாகக் கிண்டியெடுக்கும் சைவ சமயப் பாடம் படிப்பிக்கும் பொன்னுத்துரை வாத்தியார் 'அப்பனே

முருகா' என்றால், நாங்கள் சுறுக்காகச் சமயபாடப் புத்தகத்தைத் திறந்துவைத்துக்கொள்வோம். இன்று என்னவோ தெரியாது, 'முட்டைக் கதை' பேசிக்கொண்டிருந்த என் மனம், என்னை அறியாமலே வாத்தியார் சொல்லித்தந்த திருஞான சம்பந்தரின் தேவாரத்துக்கு மாறியது.

2

திருஞான சம்பந்தர் ஆண்பனைகளைப் பெண் பனைகளாக்கிய தாக, சிறுவயதில் சமய பாடப் புத்தகத்தில் படித்திருக்கிறேன். ஒருமுறை திருஞான சம்பந்தர் திருவோத்தூர் என்னும் சிவஸ்தலத்துக்கு எழுந்தருளினாராம். இத்தலம் செய்யாறு, திருவத்தூர், திருவத்திபுரம் என்றும் அழைக்கப்படுகிறது. காஞ்சிபுரத்திலிருந்து தென்மேற்கே 28 கிலோ மீட்டர் தொலைவில் வந்தவாசி செல்லும் சாலையில் இந்த சிவஸ்தலம் இருப்பதாக அடையாளப் படுத்தப்பட்டுள்ளது. திருஞான சம்பந்தர் இத்தலத்துக்கு எழுந்தருளியபோது கோயிலைப் பராமரித்து வந்த சிவனடியார் ஒருவர் கோயில் நிலங்களில் பனை மரங்களை வளர்த்துவந்தார். அவை யாவும் ஆண்பனையாயின. இதனை வைத்துச் சமணர்கள் அவரைப் பரிகசித்தனர். அதைக்கண்டு சிவனடியார் வருந்திச் சம்பந்தரிடம் விண்ணப்பித்தார். திருஞான சம்பந்தர் ஆண் பனைகளைப் பெண் பனைகளாக மாறும்படி திருப்பதிகம் பாடியதான ஐதீகம் வழக்கிலுண்டு. திருக்கடைக் காப்பில் 'குரும்பை யாண்பனை யீன்குலை யோத்தூர்' என்று அருளியபோது அவை பெண்பனைகளாயினவாம். சம்பந்தர் பாடியருளிய இத்திருப்பதிகம் முதலாம் திருமுறையில் இடம் பெற்றுள்ளது.

திருஞான சம்பந்தர் எங்கே? நானெங்கே?

'எனக்குக் கடவுள் பக்தி வலு குறைவு' என்று என்னுடைய மனைவி அடிக்கடி புராணம் வாசிப்பாள். அத்துடன், இஸ்லாமிய அரபு நாடொன்றின் பேரீச்ச மரத் தோட்டத்தின் நடுவே நின்று, திருப்பதிகம் பாடினால் கையைக் காலை வெட்டி விடவும் கூடும். அரபு நாடுகளிலே மத அனுட்டானங்கள் பற்றிக் கடுமையான சட்டங்கள் அமுலில் உண்டு.

பனை, தென்னை, கமுக மரங்கள் குட்டி போடாது என்பது நமக்கெல்லாம் தெரிந்ததுதான். ஆனால் வாழை மரம்போலப் பேரீச்ச மரமும் குட்டிபோடும் என்பது எத்தனை பேருக்குத் தெரியும்? இங்கு ஆண் மரத்தின் குட்டிகள் ஆண் மரமாக வளரும். பெண் மரத்தின் குட்டிகள் அதன் மரபணு அமைப்பின்படி பெண்மரங்களாக வளரும். இதிலும் சிக்கலுண்டு. பெருந்தோட்டங்களை ஸ்தாபிப்பதற்குத் தேவையான பெரும்

எண்ணிக்கையிலான பெண் பேரீச்சமரக் குட்டிகளை இந்த முறையில் பெறுவது கஷ்டம். அத்துடன் குட்டிகள் பெரிதும் சிறிதுமாக இருக்குமாதலால் ஒரே சீரான மரங்களைப் பெருந்தோட்டத்தில் எதிர்பார்க்க முடியாது. இங்கேதான் எனது சேவை அவர்களுக்குத் தேவையாயிற்று. ஒரே சீரான ஒத்த இயல்புடைய பெருமளவு பெண் பேரீச்சமரக் கன்றுகளைக் குறுகிய காலத்தில் உற்பத்தி செய்யும் ஏற்பாட்டினைச் செய்வதற்கு ஒரேயொரு வழிமுறைதான் உண்டு. அது இழைய வளர்ப்பு (Tissue Culture) முறை. இந்த முறையில் பெண் மரத்தின் இழையத்தி லிருந்து (Tissue) பல ஆயிரம் கன்றுகளை, ஹோர்மோன்களின் உதவியுடன் வளர்த்தெடுக்கலாம். இதற்கான ஆய்வுக் கூடத்தை நிறுவுவதற்கும் தொழில்நுட்பத்தைச் சொல்லிக் கொடுப்பதற்குமே, நான் சார்ந்த பல்கலைக்கழகத்தின் சார்பில் அங்கு சென்றிருந்தேன்.

பேரீச்சமரப் பெருந்தோட்டத்துக்கு நான் சென்றபோது மதியமாகி விட்டது. இந்திய உபகண்டத்தைச் சேர்ந்த பல தொழிலாளர்கள் உச்சி வெய்யிலின் கீழே வியர்க்க விறுவிறுக்க வேலை செய்துகொண்டிருந்தார்கள். ஐம்பது பாகை (°C) சதமளவு வெப்பமிருக்கும். ஒரு சிலர் சுடுமணலில் மூன்று குச்சிகளை நட்டுச் சிறிய காட்போட் மட்டையைக் கூடாரமாக்கித் தாங்கள் கொண்டுவந்த சோற்றைப் பகிர்ந்து சாப்பிட்டுக் கொண்டிருந்தார்கள். தோட்டத்தைச் சுற்றிக் காண்பிப்பதற்காக வாகனம் ஒன்றில் என்னை அழைத்துச்சென்றார்கள். தங்களுள் ஒருவன் அரேபிய எஜமானர்களுக்குச் சமமாக அவர்கள் புடைசூழ வலம்வருவதை ஆச்சரியமாகப் பார்த்துக்கொண்டிருந்தார்கள் அங்குள்ள இந்திய உபகண்டத்தின் தொழிலாளர்கள். எங்கள் வாகனத்தை ஓட்டியவன் என் நாட்டவன். அவன் என்னுடன் பேசத் தயக்கம் காட்டியபோதும் வலிந்து நான் பேசிக்கொண்டு வந்தேன். அவனுடைய சொந்த ஊர் அனலை தீவு. யாழ் மத்திய கல்லூரியில் படித்ததாகச் சொன்னான். அவனுடன் நான் பேசியது மடத்தனம் என்பதை அடுத்த பத்து நிமிடத்தில் உணர்ந்துகொண்டேன்.

விதைகள் முளைக்கவைக்கும் கூடாரத்துக்கு நான் சென்று திரும்புவதற்குள், வாகனம் ஓட்டிவந்த தமிழ்ப் பெடியன் மாற்றப் பட்டு ஏமன் (Yeman) நாட்டைச் சேர்ந்தவன், சாரதி ஆசனத்தில் அமர்ந்திருந்தான். அங்கு நிலவிய இறுக்கமான சூழ்நிலையும், ஏமன் நாட்டைச் சேர்ந்த சாரதியின் மிரட்சிப் பார்வையும் அங்கு என்ன நடந்திருக்கும் என்பதை எனக்கு தெளிவாகச் சொல்லியது.

அன்று இரவு எனக்குத் தூக்கம் வரவில்லை. தொழிலாளர் களாக அரபு நாடுகளுக்கு வந்துவிட்டால் அவர்கள் அடிமைகளா? என்ற கேள்வி என் மூளையைக் குடைந்து

கொண்டிருந்தது. எம்மவனைப்பற்றி விசாரித்து நிலைமையை மேலும் சிக்கலாக்க நான் விரும்பவில்லை. அவர்களுடன் பேசுவதைத் தவிர்த்துக்கொண்டேன். இருப்பினும் அவர்கள் எதிர்ப்படும்போதெல்லாம் அவர்களது கண்கள் என்னுடன் ஆயிரம் கதைகள் பேசின.

எங்கள் ஊர் சிவராசனை இந்தப் பிரயாணத்தின் போதுதான் சந்தித்தேன். என்னுடைய வயதுதான் அவனுக்கும். அவனும் நானும் கைதடியில் சுத்தாத ஒழுங்கையில்லை. அரச திணைக்களம் ஒன்றில் களஞ்சிய உதவியாளனாகப் பணிபுரிந்தான். நான் படிக்கவென வெளிநாடு சென்றதும் அவனுடனான தொடர்பு படிப்படியாக அறுந்துவிட்டது. குடும்பத்தில் மூத்தவன். நாலு சகோதரிகளை இவன் பொறுப்பில் விட்டுவிட்டுத் தகப்பன் போய்ச்சேர்ந்துவிட்டார். தங்கைகளைக் கரைசேர்க்கவென அரபு இராச்சியத்துக்கு வந்திருக்கிறான். பாலைவனத்திலுள்ள ஒட்டகப் பண்ணையில் அவனுக்கு வேலை. இரவெல்லாம் கடும் குளிர். பகலெல்லாம் அனல் வெய்யில் என, கொடூரமான காலநிலையின் கீழ்த் தங்கைகளுக்காக இருபது வருடங்கள் வெந்திருக்கிறான். கறுத்து முற்றாக முடி கொட்டி ஆளே உருமாறிப் போயிருந்தான். வாரம்தோறும் வெள்ளிக் கிழமைகளில் கிடைக்கும் லீவின்போதுதான் நம் ஊரவர்களைப் பார்க்கவும் கறிசோறு தின்னவும் நகரத்துக்கு வருவதாகச் சொன்னான். இந்த வெள்ளிக் கிழமைக்காகவே மிகுதி ஆறுநாளும் பாலைவனத்தின் கொடூரமான தட்பவெப்பத்தில் காத்திருப்பான். கடைசித் தங்கையைக் கரைசேர்த்து அவன் நிமிர்ந்தபோது மிஞ்சியிருந்த முடியும் நரைத்து வயது ஐம்பத்தைந்தாகி விட்டது.

'வேண்டாமென்று சொன்னாலும் தங்கைமார் எனக்குப் பெண் பார்க்கிறார்கள். இந்த வயதில் இனியென்ன மச்சான் எனக்குக் குடும்ப வாழ்க்கை' என அலுத்துக்கொண்ட சிவராசன், 'இண்டைக்கு சிம்ரன் நடிச்ச படம் போடுறாங்கள், வா போய்ப் பாப்பம்' எனப் படம் பார்க்க அழைத்தான். போகும் வழியில், வயதில் இப்போது அரை நூற்றாண்டை தாண்டிவிட்ட அப்போதைய நம்மூர்க் கனவுக் கன்னிகளைப் பற்றிப் பேச்சு வந்தபோது, அவனது முகத்தில் பாலைவன மின்னல்போல் சந்தோஷம் நெளிந்து மறைந்தது. இப்படி எத்தனை எத்தனை நம்மவர்கள், பாலைவனத்தில் தங்கள் வாழ்க்கையைத் தொலைத்து வாழ்கிறார்கள் என்பது, அவர்கள் அனுப்பும் காசைக் கிலுக்கிக்கொண்டு, ஊரில் சுகம் காணும் எத்தனை பேருக்குத் தெரியும்?

இதை நான் எழுதும்போது என்னுடைய மகள் பேரீச்சம் பழக் கேக் செய்வதற்காகப் பேரீச்சம் பழங்களைத் தெரிவு

செய்துகொண்டிருந்தாள். அழகான பெட்டிகளில் அலுங்காது நலுங்காது பொதி செய்யப்பட்ட பழங்கள் அவை. இருப்பினும் வாங்கிய பழங்களில் அரைவாசியை கேக் செய்ய உதவாது எனக் கழித்துவிட்டாள். நான் சிறுவனாக இருந்தபோது, காய்கட்டி ஐயாவின் பெட்டிக் கடையில் பேரீச்சம் பழங்களை வாங்கிச் சாப்பிட்டிருக்கிறேன். பழம் நசுங்கிக் கொட்டை பிதுங்கிய நிலையில், அவை அரேபிய நாடுகளிலிருந்து இறக்குமதியாகும். பேரீச்சமர ஓலைக் கூடைகளில் இறக்குமதியாகும் பேரீச்சம் பழங்களை, ஈ மொய்க்கக் காய்கட்டி ஐயா விற்பனைக்கு வைத்திருப்பார். அந்தக் கடையில் எங்களுக்கு கொப்பிக் கணக்கு. மாதம் முடிவில் ஐயா கணக்குப்பார்த்துக் காசு கொடுப்பார். அப்போதுதான் தெரிய வரும் நான் தாராளமாகப் பேரீச்சம் பழங்கள் வாங்கித் தின்ற கதை.

புஃஜேராவில் குட்டையான பேரீச்ச மரங்களில், தரையில் நின்றே பழங்களைப் பறித்துச் சாப்பிட்டிருக்கிறேன். அதன் சுவையே தனியானது. தேனில் சிலநாட்கள் அவற்றை ஊறவைத்துச் சாப்பிட்டால் அது தேவாமிர்தம்!

என்னுடைய ஆச்சிக்கு, அம்மாவின் அம்மாவுக்கு, நிறையப் பனங்காணிகள் இருந்தன. பனங்காணிகளில் எதேச்சையாக ஈச்ச மரங்களும் வளர்ந்தன. இவை பேரீச்ச மரங்களின் இனமாயினும் வளர்ச்சியில் குட்டையானவை. இவற்றிலே அளவில் சிறிய, கறுப்புநிற ஈச்சம் பழங்களைப் பறித்துச் சாப்பிடுவதில் எனக்கும் சிவராசனுக்கும் சண்டைவரும். ஈச்ச மரங்களில், பாளை வெளிவரும்போது அதை வெளியில் இழுப்பதும், அதன் அடிப்பகுதியிலுள்ள மென்மையான பகுதியைச் சப்புவதும் மிக இனிமையான அநுபவம். பாளை இழுப்பதற்கு சிவராசன் ஒரு பாட்டு வைத்திருந்தான். அந்தப் பாட்டில் எல்லாத் தெய்வங்களையும் துணைக்கழைத்து இறுதியில் ‘பாளையே . . . பாளையே . . . கெதியாய் வா . . . கெதியாய் வா . . .!’ என்று சொல்லித் தம் பிடித்து இழுப்பான். இழுத்த இழுப்பில் பல தடவை அருகேயுள்ள ஈச்சம் பத்தைக்குள் விழுந்தெழும்பியதும் உண்டு.

ஆச்சி வழியில் நெருங்கிய உறவினரான ஒரு பெத்தாச்சியின் வீடு எங்கள் வீட்டிலிருந்து நடந்துசெல்லும் தூரத்தில் இருந்தது. அவர் ஒரு கைம்பெண். இரு பெண் பிள்ளைகளுடன் பனை ஓலையால் வேயப்பட்ட மண் வீட்டில், தங்களுக்குச் சொந்தமான பனைகளை நம்பி மிகவும் கண்ணியமாக வாழ்ந்துவந்தார். சின்ன வயதில் அவர் வீட்டிலேயே, பனை மரத்தின் விளை பொருட்களிலிருந்து தயாரிக்கப்படும் உணவு வகைகளை அதிகம் சாப்பிட்டிருக்கிறேன். அவரது கைப் பக்குவத்தில் தயாராகும் பாணிப்பனாட்டும், புழுக்கொடியல் மாவுருண்டைகளும்

மிகவும் சுவையானவை. பனம்பழக் காலங்களிலே பனங்காய்ப் பணியாரம் சுடப்படுவதுமுண்டு. இவரைப்போல இன்னும் சில பெத்தாச்சிகளும் அயலட்டையில் வாழ்ந்தார்கள். அவர்கள் வீட்டில் எப்போதும் நான் செல்லப் பிள்ளை. அவர்கள் அனைவரும் தோட்டத்தை நம்பியே வாழ்ந்தார்கள். அவர்களிடம் பணவசதி இல்லாவிட்டாலும் வந்தவர்களையும் உறவினர்களையும் மனதார வரவேற்று உபசரிக்கும் பண்பு இருந்தது. போலித்தனமோ எந்தவித எதிர்பார்ப்போ அவர்களிடம் இருந்ததில்லை. மாறாக அவர்கள் மனதில் மனிதம் நிறைந்திருந்தது.

சூரிய வெளிச்சம் நிலத்தில் விழாத அளவுக்கு அடர்த்தியாக வளர்ந்த யாழ், வன்னிப் பனங்காடுகள் இனப்போரின் பெயரினால் 'மொட்டையடிக்கப் பட்டுவிட்டன. நான் பிறந்து, மண் அளைந்த கைதடி வடக்கில் 'கொத்தாக் கூடல்' என்னும் பெயரில் ஒரு பனங்கூடல் இருந்தது. அங்கு ஆயிரம் பனைகளுக்கு மேல் நின்றிருக்கும். அப்போது எனது மூதாதையரின் வீட்டுக்கு வழி சொல்ல, அது ஒரு அடையாளமாகப் பயன்பட்டது. அதிகாலைகளில் அங்கு சிரமப் பரிகாரம் செய்ய பனைகளின் மறைவில் குந்துபவர்கள் அநேகர். கைதடிச் சந்தியைத் தொட்டுச் செல்லும் யாழ்–கண்டி வீதிக்குச் செல்ல, வடக்குக் கைதடியிலிருந்து பனங்கூடலூடாகக் குறுக்கு வழியில், மிதிவண்டியிலும் நடந்தும் செல்வார்கள். அப்படி மிதிவண்டியில் செல்லும்போது பனங்காய் முதுகில் விழுந்து நோஎண்ணெய் போட்டுத் திரிந்த பலர் என் ஞாபகத்துக்கு வருகிறார்கள். இவ்வாறு என் இளமைக்கால வாழ்க்கையுடன் பின்னிப்பிணைந்த கொத்தாக் கூடலில் ஒரு பனை மரம்கூட இல்லாமல் அழிந்து போனது பெரும் சோகம். இநத வகையில் பனையும் தென்னையும் போரின் அவலங்களைச் சுமக்கும் தற்போதைய அடையாளங்கள். ஈழத்தில் அழிக்கப்பட்ட பனைகளின் எண்ணிக்கை 5,500,000 என்று தற்போது (2009) மதிப்பிடப்பட்டிருக்கிறது.

பனை ஏறுவது மிகவும் கஷ்டமான தொழில். ஏறுபட்டி, தளநார், நெஞ்சுத்தோல், பாளைக் கத்திகளுடன் பனைமரம் ஏறும் எங்கள் ஊர் வட்டர்(ன்) இன்றும் என் மனதில் வாழும் அன்புக்குரியவர். விவசாயியான எங்கள் பெரியையாவுக்காகத் தினமும் மாலையில் மாடுகளுக்குத் தீனியாகப் பனையோலை வெட்டிவருவார். நுங்கு காய்க்கும் காலங்களில் பதமான நுங்குகள் எனக்காக வெட்டிவருவார். இரவில் நாமெல்லோரும் முற்றத்தில் அமர்ந்து ஈக்குகளை நீக்கிப் பனையோலை கிழிப்போம். அது தினந்தோறும் இரவில் நடக்கும் குடும்ப மாநாடு. அப்போது குடும்ப விஷயங்கள் தொடக்கம் ஊர்ப்புதினங்கள் வரை அங்கு அலசி ஆராயப்படும். இது எத்தகைய சுகமான அநுபவங்களும் காலங்களும்!

சாதாரணப் பனைகள் 98 அடிகள் (30 மீட்டர்கள்) வரை வளரும். தமிழ்நாட்டின் காயல்குடி, காயல்பட்டினம் ஆகிய பகுதிகளில் குட்டைப் பனைகள் செழிப்பாக வளர்வதைக் கண்டிருக்கிறேன். இவை 15 அடி உயரத்துக்கு வளர்ந்து எட்டு வருடத்தில் 70-80 பனங்காய்கள் காய்க்கும் எனவும் கோயம்புத்தூர் விவசாயப் பல்கலைக்கழகப் பேராசிரியர் சொன்னார். சிறிய எண்ணிக்கையில் இந்த ரகம் இலங்கை புத்தளம் கற்பிட்டிப் பகுதியில் அறிமுகம் செய்யப்பட்டிருப்பதாக என் பால்ய நண்பன் பாலன் சொன்னான்.

வைரவர் வழிபாடு அனேகமாக யாழ்குடா நாட்டின் சமய வழிபாட்டு முறையென்பது எனது அபிப்பிராயம். இந்தியாவில் வைரவருக்குத் தனியான கோவில்கள் இருப்பதாகத் தெரியவில்லை. எங்கள் குடும்பத்துக்கென அம்மாவுக்குச் சீதனமாக வந்த பனங்கூடலில், கொண்டல் மரத்தின்கீழ் ஒரு வைரவர் இருந்தார். வெள்ளிக் கிழமைகளில் மாத்திரம் அவர் நாங்கள் ஏற்றும் வெளிச்சத்தில் இருப்பார். மற்றும்படி இருட்டில்தான் அவரது சீவியம்.

வருடத்துக்கு ஒருமுறை பொங்கல் பொங்கி முக்கனிகள் சகிதம் படையல் வைப்போம். இப்படி மூன்று நான்கு குடும்பங்களுக்கு ஒரு வைரவர் வீதம், பல வைரவர்கள் பனைகளுக்கு நடுவே இருந்து யாழ் குடாநாட்டில் அருள் பாலிப்பார்கள். வைரவர் வழிபாடு பற்றி என்னுடைய ஐயா சொன்ன சங்கதி ஒன்று இங்கு பதிவுக்குரியது.

'போத்துக்கேயர் இலங்கைக்குப் படையெடுத்து இலங்கையை ஆண்டபோது மக்களை வலோற்காரமாக மதம் மாற்றியதுடன் வழிபாட்டுத் தலங்களையும் அழித்தார்களாம். அப்போது யாழ்ப்பாண மக்கள், பயத்தில் தங்கள் பின்வளவுகளுக்குள் அல்லது பனங்கூடலுக்குள் வைரவர் சூலங்களை நாட்டி மறைவாக வழிபட்டார்களாம். அதுவே காலப்போக்கில் வைரவர் கோயில்களாக வந்திருக்கலாம்' என்ற கருத்தைச் சொன்னார்.

'வைரவர் மாதிரி, ஏன் மற்ற சுவாமிகளைப் பின்வளவு களுக்குள் வைக்கவில்லை?' என்று வழமைபோல நான் எதிர்க் கேள்வி கேட்டேன். கிராமத்திலேயே பிறந்து, வளர்ந்து தமிழ் வாத்தியாருக்கு வாழ்க்கைப்பட்ட அம்மாவால், தகப்பனை எதிர்த்து மகன் கேள்வி கேட்பது ஏற்றுக்கொள்ள முடியாததொன்று.

'பெரியவர்களுடன் குதர்க்கம் பேசிப் பழகாதை! மற்ற சுவாமியளுக்கு கோவில் வைக்க, விக்கிரகம் வேணும். வைரவ சுவாமிக்கு ஒரு சூலத்தை நட்டு, கற்பூரம் கொழுத்த, முன்னுக்கு

ஆசி. கந்தராஜா

ஒரு கல்லை வைச்சுவிட்டால், அது கோயில்' என்றார் அம்மா, தன் கணவனின் கௌரவத்தைக் காப்பாற்றும் பதிவிரதையாக.

சித்திரை வருஷப் பிறப்பன்று வைரவருக்குப் பொங்கல் பொங்கி, அத்துடன் முக்கனிகளாகச் சொல்லப்படும் மா, வாழை, பலாப் பழங்களுடன் 'மடை' வைக்கும்போது, ஐயா வேறு சில தகவல்களையும் சொன்னார். 'முக்கனிகளைப் பற்றிய புனிதம் சைவசமய பூசை அநுட்டானங்களிலே வலியுறுத்தப்படுவது பிற்காலத்திலே தோன்றியதாம். ஒவ்வொரு கோயிலுக்கும் ஒவ்வொரு விருட்சம் சிறப்பாகச் சொல்லப்படுகிறது. ஆதிகாலத்தில் யாழ்ப்பாணக் கோவில்களுக்குத் தல விருட்சமாக அமைந்தது, யாழ் கலாச்சாரத்துடன் கைகோத்துச் செழித்துவளர்ந்த பனை மரமே' என்றார் புராண இதிகாசங்களை முறைப்படி கற்றுத்தேர்ந்த என்னுடைய ஐயா.

பனையும் அதன் பானமும் அவற்றை உண்டு தமிழிலே களிப்புற்ற பாணருமே நமது தமிழ்க் கலை இலக்கிய வடிவங்களுக்கு முதன்முதலாக வடிவமும் வகையும் சுவையும் அளித்தனர். பொருநர், மதங்கர், கூத்தர், பாணர், பாடினி, விறலி என்கிற சொற்கள் அனைத்தும், பாணர் சேரியிலே வாழ்ந்து, ஐந்திணை நிலங்களையும் அடியளந்து அலைந்து திரிந்து, இயல் இசை நாடகமென முத்தமிழையும் வளர்த்த தமிழ்க் கலைஞர்களையே குறித்தன. அவர்கள் கலைஞர்களாகவும் மகிழ்வூட்டுவோர்களாக வும் படைப்பாளிகளாகவும் விளங்கினார்கள். பாணர்கள் மகிழ்ந்து, அவற்றைச் சுவைஞர்களுடன் பங்கிடுவதற்கு, 'உற்சாக பான'மாகக் கள்ளே பயன்பட்டது. எனவே சங்க காலத்திலே தமிழின் படைப்புக்கும் சுவைக்கும் ஊடக பானமாக விளங்கிய கள் மதுவகையிலே சேர்க்கப்படாது உணவு வகைகளிலே சேர்க்கப்பட்டதாகச் சொன்ன மூத்த எழுத்தாளர் எஸ்பொ, ஒருமுறை சங்கத் தமிழிலே கள்ளின் புகழ்பாடும் அனேக வரிகளைத் தொகுத்துச் சொன்னார். அவற்றுள் என் ஞாபகத்தில் நின்ற பாடல்தான் 'சீறியாழ் பணையம்' என்ற தலைப்பில், மதுரைக் கள்ளிற் கடையத்தன் வெண்ணாகனார் என்பவர் இயற்றிய சங்கத் தமிழ்ப் பாடல்.

> கள்ளின் வாழ்த்திக் கள்ளின் வாழ்த்திக்
> காட்டொடு மிடைந்த சீயா முன்றில்
> நாட்செருக்கு அனந்தர்த் துஞ்சு வோனே!
> அவன்எம் இறைவன் யாம்அவன் பாணர்
> நெருநை வந்த விருந்திற்கு மற்றுத்தன்
> இரும்புடைப் பழவாள் வைத்தனன் இன்றுஇக்
> கருங்கோட்டுச் சீறியாழ் பணையம் இதுகொண்டு
> ஈவது இலாளன் என்னாது நீயும்
> வள்ளி மருங்குல் வயங்குஇழை அணியக்

கள்ளுடைக் கலத்தேம் யாம்மகிழ் தூங்கச்
சென்றுவாய் சிவந்துமேல் வருக
சிறுகண் யானை வேந்து விழுமுறவே.

ஓரூரின் அரசன் மற்றோர் அரசனுடன் போரிட்டான். போரில் பகையரசன் இறந்தான். வெற்றிபெற்ற அரசன் விடியற்காலைவரை கள்ளுண்டு மகிழ்ந்தான். அவனிடம் பரிசில் பெற்றுவரும் பாணர்களின் தலைவன், வரும்வழியில் வேறு சில பாணர்களைக் கண்டான். பாணர் தலைவன் வழியில் வந்த பாணர்களைக் கள்ளுண்டு மகிழ்ந்திருக்கும் அரசனிடம் ஆற்றுப்படுத்துவதாக இப்பாடல் அமைந்துள்ளது.

பனைகளின் முக்கிய பொருளாதாரப் பயன்கள், கள்ளு சாராயம் பனங்கட்டி பனங்கற்கண்டு ஆகியனவே. 'கல்லாக்காரம்' என்னும் பெயரில் விற்பனையாகும் பனங்கற்கண்டு இருமலுக்கும் தொண்டை அரிப்புக்கும் நல்ல மருந்தென விஞ்ஞான ரீதியாக நிரூபிக்கப்பட்டுள்ளது. ஆனால் காலாதிகாலமாகக் கல்லாக்காரமே யாழ்ப்பாணத்தில் இருமலுக்கான இயற்கை மருந்தாகப் பாவனையிலிருந்த தகவல் முறைப்படி நம்மால் பதியப்படாதது துர்ரதிஸ்டமே! இவைதவிரப் பனாட்டு, பாணிப்பனாட்டு, பனங்காய்ப் பணியாரம், பூரான், பனங்கிழங்கு, ஒடியல், புழுக்கொடியல், ஊமல் ஆகியன; பனை ஓலையிலிருந்தும் மட்டையிலிருந்தும், மரத்திலிருந்தும் பெறப்படும் பயன்களை நீண்ட பட்டியலிடலாம்.

இடையில் அவசரமாக இன்னொரு சங்கதி மூளையைக் குடைகிறது. யாழ்ப்பாணத்துக் 'கிளாக்கர் ஐயாக்களின்' அதிகாரங்கள் கொழும்பிலே கொடிகட்டிப் பறந்த காலத்தில், கந்தோர்களில் கோப்புகளைக் கட்டிப்பிடித்து நாட்டின் நலன்களை அடைகாத்துப் பெருக்கியதாகப் பெருமைப் பட்ட காலங்களில், அவர்களுக்குத் தேவையான '*relaxation*'ஐ பனங்கள்ளே அளித்தது என்பதை அறுபதைத் தாண்டிய *(2011)* எந்த யாழ்ப்பாணியாலும் மறுக்க முடியாது. பரம உண்மைகளைப் பரிமாறிக்கொள்வதற்கு உருவானவைதான் குறியீடுகளும் மரபுத் தொடர்களும் என்பார் எஸ்பொ!

'அண்ணை, யாழ்ப்பாணத்திலை கொடியேறிற்று, நீங்கள் கந்தோரிலை மாரடிச்சுக்கொண்டிருக்கிறியள்' என்ற தொடரில் 'பனங்கள்ளு யாழ்ப்பாணத்திலை மலிஞ்சுபோய்க் கிடக்குது' என்கிற செய்தியைத்தான் 'கொடியேறிற்று' என்ற அப்பாவியான சொல் சொல்லியது. இந்த வகையில் 'கூவில் கள்ளும் கீரிமலைக் குளிப்பும்' என நகைச்சுவையையும் நாடகக் கலையையும் கால் நூற்றாண்டுக் காலம் இலங்கையில் முன்னெடுத்து வாழ்ந்த 'சானா' என்ற மாபெரும் கலைஞரும் என் நெஞ்சிலே முகங்காட்டி மறைகின்றார்.

Palmyra என்றவுடன் நம்மூர் பனை மரங்கள் மாத்திரம் நினைவுக்கு வரும். ஆனால் இதில் பல இனங்கள் உண்டு. *Borassus aethiopum* உஷ்ணவலய ஆபிரிக்க நாடுகளிலும், *Borassus akeassii* மேற்கு ஆபிரிக்க நாடுகளிலும் வளர்வன. ஆசிய நாடுகளில் வளரும் நம்மூர் பனைமரங்களை *Borassus flabellifer* என அழைப்பார்கள். *Borassus madagascariensis, Borassus sambiranensis* ஆகிய இரண்டு பனை இனங்களும் மடகாஸ்கரில் வளர்வன. நியூகினியில் வளரும் பனையை *Borassus heinenus* என அழைப்பார்கள். இதில் *Borassus flabellifer* என்ற லத்தீன் விஞ்ஞானப் பெயர் கொண்ட நம்மூர்ப் பனை மரங்கள் நெடிதுயர்ந்து வளர்வன. இதிலேறி கள் இறக்காவிட்டால் பனை வருமானத்தின் பெரும் பங்கை நாம் இழந்து விடுவோம். ஆபிரிக்க குட்டைப் பனைமரங்களுடன் நம்மூர் பனைமரங்கள் சிலவற்றை கலந்தோ அல்லது நம்மூர் பனை மரங்களின் மரபணுக்களை மாற்றியோ இனவிருத்தி செய்ய விஞ்ஞானத்தில் வழிமுறைகள் உண்டு. நிலத்தில் நின்றுகொண்டே தேங்காய் பறிக்கக் கூடிய குள்ளமான தென்னைமரங்கள் தற்போது இனவிருத்தி செய்யப்பட்டுள்ளன. இப்போது கள்ளிறக்கும் கடினமான தொழிலைச்செய்ய இளைஞர்கள் முன்வருவதில்லை. எனவே, நின்றுகொண்டோ அல்லது சிறிய ஏணிவைத்தோ கள் இறக்கக்கூடிய குள்ளமான பனைகளை இனவிருத்தி செய்வது அவசியமாகிறது.

'தென்னை பனை கமுகு ஆகியன ஒருவித்திலைத் தாவரங்கள். இதில் இனவிருத்தி செய்வதும் மரபணுக்களை மாற்றுவதும் கடினமானது. அது மட்டுமல்லாது நமக்கு வேண்டிய இயல்புடைய இறுதி தெரிவுக்கு காலமெடுக்குமல்லவா ?' என ஒரு தாவரவியல் பேராசிரியரிடம் கேட்டேன்.

'காலமெடுத்தாலும், அதை அப்படி விட்டுவிட முடியுமா . . .? குள்ளமான தென்னை மரங்கள் இனவிருத்தி செய்யப்படவில்லையா . . .? நெல்லு, கோதுமை. சோளம், பார்ளி, ஆகியனவும் ஒருவித்திலைத் தாவரங்கள்தான். அவற்றில் மரபணுக்கள் மாற்றப்படவில்லையா . . .? இதற்கு பணமும் அரச ஆதரவும்தான் தேவை. இலங்கை இந்தியாவிலுள்ள பனம்பொருள் ஆராய்ச்சி மையங்கள் தமக்கிடையேயுள்ள உள்ளூர் அரசியலை விடுத்து பனை அபிவிருத்தியில் கவனம் செலுத்தவேண்டும் . . .' என தன் ஆதங்கத்தை வெளிப்படுத்தினார் பேராசிரியர். அவரது தொனியில் ஆவேசமும், முகத்தில் இயலாமையும், விரக்தியும் மாறிமாறி மின்னலடித்தன !

2011

11

பூக்களே, காதல் செய்யுங்கள்...!

செல்லத்துரை அண்ணைக்கு 'ஹௌஸிங் கொமிஷன்' வீடு கிடைத்துவிட்டது! அதுதான் அன்றைய மூத்தோர் ஒன்றுகூடலில், முக்கிய 'பேசு'பொருள்.

செல்லத்துரை அண்ணை சிட்னிக்குப் புலம் பெயர்ந்து வந்து இரண்டு வருடங்கள்தான் ஆகிறது. அதற்குள் எப்படி 'ஹௌஸிங் கொமிஷன்' வீடு கிடைத்தது என மூத்தவர்கள் மூக்கில் விரலை வைத்தார்கள். சிலருக்கு இது ஆச்சரியம், பலருக்கோ பெரும் ஆதங்கம். மொத்தத்தில் எல்லோருடைய வயிறும் இதனால் புகைந்தது.

பெற்றோர் பிள்ளைகள் இணைப்பு விசாவில் ஆஸ்திரேலியா வருபவர்களுக்கு 104 கிழமைகளின் பின்னர், 'சென்றலிங்' பென்ஷன் கிடைக்கும். இது தானாகவே நடக்கும் சங்கதி. ஆனால் பென்ஷனுடன் செல்லத்துரை அண்ணைக்கு 'ஹௌஸிங் கொமிஷன்' வீடும் கிடைத்ததைத்தான், பலராலும் விளங்கிக்கொள்ள முடியவில்லை.

செல்லத்துரை அண்ணை, ஊரிலேயே வலு சுழியன். கமத்தொழில் சங்கம், கிராம அபிவிருத்திச் சங்கம், சனசமூக நிலையம் என, அவர் வன்னியில் ஆதிக்கம் செலுத்தாத அமைப்புக்கள் இல்லை. அந்த அநுபவம் ஆஸ்திரேலியாவிலும் கைகொடுத்த தால் பிடிக்கிறவனைப் பிடித்துச் சட்டத்திலுள்ள ஓட்டைகளில் புகுந்து விளையாடி, அரசாங்கத்துக்குச் சொந்தமான 'ஹௌஸிங் கொமிஷன்' வீட்டைப் பெற்றுவிட்டார். அதுவும் விசாலமான காணியுடன் ஒரு தனி வீடு!

இரு வாரங்களுக்கு ஒருமுறை, செல்லத்துரை அண்ணைக்கும், மனைவி தங்கம்மா அக்காவுக்கும் 1322 டொலர்கள் பென்சன் கிடைக்கிறது. அதில் மிகச் சொற்பத் தொகையே வீட்டு வாடகை. குறைந்த கட்டணத்தில் நாள் முழுவதும் றெயினிலும் பஸ்ஸிலும் சுற்றித் திரிய மேலதிக வசதி. பிறகென்ன? ராஜ வாழ்க்கைதான்!

செல்லத்துரை அண்ணையின் பூர்வீகம் யாழ்ப்பாணம் என்றாலும் ஸ்ரீமாவோ அரசாங்கக் காலத்தில் கமம் செய்யவென, முத்தையன்கட்டில் குடியேறியதால் அவர் தன்னை 'வன்னியான்' என்றே சொல்லிக்கொள்வார். ஈழப் போராட்டத்துக்கு முன்னர் வன்னியில் இயங்கிய யாழ் எதிர்ப்புச் சங்கத்தின் நிரந்தரத் தலைவரும் இவரே. அரசாங்கம் கொடுத்த காணிக்கு மேலதிகமாக, அடாத்தாகக் காட்டை வெட்டிக் கமம் செய்து தனது ஒரே மகளையும் டாக்குத்தருக்குப் படிப்பிச்சுப் போட்டார். மருமகனும் டாக்குத்தர்தான், ஆனால் யாழ்ப்பாணம்!

ஆடின காலும் பேசிய வாயும் ஓயாது என்பார்கள். செல்லத்துரை அண்ணை இங்கும் தனக்குக் கிடைத்த வீட்டின் பின்வளவில், ஊரில் தனக்குப் பரிச்சயமான மரம், செடி, கொடிகளை நட்டு வளர்க்கத் துவங்கினார். ஆஸ்திரேலியச் சீதோஷண நிலைக்குச் சில மரங்கள் குறண்டிப்போகும். உடனே என்னைத் தொடர்புகொள்வார்.

ஜனவரி 26ஆம் திகதி, ஆஸ்திரேலியா தினம். சிட்னியில் அன்று அரச விடுமுறை.

என்னுடைய மனைவி மெல்பனில் வசிக்கும் மகள் வீட்டுக்குப்போக, நான் சோம்பலை அடைகாத்து வீட்டில் பொழுதைப் போக்கினேன். காலை பத்து மணி இருக்கும். கைத்தொலைபேசி சிணுங்கியது. மறுமுனையில் செல்லத்துரை அண்ணை.

'இண்டைக்கு வீட்டிலை நண்டுக்கறி தம்பி, மத்தியானச் சாப்பாட்டுக்கு வந்திட்டுப் போவன்,' எனப் படு கரிசனையாக அழைத்தார்.

சோழியன் குடுமி சும்மா ஆடாதென்பது எனக்குத் தெரியும். இருந்தாலும் தங்கம்மா அக்காவின் கைப்பக்குவத்தில் சமைக்கப்படும் காரமான நண்டுக்கறியை நினைத்ததும் நாக்கில் ஜலம் ஊறியது. அடுத்த அரை மணி நேரத்தில் செல்லத்துரை அண்ணை வீட்டில் ஆஜரானேன்.

நண்டுக்கறி மூக்கைத் துளைத்தது. தங்கம்மா அக்கா நண்டுக்கறிக்குத் தோதாக குசினியில் முருங்கையிலைச் சொதி வைத்துக்கொண்டு நின்றார்.

மண் அளக்கும் சொல்

பின்வளவில், புடலங்கொடிக்குத் தண்ணீர் விட்டபடி, 'இஞ்சாலை வாதம்பி,' எனக் குரல் கொடுத்தார் செல்லத்துரை அண்ணை.

நல்ல விசாலமான காணி. குடிபுகுந்த சில மாதங்களுக்குள் வளவைச் சோலையாக்கியிருந்தார்.

கனகாம்பரம், மல்லிகை, நித்திய கல்யாணி என வன்னியில் அவர் நாட்டி வளர்த்த பூமரங்கள் முன்வளவிலும், பின்வளவில் மரக்கறி செடிகள் ஒருபுறமும் வேலியோரமாகக் கறி மொந்தன் வாழையும் செழித்து வளர்ந்து நின்றன. தோதான இடத்தில் கொடிகளை நட்டுவளர்த்து, புடலை படர அழகான பந்தலும் அமைத்திருந்தார். பின்வளவில் நட்ட கத்திரி, வெண்டி, மிளகாய்ச் செடிகள் அனைத்தும் காய்த்துக் குலுங்கி மதமதப்பாக நின்றன. வாழைகளும் வஞ்சகம் செய்யவில்லை.

'வணக்கம் அண்ணை! வன்னியை அப்பிடியே வேரோடை கிளப்பி வந்து, பின் வளவிலை வைச்சிருக்கிறியள்,' எனப் பேச்சை ஆரம்பித்தேன்.

'அது சரிதானடா தம்பி, பாவலும் புடலையும் பூசணியும்தான் எனக்கு 'டிமிக்கி' விடுகினம். நிறையப் பூக்குது, ஆனால் பிஞ்சு பிடிக்குதில்லை,' என நேரடியாகவே விஷயத்துக்கு வந்தார் செல்லத்துரை அண்ணை.

'நிறையக் காய்க்க, செடிகொடிகளுக்குக் கலியாணம் கட்டி வைக்க வேணும்,' என்றேன் நான், சிரிக்காமல்.

என்னுடைய பகிடிக்கு(!) எந்தவித ரியாக்ஷனையும் காட்டாது, 'விஷயத்துக்கு வா' என்றார், படு சீரியஸாக. எப்பொழுதும் தன்னுடைய விஷயத்தில் அவர் கண்ணாயிருப்பார். அதுதான் அவரது பலம்!

நண்டுக்கறி வாசனை பின்வளவுக்கும் பரவ, எனக்கு வயிற்றைக் கிள்ளியது. நேரத்தை மினக்கெடுத்தாமல், அவருக்கு விளங்கக்கூடிய மொழியில் சொல்லத் துவங்கினேன்.

பூக்களில் இரண்டு வகைகள் உண்டு. ஒன்று, 'ஒரு–லிங்கப்பூக்கள்' மற்றது 'இரு–லிங்கப்பூக்கள்'.

லிங்கம்?

ஆண் மகரந்தமும் பெண் சூலகமும் ஒரே பூவில் இருந்தால் அவை இரு லிங்கப் பூக்கள்.

'ஆண் மகரந்தம் தனியாக ஒரு பூவிலும், பெண் சூலகம் தனியாக வேறொரு பூவிலுமிருந்தால், அவை ஒரு லிங்கப் பூக்கள்.

விவசாயிகள் வேறு விதமாக இவற்றை ஆண்பூக்கள், பெண் பூக்கள் எனவும் சொல்வார்கள்.'

'ஓ!'

'புடலை, பாகல், பூசணி வகை, பீர்க்கு, கெக்கரி அனைத்தும் ஒரே குடும்பத் தாவரங்கள் (குக்குபிற்ராஷி குடும்பம்). இத்தாவரங்களில் ஆண்பூக்களும் பெண் பூக்களும் ஒரே கொடியில், ஆனால் புறம்பு புறம்பாக இருக்கும். இப்படி இரண்டு வகைப் பூக்களும் ஒரே தாவரத்தில் இருந்தால் அவற்றை ஓரில்லத் தாவரம் என்பார்கள்.'

'ஓஹோ. . .!'

'பனையிலும் பேரீச்சையிலும் ஆண்பூக்களும் பெண் பூக்களும், வேறுவேறு மரங்களில் காணப்படும். இவை ஆண்மரம், பெண் மரம் எனவும் ஈரில்லத் தாவரம் எனவும் அழைப்பார்கள்.'

'எட அப்பு, நானென்ன, தாவரவியல் சோதனை எடுக்கவே விரிவுரை நடத்துறாய்? உன்ரை அறிவியல் விளக்கங்களை ஒருபக்கம் விட்டிட்டு, புடலை, பாகல், பூசணி விஷயத்துக்கு வா' எனக் கருமத்தில் கண்ணாய் இருந்தார் செல்லத்துரை அண்ணை.

'இது பழக்கதோஷம் அண்ணை. காலாதிகாலமாய் இதையே திரும்பத்திரும்ப படிப்பிக்கிறதாலை, வாயைத் திறந்தால் 'ஓட்டமற்றிக்காக' எல்லாம் வந்திடுது. புடலை, பாகல், பூசணி வகைத் தாவரங்களில் முதலில் பூப்பது ஆண்பூக்கள். சற்றுத் தாமதமாகவே பெண்பூக்கள் தோன்றும்.'

'இதைக் கொஞ்சம் விரிவாய் சொல்லு தம்பி.'

'குத்துமதிப்பாகச் சொன்னால் பத்து ஆண் பூக்களுக்கு ஒரு பெண்பூ (10:1) என்ற விகிதத்திலேயே புடலை, பாகல், பூசணி வகைக் கொடிகளில் பூக்கள் தோன்றும்.'

'அது சரி, என்ரை புடலங் கொடியிலை வெள்ளை வெள்ளையாய் ஊருப்பட்ட பூக்கள் விரிஞ்சிருக்கு. இதிலை ஆண்பூ எது? பெண் பூ எது?'

'பூவின் அடிப்பகுதி (பூக்காம்புக்கு மேலே) சின்ன புடலங்காய் போல தடித்திருந்தால் அவை பெண் பூக்கள். (பாகல் பெண்பூவில் சின்ன பாவல் காய் போல தடித்திருக்கும்) இது குக்குபிற்ராஷி குடும்பத் தாவரங்கள் அனைத்துக்கும் பொதுவானது.'

'நீ சொல்லுற விளக்கமெல்லாம் விளங்குது. இனி, பிஞ்சு பிடிக்கிறதுக்கு என்ன வழி எனச் சொல்லு.'

'மகரந்த மணிகள், பெண் குறிக்குக் கடத்தப்பட்டுச் சூலகத்தை அடைந்தால் மாத்திரமே சூலகம் கருக்கட்டி, காயாக மாறும்.'

'ஓ.கே'

'மகரந்தச் சேர்க்கை, பெரும்பாலும் காற்றாலும் பூச்சிகளாலும் நடைபெறும். பூச்சிகளால் நடக்கும் தாவரங்களின் பூக்கள் கவர்ச்சிகரமான நிறம் கொண்ட இதழ்களையும் அதிகத் தேனையும் கொண்டிருக்கும்.'

'புடலங் கொடியின் பூக்கள் பெரும்பாலும் இரவில் மலரும். அதனால்தான் அவை பூச்சிகளுக்கு இரவில் தெரியும் வண்ணம் பால் வெள்ளை நிறமாக இருக்கிறது.'

'தம்பி, நான் கேட்ட கேள்விக்கு நீ இன்னும் மறுமொழி சொல்லவேயில்லை, சுத்திவளைக்காமல் விஷயத்துக்கு வா,' என மீண்டும் அவசரப்படுத்தினார் செல்லத்துரை அண்ணை.

'புடலை, பாகல், பூசணி வகைத் தாவரங்களில் பத்துவீதமான பூக்களே காயாகும். அதுவும், பெண் பூக்களில் பூச்சிகள் மூலம் மகரந்தச்சேர்க்கை நடந்து, சூலகம் கருக்கட்டினால் மாத்திரம் பிஞ்சு பிடிக்கும். அதற்காகத்தான் விவசாயிகள் பண்ணைகள், தோட்டங்களில் தேனீக்கள் வளர்ப்பது.'

'குடியிருப்புப் பகுதிகளில், தேனீக்களின் வரத்துக் குறைவு. இதற்கு மாற்று வழி ஏதேனும்?'

அதற்காகத்தான் 'பூக்களுக்கு கலியாணம் கட்டி வைக்க வேணும்.'

இதே நகைச்சுவைக்கு முன்னர் சிரிக்காத செல்லத்துரை அண்ணை இப்பொழுது தன்னை மறந்து, வாய்விட்டுச் சிரித்தார்.

நான் தொடர்ந்தேன்.

'அன்று விரிந்த ஆண்பூவைப் பறித்து, அதன் இதழ்களை அகற்றினால் மகரந்தப்பை துலக்கமாகத் தெரியும். அதை பெண்பூவில் ஒத்திவிடலாம்.

'பூரணமான விளைவைப் பெற, ஒரு சிறிய தூரிகையால் மகரந்தப் பையை வருடினால் மகரந்த மணிகள் தூரிகையின் முடியில் ஒட்டிக்கொள்ளும். அதைப் பெண்பூவின் குறியில் தடவிவிடலாம்.

'புடலையின் பூக்கள் இரவில் விரிவதால் மகரந்தமணிகள் வெய்யில் வெப்பத்துக்குக் காய முன்னர் அதிகாலையிலேயே இதைச் செய்ய வேண்டும்.

ஆசி. கந்தராஜா

'நிஜமாகவா? வயதுபோன நேரத்திலை, அதுவும் விடியக்காலமை எழும்பி இதைச் செய்யச் சொல்லுறாய்,' எனக் கண் சிமிட்டிய செல்லத்துரை அண்ணை, கத்திரி, மிளகாய், வெண்டிப் பாத்திக்கு என்னைக் கூட்டிச் சென்றார். அவர் அங்கு என்ன கேட்கப் போகிறார் என்று எனக்குத் தெரியும். எனவே நான் சொல்லத் துவங்கினேன்.

'கத்திரி, வெண்டி, தக்காளி, மிளகாய், பயற்றை, அவரை எல்லாம் இருலிங்கப் பூக்களைக் கொண்டிருக்கும். இவற்றில் பெண்குறியும் அதைச்சுற்றி மகரந்தப்பைகளும் ஒரே பூவில் இருக்கும். இதனால் சுலபமாக மகரந்தச் சேர்க்கை நடந்து பிஞ்சு பிடிக்கும்.'

'வீட்டோடை மாப்பிளை' எண்டு சொல்லன்,' என என்னுடைய பகிடியைத் திரித்து, எனக்கே மடைமாற்றினார் செல்லத்துரை அண்ணை.

இப்படியாகப் பலதும்பத்தும் பேசிச் செடிகொடிகளுடன் உறவாடிக்கொண்டிருந்த எங்களை தங்கம்மா அக்கா சாப்பிட அழைத்தார்.

சும்மா சொல்லப்படாது. நண்டுக் கறியுடன் இறால் பொரியல், அதற்குத் தோதாக வறட்டல் பருவத்தில் நல்லெண்ணெய் விட்டு இறக்கிய பயத்தங்காய், உள்ளி மிளகு சீரகம் குத்திப்போட்டு வைத்த பருப்பு, முருங்கையிலை போட்ட தேங்காய்ப் பால்ச் சொதி என தங்கம்மா அக்கா அமர்க்களப் படுத்தி இருந்தார். வயிறு முட்டச் சாப்பிட்டு, மிஞ்சிய நண்டுக் கறியையும் வாங்கிக்கொண்டே வீடு வந்துசேர்ந்தேன்.

இதன் பின்னர் செல்லத்துரை அண்ணையிடமிருந்து எந்தவித அலைபேசி அழைப்பும் வரவில்லை.

மாசி மாதத்தில் வரும் சிவராத்திரி அபிஷேகத்தின்போது செல்லத்துரை அண்ணையைக் கோவிலில் சந்தித்தேன்.

'விடியக்காலமை எழும்பின கையோடை நீ சொன்னதுதான் எனக்கு வேலை. பூக்களுக்குக் கலியாணம்! நிறையப் பிஞ்சு பிடிக்குது,' என்றார் வாயெல்லாம் பல்லாக.

இதில் பெரிய சூக்குமம் எதுவுமில்லை. மரம், செடி கொடிகள் எல்லாம் மனிதனின் நண்பர்களே. அவற்றை எப்படி வழிப்படுத்துகிறோம் என்பதில்தான் நமது வெற்றி அடங்கி இருக்கிறது,' என்றேன் நான்!

2018

12

வெடுக்குப் பத்தன்

பத்தன் என்கிற பத்மநாதனைச் சமீபத்தில் சந்தித்தேன். அவன், 1960ஆம் ஆண்டுகளின் பிற்பகுதியில் என்னுடன் ஒரே வகுப்பில் படித்தவன். எங்கள் வகுப்பில் அப்பொழுது இரண்டு பத்மநாதன்கள் இருந்தார்கள். ஒருவன் நெடுவல்; அதனால் அவன் நெடுவல் பத்தன். மற்றவன் வெடுக்குப் பத்தன். அவனில் வியர்வை நாற்றம் அடிப்பதால் இந்தப் பெயர் அவனுடன் ஒட்டிக்கொண்டது. நாங்கள் இருவரும் கல்லூரி விடுதியில் ஒன்றாக இருந்து படித்தோம். அதுவும் ஒரே *Dormitory*, பக்கத்துப் பக்கத்துக் கட்டில்!

வெடுக்குப் பத்தன் ஊத்தையன் அல்லன். அவனுடைய உடம்பிலிருந்து ஒருவகை நாற்றம் வீசுவது அவனுக்கும் தெரியும். சித்த வைத்தியம், ஆயுர்வேத வைத்தியம், யுனானி வைத்தியம், ஹோமியோபதி, அலோபதி (ஆங்கில வைத்தியம்) என அவன் செய்யாத வைத்தியங்கள் இல்லை. எல்லா வைத்தியர்களும் முடிவாகச் சொன்னது இதுதான்! அவனது உடம்பில் அதிக ரோமங்கள் இருப்பதாகவும் அதனால் சருமத்துளைகள் வழியாக அதிக வியர்வை வெளியேறுவதாகவும், அடிக்கடி குளித்துச் சுத்தமாக இருப்பதே இதற்கான பரிகாரம் என்றார்கள். இதனால் விடுதியில் அவன் மூன்று நேரமும் குளித்தான். வாரம் முழுவதும் நாங்கள் ஒரு ஷேட் போடுவோம். சில வேளைகளில் நண்பர்களிடம் கடன் வாங்கியும் அணிந்துகொள்வோம். ஆனால் பத்தன் ஒவ்வொருநாளும் ஒவ்வொரு ஷேட்,

ஆசி. கந்தராஜா

தோய்த்து அயன்பண்ணிப் போடுவான். இருந்தாலும் அந்த மணம் அவனைவிட்டுப் போகவே இல்லை.

கால ஓட்டத்தில் பல்கலைக்கழகப் புகுமுக வகுப்புச் சோதனை முடிந்ததும் நாங்கள் அனைவரும் ஒவ்வொரு திக்காகச் சிதறிப் போனோம்.

நான்கு தசாப்தங்களின் பின்னர் பத்தனை மீண்டும் முருகன் கோவில் திருவிழாவின்போது சந்தித்தேன். சிட்னியில் வசிக்கும் சகோதரியின் மகள் திருமணத்துக்கு லண்டனிலிருந்து வந்திருந்தான். அங்குள்ள வங்கி ஒன்றில் கணக்காளராகப் பணிபுரிவதாகச் சொன்னான். அவனுடைய செல்வச் செழிப்பு தோற்றத்தில் தெரிந்தது. அறுபதைக் கடந்திருந்தாலும் முள்ளும் முறியாமல் வாட்டசாட்டமாக இருந்தான்.

சுவாமி வெளிவீதி வலம் வந்து, வசந்த மண்டபத்துக்குப் போகமுன்னர் மேளச்சமா நடந்துகொண்டிருந்தது. சாவகச்சேரி பஞ்சாபிகேசனின் மகன் வித்வான் நாகேந்திரம் நாதஸ்வரத்தில் தனி ஆவர்த்தனம் வாசித்துக்கொண்டிருந்தார். திருவிழா பத்து நாளும் நடக்கும் கச்சேரி இது. அதனால் நானும் பத்தனும் மேற்கு வீதியில் உள்ள வாங்கொன்றில் அமர்ந்து பாடசாலை நாட்களை நனவிடை தோய்ந்துகொண்டிருந்தோம். எதேச்சையாக மேற்கு வீதிக்கு வந்த டாக்டர் நமசிவாயகமும் எங்களுடன் இணைந்துகொண்டார். அவர் எங்கள் ஊரைச் சேர்ந்தவர், சுற்றிவளைத்துப் பார்த்தால் உறவும்கூட.

பத்தனிடம் முன்னர் இருந்த உடல் வாடை இப்போது வீசவில்லை. இதை ஊர்ஜிதப்படுத்த, முடிந்தவரை மூக்கை அருகில் கொண்டுபோய் முகர்ந்தும் பார்த்தேன். ஊஹூம். எந்தவித அசுமாத்தமும் இல்லை. விலை உயர்ந்த சென்ற் வாசனைதான் அடித்தது.

பத்தனைச் சந்தித்த நேரம் முதல் அந்த விஷயம் என் மனதைக் குடைந்துகொண்டிருந்தது. அதைத் தொடர்ந்தும் அடக்கிவைக்க என்னால் முடியவில்லை. நெஞ்சு வெடித்து விடும் போலிருந்தது. இதனால், 'நீ இப்பவும் ஒரு உடுப்பை, ஒருநாள் மட்டும் போடுறதோ?' என வலு கவனமாக வார்த்தைகளைத் தெரிந்தெடுத்துக் கொக்கி போட்டேன்.

என்னை ஏற இறங்கப் பார்த்த பத்தன், 'நீ என்ன சொல்லவாறாய் எண்டு எனக்கு விளங்குது. கேக்கிறதை நேரடியாய்க் கேளன்,' என ஒரு நமட்டுச் சிரிப்பை உதிர்த்தபின், இடைப்பட்ட காலத்தில் நடந்தவற்றைச் சொல்லத் துவங்கினான்.

‘வியர்வை நாற்றத்தால் நான் பட்ட அவமானங்கள் கொஞ்ச நஞ்சமில்லை. இலங்கையில், இங்கிலீஸ் வைத்தியம் எண்டு சொல்லிப் பீலாவிட்ட டாக்குத்தர்மாருக்கும் என்ரை பிரச்சனை விளங்கேல்லை –’ என்றான் பத்தன், பக்கத்தில் இருந்த நமசிவாயகம் இலங்கையில் படித்த டாக்குத்தர் என்பதை அறியாமல்.

ஊர் டாக்குத்தர் பற்றிப் பேச்சு வந்ததும், ‘என்ன விஷயம்?’ எனக் கேட்டு உரையாடலுக்குள் புகுந்தார் நமசிவாயகம். பொது மருத்துவராக சிட்னியில் பணிபுரியும் அவர் யாழ் பல்கலைக்கழகத்தில் மருத்துவம் படித்தவர். எங்கள் குடும்ப வைத்தியரும் அவரே. அவரை பத்தனுக்கு அறிமுகம் செய்தேன்.

‘மன்னிச்சுக்கொள்ளுங்கோ டொக்டர். எனக்கிருந்த வெப்பிசாரத்திலை கடும் வார்த்தைகளைப் பாவிச்சுப் போட்டன். நான்பட்ட கஷ்டம் எனக்குத்தான் தெரியும். எனக்கு யூரிக் அசிட் பிரச்சனை. லண்டனில்தான் அதைக் கண்டு பிடித்தார்கள். வேர்வை மணத்ததுக்கு இதுதான் காரணமாம். ஊரில் இதற்கு நான் செய்யாத வைத்தியம் இல்லை. லண்டனில் படிக்கிற காலம், ஒருமுறை கால் பெருவிரல் மொளி வீங்கி, வலி தாங்கேலாமல் டாக்குத்தரிட்டைப் போக, இரத்தம் சோதித்தார். அப்பதான் பிரச்சனைக்கான காரணம் தெரிந்தது.

‘இந்த நோயை ஹௌவுட் (*Gout*) என ஆங்கிலத்தில் சொல்வார்கள். அதிகளவு புரதம் சாப்பிடுவதால் ஏற்படும் இந்த நோயைப் பணக்கார வியாதி எனவும் சொல்வதுண்டு,’ என இதற்கு சுருக்கமான மருத்துவ விளக்கம் தந்தார், டொக்டர் நமசிவாயகம்.

‘பணக்கார வியாதியா? அப்படி ஒரு வியாதியை இப்பதான் கேள்விப்படுகிறன்,’ எனக் குறுக்கே புகுந்தேன் நான்.

‘தேவைக்கு அதிகமாகப் புரதம் சாப்பிடுவதால் வரும் வியாதி இது. இறைச்சி, மீன், முட்டை, பருப்பு வகை போன்ற புரதச் சத்து அதிகமுள்ள பொருட்களைப் பணக்கார நாடுகளில் உள்ளவர்களே அதிகம் உட்கொள்வார்கள். இலங்கை போன்ற வளர்முக நாடுகளில் மக்கள் இவற்றைத் தினமும் சாப்பிடமாட்டார்கள். அதற்கான வசதியும் அவர்களுக்கு இல்லை. இதனால் ஏழ்மையான நாடுகளில் இந்த வியாதி இருப்பதில்லை.’

‘வியாதி இருந்தாலும் வெளியில் தெரிவதில்லை, என்று சொல்லுங்கோ டொக்டர்.’

‘உண்மைதான். இலங்கையில் இப்போதுள்ள வைத்தியர்களுக்கு ஹௌவுட் பற்றிய விபரம் நிச்சயமாகத் தெரிந்திருக்கும்,’ என இலங்கை வைத்தியர்களுக்கு ஆதரவாகப் பேசினார் டொக்டர் நமசிவாயகம்.

அதிகப் புரதம் சாப்பிடுவதால் உடம்பில் ஏற்படும் விளைவுகளைக் கொஞ்சம் விளக்கமாகச் சொல்லுங்கள் டொக்டர், என விபரம் அறிவதில் ஆர்வமானேன் நான்.

‘மாப்பொருள், கொழுப்பு, புரதம் ஆகியன நாம் உண்ணும் உணவில் பெருமளவு இருக்கும். இவற்றுள், ஒரு மனிதனுக்கு, நாளாந்தம் குத்துமதிப்பாக 56 கிராம் புரதமும் 85 கிராம் கொழுப்பும் 325 கிராம் மாப்பொருளும் மட்டும் தேவை.’

‘அதிகமாகச் சாப்பிட்டால்?’

‘மிதமிஞ்சிய கொழுப்பும் மாப்பொருளும் ஒருவகையான கொழுப்பு உருவத்தில் உடலில் சேமிக்கப்படும்.’

‘புரதம்?’

‘அது உடம்பில் சேமிக்கப்படுவதில்லை. அவை செரிமானத்தின்போது சில நொதியங்களால் பகுப்படைந்து, பிரிக்கப்பட்டு அமினோ அமிலமாக மாற்றப்பட்டுப் பின்னர் யூரிக் அமிலமாகச் சிறுநீருடன் வெளியேற்றப்படும். பாமர மொழியில் சொன்னால் அதிகளவு புரதம் உடலுக்கு நஞ்சு. உதாரணமாக, பாம்பின் விஷம் சிக்கலான ஒருவகை ‘கொம்பிளெக்ஸ்’ புரதம்.’

‘கேக்கவே திகிலடிக்கிறதே. புரதத்துக்கும் வேர்வை மணக்கிறதுக்கும் என்ன சம்பந்தம் டொக்டர்?’

‘ஒரு கிலோகிராம் உடல் நிறைக்கு நாளாந்தம் 0.8 கிராம் புரதம் மாத்திரம் தேவை. அந்த வகையில் 70 கிலோ கிராம் நிறையுள்ள ஒருவருக்கு 56 கிராம் புரதம் தேவை. ஆனால் பணக்கார நாடுகளில் வாழ்பவர்கள் இதில் பல மடங்கு புரதம் உட்கொள்ளுகிறார்கள்.’

‘உண்மைதான்!’

‘புரதம் செரிமானமடைய, கணையம் எனத் தமிழில் அழைக்கப்படும் ‘பங்கிறியஸ்’ சுரப்பி, புரொட்டியேஸ் வகை நொதியங்களைச் சுரக்க வேண்டும். நாம் உட்கொண்ட பெருமளவு புரதத்தைப் பகுத்துப் பிரிக்க, சுரக்கப்பட்ட புரொட்டியேஸ் நொதியங்கள் போதாவிட்டால், உடனே உடற்தொழில்

சிக்கல் ஏற்படும். இதன் நீட்சியாகப் புரதம், யூரிக் அமிலமாக உருமாறி இரத்தத்தில் கலந்துவிடும். இவை வியர்வையுடன் வெளியேறும்போது உடம்பு மணக்கும்.'

'ஓஹோ...!'

'அதுமட்டுமல்ல, மிதமிஞ்சிய யூரிக் அமிலம், பளிங்குகளாக மாறி, மொளிகளில் படிவதால் மொளி வீங்கிப் பயங்கர வலி ஏற்படும். இழுத்து இழுத்துக் குத்தும்!'

'பணக்கார நாடுகளில் அதிக புரதம் சாப்பிடுகிறார்கள் என்பது சரி டொக்டர். நான் ஊரில் இருந்தபோது மாதத்துக்கு ஒருமுறை இறைச்சி சாப்பிடுவதே பெரிய காரியம். ஒரு கோழி அடித்துக் குழம்பு வைத்தால் வீட்டில் பத்துப்பேர் பங்கிட வேணும். வேள்வி நடந்தால் மட்டும் ஆட்டு இறைச்சி கண்ணில் படும். மீன் முட்டையும் அப்படி இப்படித்தான். ஸ்ரீமாவோ அரசாங்க காலத்தில் பருப்பு வகைக்கும் இலங்கையில் பெருத்த தட்டுப்பாடு. இந்த நிலைமையிலை, ஊரில் இருந்தபோதே எனக்கு இந்த வியாதி இருந்ததே, அதெப்படி?' என நியாயமான கேள்வியொன்றைக் கேட்டான் பத்தன்.

'ஹௌவுட் எனப்படும் வியாதி பரம்பரை பரம்பரையாகத் தொடர்வது என அறிவியல் ரீதியாக நிரூபிக்கப்பட்டுள்ளது.'

'ஓ...!'

'உங்கள் பரம்பரையிலும் இந்த வியாதி இருந்திருக்க வேணும். இப்படியானவர்களுக்கு இயல்பாகவே, கணையம் புரதத்தைச் செரிமானம் செய்யும் நொதியத்தை, போதிய அளவு சுரக்காது. இதன் காரணமாக இவர்கள் குறைந்தளவு புரதம் சாப்பிட்டாலும், புரதம் முழுமையாகப் பகுப்படையாமல், யூரிக் அமிலம் இரத்தத்தில் சேர்ந்துவிடும்.'

'இது சலரோகம் மாதிரி இருக்கு!'

'அதேதான். சர்க்கரையைப் பகுக்கச் செய்யும் இன்சுலினை யும் கணையமே சுரக்கிறது. உடலில் இன்சுலின் போதாமையால் சர்க்கரை செரிமானம் அடையாது சலரோகம் வருவதுபோல, புரொட்டியேஸ் நொதியத்தால் புரதம் பகுக்கப்படா விட்டால் ஹௌவுட் வந்து, உடம்பு மணக்கும். மொளிகளில், மூட்டுக்களில் தாங்கமுடியாத வலி ஏற்படும்.'

'இதற்குப் பரிகாரம் என்ன என்ன?'

எனது கேள்விக்குரிய பதிலை பத்தனை சொல்லுமாறு சொன்னார் டொக்டர் நமசிவாயம்.

பத்மநாதன் தொடர்ந்தான். ‘சலரோகம் போன்று ஹௌவுட்டையும் கட்டுப்படுத்தலாம். ஆனால் முற்றாகக் குணப்படுத்த முடியாது. நான் லண்டனுக்குப் போன நாள் முதல் இன்றுவரை 35 ஆண்டுகளாக சைலபிறீம் என்ற குளிசை எடுக்கிறேன். இந்த மருந்தை அலுப்பொறினோல் என்றும் அழைப்பார்கள். இரத்தம் சோதித்து வைத்தியரின் வழிகாட்டலிலேயே மருந்து எடுக்க வேண்டும்.’

‘சைலபிறீம் குளிசை எடுத்தால் எல்லாம் சாப்பிடலாமோ?’

‘அதுதான் இல்லை. சலரோகம் உள்ளவர்கள் உணவுக் கட்டுப்பாட்டைக் கடைப்பிடிப்பதுபோல ஹௌவுட் உள்ளவர் களும் புரத உணவுகளைக் குறைக்க வேண்டும். இறைச்சி பருப்பு வகைகளை நான் அளவோடுதான் சாப்பிடுகிறேன். ஈரல், இருதயம், கோழியின் மாங்காய் போன்ற உள் உறுப்புகளும் காளான், நண்டு, இறால், கணவாய் போன்றவைகளும் அறவே கூடாது’ என ஒரு பட்டியலே வாசித்தான் பத்தன்.

பத்மநாதன் சொன்ன தகவல்கள் அனைத்தையும் ஆமோதித்த டொக்டர் நமசிவாயகம், ‘எமது உடம்பினுள்ளே நடைபெறும் உடல் தொழில்பாடுகளை சரியாகப் புரிந்து, அதற்கேற்ற வகையில் கட்டுப்பாடுடன் நடந்துகொண்டால் வியாதிகள், வலிகள், வீக்கங்கள் எல்லாம் ஒரு பொருட்டேயல்ல’ என்றார்.

டொக்டர் சொன்னது எவ்வளவு உண்மையான வார்த்தைகள்!

2018

13

சீன நாட்டு நண்பரும் எருமை மாட்டுப் புல்லும்!

அன்று சனிக்கிழமை!

சிட்னியிலுள்ள பிளெமிங்டன் என்ற இடத்தில், மிகப்பெரிய சந்தை கூடும் நாள்.

அன்று பல்லின மக்களுக்குத் தேவையான மரக்கறிகள் தொடக்கம் மீன், இறைச்சி வகைகள் வரை அங்கு பிறெஸ்ஸாகவும் மலிவாகவும் சில்லறையாகவும் வாங்கலாம். முதல்முறை பிளெமிங்டன் சந்தைக்குப் போகின்றவர்களுக்கு நிச்சயம் அது ஒரு புதுவகையான அனுபவம். அங்கு வரும் ஆங்கிலோ ஆஸ்திரேலியர்களை விரல் விட்டு எண்ணிவிடலாம். சந்தைக்கு வருபவர்களுள் பெரும்பான்மையோர் புலம்பெயர்ந்த பல்லின மக்களே.

இங்கு எமக்கு இன்னொரு வசதியுமுண்டு. உடன் பிறப்புக்களான 'எங்கட பெடியங்கள்' இங்குள்ள மீன் கடைகளில் வேலை செய்கிறார்கள். இதனால் பாரை, ஒட்டி, சீலா, விளை, திரளி என மீன்களின் தமிழ்ப் பெயரைச் சொல்லி வாங்கவும், பேரம் பேசவும், குழம்புக்கு ஏற்றமாதிரி 'யாழ்ப்பாண வெட்டு' என்று மீனை வெட்டி வாங்கவும் முடியும். அலுவல் முடிந்து திரும்பியதும் 'உவங்கள் இப்ப படகிலை வந்த பெடியள், கொஞ்சம் கவனமாய் இருக்க வேணும்' என கொமன்ற் அடிப்பதையும் மீன் கடைகளுக்கு அருகில் சர்வசாதாரணமாகக் கேட்க முடியும்.

ஆசி. கந்தராஜா

சனிக்கிழமை அதிகாலை ஐந்து மணிக்குத் துவங்கும் பிளமிங்டன் விவசாயிகளின் சந்தை, பகல் இரண்டு மணிக்கு முடிவடையும். வெள்ளி, ஞாயிற்றுக் கிழமைகளிலும் சிறிய அளவில் சந்தை கூடுவதுண்டு. தமிழ் மகா ஜனங்கள் பெரும்பாலும் சந்தை கலையும் நேரத்தில்தான் சாமான் வாங்கப் போவார்கள். இதற்கான காரணத்தை நான் இங்கு சொல்லித்தான் தெரிய வேண்டுமென்பதில்லை!

திங்கள் முதல் வெள்ளிவரை பிளமிங்டன் சந்தை, மொத்த வியாபாரச் சந்தையாக மாறிவிடும். இதுவே ஆஸ்திரேலியாவின் மிகப்பெரிய கொள்வனவுச் சந்தை எனவும் சொல்லப்படுகிறது. வாழைப் பழங்களைப் பழுக்க வைக்கும் பாரிய, பல எதிலீன்–வாயு சேம்பர்கள் இங்குண்டு. பிற மாநிலங்களிலிருந்து, மரக்கறிகளும் பழங்களும் இங்கு கொண்டுவரப்பட்டு இங்குள்ள பாரிய கிட்டங்கிகளில் சேமிக்கப்படும். பின்னர் இவை நியூசவுத் வேல்ஸ் மாநில விளை பொருள்களுடன் சகல வியாபார நிலையங்களுக்கும் விநியோகிக்கப்படும். இதனால்தான் குவீன்ஸ்லாந்து மாநிலத்தில் விளையும் மரக்கறிகளும் மாம்பழங்களும், குவீன்ஸ்லாந்தின் தலைநகர் பிறிஸ்பேனிலும் பார்க்க பிளமிங்டன் சந்தையில் மலிவாக வாங்க முடிகிறது.

இங்குள்ள மொத்த வியாபாரிகளுள் பெரும்பாலானோர் இத்தாலிய கிறீஸ்லாந்து ஸ்பானிய நாட்டைச் சேர்ந்தவர்களே. இவர்களின் இன்றைய சந்ததியினர், வைற் ஹொலர் வேலைகளை நாடுவதால் சந்தையின் மொத்த வியாபாரம் மெல்லமெல்ல இப்பொழுது சீனநாட்டவர்களின் கைகளுக்குச் செல்கிறது.

அன்று நான் எதிர்பாராத விதமாக 'லியொங்'கைச் சந்தையில் சந்தித்தேன். ஹொங்ஹொங்கிலிருந்து புலம்பெயர்ந்த அவர் ஆஸ்திரேலியாவில் பெரியதொரு கணக்காய்வு நிறுவனம் ஒன்றை நடத்துகிறார். எனது வருமானவரிக் கணக்குகளைச் சரிபார்ப்பதும் அவரே. உடம்பு முழுவதும் அவருக்குக் கணக்கு மூளை. எந்தவொரு சிக்கலான கணக்கையும் ஒரு நொடியில் போட்டுவிடுவார். அதற்கு அப்பால் அவருக்கு அனைத்தும் பூச்சியமே. இதனால் வீட்டு வேலை, தோட்ட வேலை, சமூக வேலை என அனைத்தையும் அவரது மனைவியே செய்வார். இருந்தாலும் இடையிடையே அத்தி பூத்தாற்போல் வீட்டில் சில விஷயங்களைச் செய்து சிக்கலில் மாட்டிக்கொள்வது அவரது சுபாவம்.

ஹொங்ஹொங்கிலிருந்து லியொங் புலம்பெயர்ந்தபோதே பெருந்தொகையான பணத்துடன் வந்திருந்ததால் சிட்னியில் செல்வந்தர்கள் வாழும் பகுதியில் மாளிகை போன்ற வீடொன்றை வாங்கிக் குடியிருந்தார். அவர்களது வீட்டுக்கு முன்னும் பின்னும்

சீனக் கலாசாரத்தைப் பிரதிபலிக்கும் வகையில் அழகான தோட்டம் அமைக்கப்பட்டிருந்தது. இந்த விஷயத்தில் அவ்வப்போது அவர்களுக்கு நான் ஆலோசனை வழங்குவதுண்டு.

சந்தையில் மரக்கறி வாங்கிக்கொண்டு நின்ற என்னை வெகு தூரத்திலிருந்து கண்ட லியொங் சனத்தை இடித்துத் தள்ளாத குறையாக விரைந்து வந்து என்னை ஒரு மூலைக்குத் தள்ளிச் சென்றார்.

'என்ன விஷயம் லியொங், எனது வருமானவரிக் கணக்கில் ஏதாவது பிரச்சனையா' எனக் கேட்டேன்.

'இல்லை இல்லை, எனக்குத்தான் மனைவியுடன் பிரச்சனை' என்றார் பரிதாபமாக.

வீட்டில் அவர் இடக்குமுடக்காக ஏதோ செய்திருக்கிறார் என்பது புரிந்தது. இருந்தாலும் அதை வெளியே காட்டிக் கொள்ளாமல் என்ன நடந்தது எனக் கேட்டேன்.

'எங்கள் வீட்டுக்கு முன்னாலும் பின்னாலும் உள்ள புற்தரைகள் திட்டுத்திட்டாகக் காய்ந்து போய்விட்டது. ஒருமுறை வந்து பார்க்க முடியுமா' எனக் கேட்டார்.

எனது வருமானவரிப் படிவத்தில் நான் கையெழுத்து இட்டு அனுப்ப வேண்டிய நாளும் நெருங்கியதால் அன்று பிற்பகல் அவருடைய வீட்டுக்குப் போனேன். புற்தரையைப் பார்த்தவுடனேயே எனக்கு விஷயம் விளங்கிவிட்டது.

வீட்டின் முன்னும் பின்னும் உயர்சாதிப் புல்லான எருமை மாட்டுப் புல்லு *Buffalo Grass* பதித்திருந்தார்கள். இதன் இலைகள் மற்றைய புல்லின் இலைகளிலும் பார்க்கச் சற்று அகலமாக, அடர்த்தியாகக் கடும் பச்சை நிறமாக இருப்பதால் இதைக் கிரமமாக வெட்டி வளர்த்தால் புற்தரை மிக அழகாக இருக்கும்.

Buffalo புல்லு வகையைத் தவிர, கூச் *(Couch)*, கைக்யூ *(Kaiuya)* போன்ற புல்லு வகைகளும் முற்றத்திலும் மைதானங்களிலும் பதிக்கப்படுவதுண்டு. இவற்றுள் கைக்யூ புல்லு மலிவானதும் வறட்சியைத் தாங்கக்கூடியதும். ஆனால் அழகான தோற்றத்தைக் கொடுக்கமாட்டாது.

லியொங் வீட்டுப் புற்தரையில் கோலம் போட்டமாதிரி புல்லு செத்துக் காய்த்திருந்தது. வேலி ஓரமாக லியொங்கின் மனைவி பாசமுடன் நட்டிருந்த சீன நாட்டு மண்டறின் மரங்களும் இலைகளைக் கொட்டி நிர்வாணமாக நின்றன.

லியொங்கின் மனைவி, முகத்தில் எள்ளும்கொள்ளும் வெடிக்க, லியொங் புல்லுக்குத் தெளித்த களைநாசினிப் போத்தலைக் காட்டினார்.

லியாங் நிலமையை உணர்ந்தவராக எதுவும் பேசாமல் பவ்வியமாக ஒரு மூலையில் உட்காந்திருந்தார்.

அங்கு நடந்தது இதுதான்!

களைக்கொல்லியில் இரண்டு வகைகள் உண்டு. ஒன்று அகன்ற இலைத் (இரு வித்திலை) தாவரங்களை மாத்திரம் கொல்வன. ஆங்கிலத்தில் இதை *Selective herbicide* என்பார்கள். மற்றது ஒடுங்கிய இலைத் (ஒரு வித்திலை) தாவரங்களான புல்லு வகைகளையும், அகன்ற இலைத் தாவரங்களான பூண்டு வகைகளையும் ஒருமித்து அழிப்பன. ஆங்கிலத்தில் இதை *Complete Herbicide* அல்லது *Round Up* என்பார்கள்.

எனது விளக்கம் லியொங் தம்பதிக்குப் புரியவில்லை என்பது அவர்கள் முகத்தில் தெரிந்தது. எனவே விஷயத்தை இலகுவாகச் சொல்ல முயன்றேன்.

வீடுகள், பூங்காக்கள், மைதானங்கள் போன்ற இடங்களிலுள்ள புற்தரைகளில் களைகளாக குளோவர், பிண்டி, ஒக்ஸ்ஸாலிஸ் போன்ற அகன்ற இலைத் தாவரங்கள் புல்லுடன் சேர்ந்து களைகளாக வளரும். இங்கு களைகளைக் கொல்லவே, மருந்தடிக்க வேண்டும்; புல்லை அல்ல. சற்று விளக்கமாகச் சொன்னால் அகன்ற இலைத் தாவரங்களை மாத்திரம் கொல்லுகின்ற களைகொல்லிகளான *Selective Herbicide* களைநாசினியை மாத்திரம் தெளிக்க வேண்டும்.

'அப்போ நான் தெளித்ததென்ன' என மூலையிலிருந்தபடியே அனுங்கினார் லியொங்.

'நீங்கள் தெளித்தது எல்லாத் தாவரங்களையும் கொல்லும் *Complete Herbicide.* இது அகன்ற இலை, ஒடுங்கிய இலைகளென எல்லாவற்றையும் கொல்லும். தாவரத்தின் பச்சை நிறமுள்ள எந்தப் பகுதியில் இது பட்டாலும் தாவரம் சாகும்.

'பச்சை நிறம் தாவரத்தின் இலைகளில் மாத்திரம் உண்டு. இருந்தாலும் பலர் புல்லை வெட்டிய பின்பு களைநாசினி தெளிக்கிறார்களே? அது தவறு என்கிறீர்களா?' எனக் கேட்டார் லியொங்கின் மனைவி.

'ஆம், அது தவறு. எப்பொழுதும் புற்தரைக்குக் களைநாசினி தெளித்து ஒரு கிழமையின் பின்னரே புல்லை வெட்ட வேண்டும்.'

எமது சம்பாஷணைகளுக்கு இடையே சீன நாட்டுப் பச்சைத் தேநீர் தயாரித்துவந்த லியொங்கின் மனைவி 'எங்கள் மண்டரின் மரத்துக்கு என்ன நடந்தது? சென்ற வாரம்தான் யூரியா பசளை தாராளமாகப் போட்டுக் கிண்டிவிட்டேன்' என்றார்.

'அங்கேதான் தவறு நடந்திருக்கிறது. அமோனியா, யூரியா என்பவை இரசாயன உரங்கள். அவை பசளைகள் அல்ல. உரம் என்பது விளைநிலத்தில் உள்ள ஊட்டச் சத்துகளைப் பெருக்குவதற்கு இடப்படும் இரசாயனப் பொருளாகும். மண்ணில் குறைந்துவரும் இயற்கையான சத்துப் பொருட்களை ஈடு செய்ய செயற்கையான இரசாயனச் சத்துப் பொருளை மண்ணுக்கு ஊட்டுவதை உரம் போடுவது என்போம்.'

'அப்போ, மாட்டுச்சாணம் போடுவது?'

'இவை பசளைகள். பொதுவாக மாட்டுச் சாணம், ஆட்டுப் புழுக்கை, கோழி எச்சம், இலை, தழை, கடல் சாதாளை போன்ற இயற்கையான பொருட்களை நிலத்திற்கு இடுவதைப் பசளை போடுதல் என்பார்கள். அன்றாடம் கூட்டிப் பெருக்கும் குப்பைகூளங்களைக் குழியிலிட்டு நீரைப் பாய்ச்சி கம்போஸ்ட் என அழைக்கப்படும் பசளைகளைத் தயாரித்தும் மண்ணை வளமாக்கலாம்.

'தண்டும் இலைகளும் நன்கு வளர்ச்சி பெற, நைட்ரஜன் கொண்டுள்ள அமோனியா, யூரியா உரங்கள் பெருந்துணை புரிகின்றன. கீரை, இலை மரக்கறி வகைகளுக்கு இவற்றைக் குறிப்பிட்ட அளவு எந்த நேரத்திலும் போடலாம். ஆனால் பூத்துக் காய்த்துப் பழங்களைத் தரும் தாவரங்களுக்குப் பயிர் வளரும் ஆரம்ப நிலையில் மட்டும் நைட்ரஜனைக் கொண்டுள்ள அமோனியா, யூரியா ஆகிய உரங்கள் போட வேண்டும்.'

'அப்போ எங்கள் மண்டரினுக்கு நடந்தது?'

'நீங்கள் இயற்கையான பசளை போடுவதுபோல, இரசாயனப் பொருளான யூரியாவை அளவுக்கு அதிகமாகப் போட்டதால் மண் உவர் அடைந்துவிட்டது. இதுவே தாவரம் வாடிச் சோர்ந்ததற்கான காரணம்.'

'இதுக்கு இப்ப என்ன பரிகாரம்?'

'அளவுக்கு அதிகமான யூரியாவை மண்ணிலிருந்து அகற்றத் தினமும் தண்ணீர் வழிந்தோடும்வரை, ஊற்றுங்கள். மரம் படிப்படியாக வழமைக்குத் திரும்பும்.'

'அப்போ, மரங்களுக்கு என்ன உரம்? எப்போது போட வேண்டும் என்கிறீர்கள்?'

'தாவரத்தின் தண்டும் இலைகளும் நன்கு வளர்ச்சி பெற நைட்ரஜன் பெருந்துணை புரிகிறது. இதனால் தாவர வளர்ச்சியின் ஆரம்பத்தில் நைட்ரஜன் கொண்டுள்ள அமோனியா, யூரியா உரங்கள் போட வேண்டும்.'

'சரி . . .'

'பூக்கள் பூத்துக் குலுங்கவும் காய்கள் நன்கு திரட்சியடைய வும் விதைகள் முதிர்ச்சி பெறவும் பொஸ்பேட்டுகள் (P) அவசியம் தேவை. அதேபோன்று வேரும் வித்தும் விருத்தி பெற, பொட்டாஸ் அல்லது பொட்டாசியம் (K) என்னும் சாம்பல் சத்து தேவையாகும்.'

'கடைகளில் இவையெல்லாம் தனித்தனியாக வாங்கலாமா?'

'உரம் விற்கும் பெரிய கடைகளில் இவற்றைத் தனித்தனியாக வாங்கலாம். ஆனால் நைட்ரஜன், பொட்டாசியம், பொஸ்பரஸ் ஆகிய மூன்றும், தேவைக்கேற்ற வீதத்தில் கலந்த, இரசாயன உரக் கலவை எல்லாக் கடைகளிலும் உண்டு. இதை 'என்.பி.கே.' (NPK) உரக் கலவை என்பார்கள். இதையே, தாவரங்கள் பூக்கும் பருவத்தில் போட வேண்டும்' என ஒரு விவசாய விரிவுரையை அங்கு நிகழ்த்தி முடித்தேன்.

'போடுற உரத்தை அளவாய்ப் போட வேண்டும்' என மனைவிக்கு குத்தல் கதைசொல்லித் திருப்திப்பட்ட லியொங், வலு உசாராக எனது வருமான வரிக் கணக்குகளை விளக்கத் துவங்கினார்.

2018

மண் அளக்கும் சொல்

காலச்சுவடு பப்ளிகேஷன்ஸ் (பி) லிட்.
Published by Kalachuvadu Publications Pvt. Ltd.,
669 K.P. Road, Nagercoil 629001, India
Phone: 91-4652-278525
e-mail: publications@kalachuvadu.com

07/2022/S.No. 1079, kcp 3621, 18.6 (1) ass